पूर्वसंचित...
गोफ नात्यांचा

VISHWAKARMA
PUBLICATIONS VP™

पूर्वसंचित... गोफ नात्यांचा

प्रथमावृत्ती- नोव्हेंबर २०१६

© Vishwakarma Publications

ISBN - 978-93-85665-13-4

प्रकाशक

विश्वकर्मा पब्लिकेशन्स

२८३, बुधवार पेठ, सिटी पोस्टाजवळ, पुणे ४११००२.

दूरध्वनी: +९१-२०-२४४८९८९ / २०२६११५७

ई मेल: info@vpindia.co.in

वेबसाईट : www.vpindia.co.in

मुद्रितशोधन : **विश्वकर्मा पब्लिकेशन्स**

मुखपृष्ठ : **अनुराधा पेंडसे**

अक्षरजुळणी : **गोल्डफिश ग्राफिक्स**

प्रस्तावना

साय-फाय कट्टा हा उपक्रम सुरू झाला, त्यावेळीही इतर काही उपक्रमांची उदाहरणे माझ्यासमोर होती. साय-फाय कट्टा त्या उपक्रमांपेक्षा वेगळा होता, हेही इथं नमूद करणं भाग आहे. आधीचे सर्व उपक्रम हे मुद्रित माध्यमाद्वारे चालवले गेले होते. अशा उपक्रमांना खर्च येतो. मुद्रित माध्यम तसं खर्चिक माध्यम आहे. त्यामुळंच प्रामुख्याने विज्ञानसाहित्य छापणारे ते उपक्रम बंद पडले. काही दीर्घकाळ चालून तर काही अल्पकाळातच, पण बंद पडले हे खरं. ह्यामुळं विज्ञानकथा लेखन करणाऱ्यांच्या दृष्टीनं आपल्या कथा वाचकांपर्यंत कशा पोचवायच्या, हा प्रश्न उभा राहिला. तसा तो सर्वांच्या पुढेच होता. कथा-कादंबऱ्यांची मागणी कमी होऊ लागली होती. प्रस्थापित नियतकालिकं धडाक्यानं बंद पडू लागली होती. साप्ताहिकं आणि वृत्तपत्रांच्या पुरवण्यांमध्ये अत्यंत मर्यादित जागा उपलब्ध असे आणि असते. मुख्य म्हणजे, मुद्रित माध्यमांचं लक्ष साहित्य केंद्रित उरलं नव्हतं आणि ते साहित्यकेंद्री बनेल, असं दिसत नाही. ह्या नियतकालिकांना अर्थपुरवठा करणाऱ्यांना आर्थिक फायदा महत्त्वाचा वाटू लागला. त्यामुळे ज्या वाचकांच्या जिवावर ही नियतकालिकं चालतात त्या वाचकाला 'लक्ष्य' करणे महत्त्वाचे ठरले.

जितका वाचक जास्त, तितक्या जाहिराती जास्त. जितक्या जाहिराती जास्त, तितका फायदा जास्त, असे हे सोपे त्रैराशिक आहे. त्यामुळेच मेंदी विशेषांक, खाद्यपेयांचा खास अंक, प्रवासी काळात पर्यटनावर आधारित अंक अशा विशेषांकांची रेलचेल झाली. अशा परिस्थितीत साहित्यविषयक उपक्रम मागे पडले. विज्ञान साहित्य हे मराठी साहित्याचं एक अत्यंत उपेक्षित असं दालन आहे, त्यामुळं ह्या स्पर्धेत त्याच्याकडे लक्ष द्यायला कुणालाच सवड राहिली नाही. काही विशिष्ट प्रस्थापित नावं सोडली तर नव्यानं पुढं येणाऱ्या विज्ञान कथाकारांनी स्वतःची वाट चोखाळली आणि इलेक्ट्रॉनिक माध्यम आपलं केलं. त्याचं फलित म्हणजे साय-फाय कट्टा होय. साय-फाय कट्टा ही नव्या पिढीच्या विज्ञान कथाकारांची गरज होती. ती त्यांनी स्व-प्रयत्नांनी पूर्ण केली.

पूर्वी जेव्हा मराठी मासिकं मोठ्या प्रमाणावर निघत असत त्यावेळी ज्या मासिकांचे संपादक साक्षेपी असत, ज्यांना साहित्याची जाण असे, अशा मासिकांना आपोआपच एक विशिष्ट दर्जा प्राप्त होत असे. कारणे काहीही असोत, १९९० नंतरच्या काळात समीकरणं बदलली

आणि मराठी मासिकांची पीछेहाट सुरू झाली. त्यापूर्वीच्या काळात संपादनाला महत्त्व होतं. संपादक लेखकांना घडविण्याचं काम करीत. त्यामुळं लेखकांवर संस्कार घडून त्यांच्या हातून दर्जेदार लेखन होत असे. लेखकही संपादकांना सांगण्याची हिंमत बाळगून असत; तर संपादकही लेखकाचं म्हणणं ऐकून घेऊन त्यावर चर्चा करत असत. त्यामुळे कसदार साहित्याची निर्मिती होत होती. ह्याचा अर्थ आजकाल कसदार साहित्य निर्माणच होत नाही असा नाही, हे आधी स्पष्ट करतो. पण लेखनावर कष्ट घेऊन दाखविलेल्या त्रुटी आणि उणिवा सुधारून लेखन करणाऱ्या व्यक्तींची संख्या कमी कमी होत चालली आहे.

आजकाल जे दिवाळी अंक निघतात ते जाहिराती मिळाल्या, आता मध्येमध्ये मजकूर भरायला हवा, ह्या विचाराने काढलेले आहेत, हे काही अपवाद वगळता लगेचच लक्षात येतं. अशा दिवाळी अंकांचे मालक आणि संपादक बहुदा एकच असतात. त्यांना मजकुराच्या दर्जाशी काही देणंघेणं नसतं. एक-दोन नामवंतांना ते पैसे देतात. बाकी लेखक-लेखिका हे आपलं लेखन छापून तर आलं ना, ह्या समाधानात असतात. ज्या संपादकांना साहित्य कशाशी खातात ह्याची कल्पना नसते ते विज्ञानकथा, तिचा दर्जा बघून छापत असतील, हे संभवत नाही. अशा वेळी आपल्या साहित्याचा तटस्थपणे विचार करून आपणच आपल्यात सुधारणा घडवून आणायच्या असतात.

प्रत्येक लेखकाला आपण लिहिलेलं साहित्य हे अभिजात साहित्यात गणलं जायलाच हवं, असं वाटणं साहजिकच आहे. तो त्याचा हक्क आहे, हे खरं! पण त्याचबरोबर त्याचे आप्तस्वकीय सोडून इतरांनाही तसं वाटणं हेही महत्त्वाचं असतं, हे विसरून चालणार नाही. ज्यावेळी आपल्या लेखनावर टीका होते, त्यावेळी टीकाकाराला माझं लेखन समजण्याएवढी अक्कल नाही, असं म्हणून त्या टीकेची संभावना करणं फारच सोपं असतं. त्या टीकेची योग्य ती दखल घेऊन त्या टीकेतील मुद्यांचे विश्लेषण करून त्यानुसार आपल्या लिखाणात सुधारणा घडवून आणणं मात्र जरा अवघडच जातं.

हे सर्व लिहिण्याचा उद्देश एवढाच आहे की साय-फाय कट्ट्याने आता तण वेचून काढून कट्ट्यावरच्या कथांमध्ये दर्जात्मक सुधारणा करायची वेळ आली आहे, असं मला वाटतं. माझं हे मत कदाचित कट्ट्यावर बहुमताने फेटाळलं जाईल, ही शक्यता नाकारता येत नाही. कट्ट्यावरचे सर्वच लेखक स्वयंभू आहेत. कट्ट्यावर लेखन करणाऱ्या लेखकांनी चांगल्या संपादनाचा अनुभव घेतला असण्याची शक्यता तशी कमी आहे. त्यातच इलेक्ट्रॉनिक माध्यमात प्रकट होताना संपादकाचा संबंध नसतोच. शिवाय आणखी एक दावा सुद्धा केला जाऊ शकतो. संपादक हा अनुभवी, वयाने मोठा असणार हे गृहीत धरू शकतो. ह्या

काळात विज्ञान तंत्रज्ञानाची झपाट्यानं प्रगती होत आहे. तिचा वेग अफाट आहे. आजच्या तरुण पिढीलाच ह्या तंत्रज्ञान प्रगतीबरोबर धावतांना दमल्यासारखं वाटतंय, तर मागच्या पिढीतल्या संपादकाला ह्या प्रगतीचा आवाका घेणं अशक्य असल्यानं ते नव्या पिढीच्या कथांचं संपादन करू शकतील का?

इथं एक मुद्दा येतो, तो म्हणजे एखाद्या कथेत केवळ आधुनिक विज्ञान प्रगती किंवा तंत्रज्ञान प्रगतीचं दर्शन घडवलं की तिला चांगली विज्ञान कथा म्हणायचं का? कुठल्याही काळात घडणारी विज्ञानकथा असली तरी तिच्या केंद्रस्थानी माणूस हवा. चांगली विज्ञानकथा ही मानवकेंद्रित असते, किंबहुना जर विज्ञान तंत्रज्ञानाचा झगमगाट असेल, पण त्या कथेतून मानवी स्वभावाचा एखादा पैलू प्रकट होत नसेल तर ती विज्ञानकथा चांगल्या कथेचे निकष पूर्ण करू शकत नाही.

'पूर्वसंचित-गोफ नात्यांचा' ह्या पुस्तकामध्ये एक विशिष्ट मानवी नातेसंबंधामधून लिहिलेल्या कथा आहेत. ह्या कथांमध्ये आजी-आजोबा आणि नातवंडं ह्यांचे भविष्य काळातील परस्पर संबंध कसे असू शकतील, ह्याचं चित्रण करणाऱ्या कथा अपेक्षित होत्या. ह्या कथा लेखकांनी हा विषय निवडून ह्या कथा लिहाव्यात, अशी अटच होती. साय-फाय कट्टा ह्या प्रकारचे अनेक विषय कट्ट्याच्या लेखकांसमोर आव्हान म्हणून ठेवतं. ह्याचा परिणाम ह्या कथासंग्रहातील बऱ्याच कथांवर झालेला दिसतो. दिसला आहे. त्यावर आपण कट्ट्याचे सदस्य म्हणून लिहायलाच हवं, म्हणून काही कथांमध्ये तरी आजोबा-नातू ह्यांचं ओढून-ताणून प्रस्थापित केलेले संबंध बघायला मिळतात. दुसरी गोष्ट लक्षात आली ती म्हणजे ह्या कथांमध्ये आजी आणि नात ह्या आजोबा आणि नातू यांच्यापेक्षा कमी प्रमाणात आढळतात. मी जर ह्या प्रकारची कथा लिहायला घेतली असती तर एखादी भविष्यकालीन व्यक्ती आजी-आजोबा ही काय भानगड आहे, हे शोधायला निघाली असती.

ज्या वेगानं आजकालचा समाज ढवळून निघतोय ते पाहता येत्या पन्नास-शंभर वर्षातच पुढच्या पिढ्यांमध्ये एकूणच नातेसंबंधाबद्दल साशंकता निर्माण होण्याची शक्यता अधिक वाटते. अशा परिस्थितीत जर एखाद्या व्यक्तीला आपल्या आधीची पिढी, त्या आधीची पिढी ह्याबाबत मनात संभ्रम निर्माण होणं हे अवघड वाटत नाही. पुढच्या पिढीतल्या एखाद्या चित्रपटात त्याकाळातला एखादा अमिताभ 'रिश्ते में तो हम तुम्हारे बाप लगते है।' असं म्हणाला, तर 'रिश्ता? ये क्या होता है? बाप ये कौनसी चीज है?' हे विचारलं जाणं मुश्कीलच नाही तर शंभर टक्के घडू शकणारी घटना असू शकेल. अर्थात हा माझा विचार झाला.

अमेरिकेत एकाच विषयाला धरून लिहिलेल्या कथांचे संग्रह निघतात. मार्टिन एच. ग्रीनबर्ग नावाचे विज्ञान कथेचे एक अभ्यासक आहेत. ते अशा प्रकारचे अनेक उद्योग करतात. पण ह्या कथा ते गोळा करतात. वेळोवेळी प्रसिद्ध झालेल्या ज्या कथांमध्ये समान धागा, सामाजिक सूत्र आढळते, अशा कथा एकत्र करून त्यांचा संग्रह ते प्रसिद्ध करतात. ह्यातल्या दोन कथांच्या लेखन काळात तीस-चाळीस वर्षांचं अंतरही असू शकतं. त्यामुळं असे संग्रह वाचनीय होतात, कारण त्या कथांची मध्यवर्ती कल्पना एक असली तरी त्यात भरपूर प्रमाणात कालमानपरत्वे आलेली कल्पना वैविध्य आढळते.

साय-फाय कट्ट्याला हा उपक्रम कशा तऱ्हेनं राबवता येईल याबद्दल माझी एक सूचना आहे. ती त्यांनी मनावर घ्यायला हवी असंही नाही. वर्षभरासाठी पाच-सहा विषय वर्षाच्या सुरुवातीलाच जाहीर करायचे आणि वर्षभरात ज्या कथा येतील त्या विषयावार एकत्रित करायच्या. मात्र छापील पुस्तक करताना गुणवत्तेचा निकष लावूनच त्या निवडायच्या. यासाठी मात्र निवड करणारी व्यक्ती निर्भीड असावी लागेल. सध्या येतील त्या सर्व कथा छापायला देण्याचं जे धोरण आहे, ते अंतिमतः घातक ठरू शकेल. मी असं का म्हणतो, हे थोडक्यात सांगतो. साय-फाय कट्ट्याच्या कथांचं पहिलं पुस्तक 'मन्वंतर' याच्याशी मी संबंधित होतो. ह्या पुस्तकामागचा हेतूच मुळी या नव्यानं पुढं येणाऱ्या विज्ञान कथाकारांना प्रोत्साहन देणं हाच होता. त्यावेळी मी ह्या कथा संग्रहातील काही कथा निवडतांना 'त्यातल्या त्यात बऱ्या' हा निकष लावल्याचं स्पष्ट केलं होतं. 'ब्रह्मांडाची कवाडे' वाचतांनाच मला असं वाटलं की आता साय-फाय कट्ट्यानं गुणात्मक चाळणीचा वापर करायला हवा. 'पूर्वसंचित-गोफ नात्यांचा' वाचतांना हा विचार आणखी दृढ झाला. इलेक्ट्रॉनिक माध्यमात कथा वितरीत होताना तिच्या गुणवत्तेबाबत नि:स्पृह चर्चा घडणं अवघड असतं. मुद्रित माध्यमाचं तसं नाही. ते जास्त टिकाऊ आहे. ह्या कथा संग्रहांमधल्या कथा आणखी दहा, पंधरा किंवा वीस वर्षांनंतरही वाचल्या जातील, ही शक्यता नजरेआड करता येत नाही. त्यावेळीही त्या वाचकाच्या मनामध्ये 'अरे, ह्याला हे लोक विज्ञान कथा समजत होते?' असा विचार यातील काही कथा वाचून येण्याची शक्यता नाकारता येत नाही. या कथासंग्रहामधील काही कथा खरोखरच उच्च दर्जाच्या आहेत, पण इतर काही कथांमुळं हा कथासंग्रह एक 'बरा' संग्रह ह्या दर्जाला उतरतो, हे विसरून चालणार नाही.

स्व-मूल्यमापन तटस्थपणाने करणारे लेखक विरळा, पण चुका दाखविल्यानंतरही त्या न सुधारता कथा लेखन का व्हावं? आपण जे विज्ञान वापरतोय त्याला शक्यतेच्या कोटीत आणून बसविण्याचं कौशल्य लेखकांनी अंगी बाणायला हवं, असं ह्या कथा

वाचताना वाटून गेलं. दुसरं म्हणजे कथानक मांडण्याचं कौशल्य ज्यांना साध्य होतं त्यांच्या कथाच कालौघात टिकून राहतात. त्यामुळंच आज माणूस चंद्रावर जाऊन आल्यानंतरही ज्यूल्सव्हर्नची चंद्रावर माणूस ही कथा वाचली जाते. आपलं साहित्य शाश्वत असावं, असं वाटत असेल तर त्यासाठी मेहनत घ्यायला हवी. लेखनाची शिस्त अंगी बाणायला हवी. त्यात साय-फाय कट्ट्याचे काही लेखक कमी पडताहेत, असं ह्या कथा वाचताना वाटतं. हे माझे विचार आहेत. ते ह्या ई-युगातील लेखकांना विचारार्ह नाही वाटले तर त्यांनी सोडून द्यावे; पण त्यांनी स्व-सुधारणेचा मार्ग चोखाळला नाही तर मराठी विज्ञानकथा टीकेचं लक्ष्य होण्याची शक्यता वाढते. हे लिहिताना मेघश्री दळवीशी झालेल्या चर्चेचा मला खूप फायदा झाला, तिचे आभार.

निरंजन घाटे
१६.०६.२०१६

अनुक्रमणिका

१

आजोबा

मेघश्री दळवी

दहा, नऊ, आठ, सात... काऊंटडाउन सुरू झाला. मोजक्या प्रेक्षकांनाच आत प्रवेश होता. त्यांनी आपले श्वास रोखून धरले.

सहा, पाच... खरं तर इथे काऊंटडाउनची गरज काय? शून्य! असं म्हटल्यावर काही अग्निबाण उडणार नव्हता की कोणता स्फोट होणार नव्हता. पण ही कल्पना त्या होलो-टीव्हीवाल्यांची. या प्रसंगाचं जगभर आणि इतर काही ग्रहांच्या वसाहतीत थेट होलोग्राफिक प्रक्षेपण होणार होतं. म्हणून मग पुरेशी नाट्यमयता हवी ना! त्यासाठी काऊंटडाउन!

तसं पाहिलं तर समोरच्या धुरकट काचेतून आतली मानवी आकृती मला अस्पष्ट दिसत होती. इतरांनाही ती दिसत असणारच! शिवाय हा काही अशा प्रकारचा पहिलाच प्रसंग नाही. अचूकपणे सांगायचं तर अठ्ठाविसावा. अर्थात पहिल्या वेळेनंतर होलो-टीव्हीवर थेट लाईव्ह प्रक्षेपित होणारा मात्र आजचाच.

शून्य! ती काच अलगद सरकली. सटसट फ्लॅश उडाले. डिजिटल कॅमेरे ट्रिगर झाले. एकामागोमाग क्लिक-क्लिक आवाज यायला लागले. व्हिडिओची गुणगुण घुमायला लागली.

बाजूला उभी असलेली डॉक्टर मंडळी केबिनमध्ये शिरली. तिथल्या बर्फाळ लाकडी पलंगावरून आजोबा उठले. डॉक्टरांनी त्यांना आधार दिला, ओलं अंग पुसून बाथरोब चढवला. हळूहळू आजोबा ताठ उभे राहिले.

डॉक्टरांच्या गराड्यात आजोबा अगदीच वेगळे दिसत होते. इतक्या दुरून मला नीटसा अंदाज आला नाही, पण त्यांची उंची पावणेसहा फुटाच्या आत असावी. त्यातून वयामुळे किंचित वाकलेला बांधा. त्यामुळे ते अगदीच खुजे दिसत होते. माझी स्वत:चीच उंची सहा फूट दोन इंच आहे. तिथे पुरुषाची उंची एवढीच काय! इतरांच्या साडेसहा - पावणेसात फुटांपुढे तर ते फारच लहानखुरे वाटत होते. बर्फाच्या गारव्यामुळे ते बरेच लालबुंदही झाले होते.

आता आजोबांच्या शरीरावर वेगवेगळ्या टेस्ट्स घेऊन नंतर त्यांना परिस्थितीशी जुळेल इतपत तयार करायला दोन दिवस लागणार होते. ते लगेच क्लिनिकमध्ये रवाना झाले. तोवर बाजूच्या खोलीत गॉर्डनची वार्ताहर परिषद सुरू झाली.

......

ज्यांना मी मघापासून आजोबा आजोबा म्हणतेय, ते खरं तर माझे 'आजोबा' नाहीतच. म्हणजे नात्याने बघायचं झालं तर खापर-खापर - असे किती खापर कुणास ठाऊक - पणजोबा लागतात ते माझे. तरी मी त्यांना आजोबाच म्हणायचं ठरवलंय. दोन कारणं आहेत त्याची - एक तर मला स्वत:ला त्या खापरांचा हिशेब लागत नाही. दुसरं म्हणजे हाक मारताना एवढी लांबलचक हाक कोण मारणार? आणि 'आजोबा' हाक कानाला कशी गोड लागते, जवळची वाटते. खरंय ना?

डॉक्टर विश्वनाथ डहाणूकर. माझ्या आजोबांचं नाव. त्यांच्या काळातले एक उत्तम मानसशास्त्रज्ञ. त्याहूनही महत्त्वाचं म्हणजे त्यावेळचे जगप्रसिद्ध विज्ञानकथा लेखक.

त्यांचं लेखन एवढं अफाट वाचलं जायचं, की अगदी मागच्या शतकापर्यंत जगभर त्यांचं नाव गाजत होतं म्हणे. एरव्ही आता विज्ञानकथा वाचतंय कोण? आणि वाचायला लिहितंय कोण, हेही आहेच.

मलाही हे कळलं गॉर्डनकडून. आजोबांच्या शोधात ते पहिल्यांदा माझ्याकडे आले होते तेव्हा.

मुळात ते आले होते ते नो-ऑब्जेक्शन सर्टिफिकेटसाठी. पण मला स्वत:लाच आजोबांची माहिती नाही म्हटल्यावर त्यांनी आपणहून हे सगळं सांगितलं होतं.

थांबा, मी काय म्हणतेय ते लक्षात येतंय ना? आजोबांना पूर्वावस्थेत आणायला लागणारं नो-ऑब्जेक्शन सर्टिफिकेट. ते क्रायोजीन वगैरे माहीत असेल ना? की नाही?

क्रायोजेनिक्स म्हणजे अतिशीततेचा अभ्यास करणाऱ्या शास्त्रज्ञांनी एकविसाव्या शतकाच्या सुरुवातीला 'क्रायोइस्ट ग्रुप' स्थापन केला हे तुम्ही कधीतरी नक्की ऐकलं असणार. काही जागतिक महत्त्वाच्या व्यक्ती, काही त्या काळच्या असाध्य रोगाने पीडित अशी माणसं, तर काही नुसतेच हौशी - अशांना शून्याखालच्या तापमानात गोठवून ठेवण्याची कल्पना क्रायोइस्टसनी उचलून धरली होती. तिला प्रचंड प्रतिसाद मिळाला. लोकं म्हणे भराभर गोठवून घ्यायला निघाली. एकविसाव्या शतकाच्या मध्यापर्यंत ही लाट कायम होती. तोवर जवळजवळ तेवीस हजार शरीरं गोळा झाली. नंतर मात्र हे फॅड कमी झालं. आज तर या अचाट कल्पनेकडे कोणी फिरकतही नाही हे आपलं नशीब!

लहानपणी मी हे उडतउडत ऐकलं होतं. जनरल माहिती म्हणून. गेल्या वर्षापर्यंत तर माझा त्याच्याशी संबंधही आला नव्हता.

गेल्या वर्षी अचानक गॉर्डन मला भेटायला आले. गॉर्डन तुम्हाला माहीत असतीलच. हो - तेच. प्रेसिडेंटचे प्रमुख राजकीय सल्लागार, गॉर्डन स्पेस स्टेशनचे आधीचे मॅनेजर, आणि बरेच काही.

गॉर्डनना विज्ञानकथांची भलतीच आवड होती. म्हणजे अजूनही आहे. आजच्या काळचं तुरळक लेखन त्यांना पुरेसं वाटत नव्हतं की काय, म्हणून ते हळूहळू जुन्या लेखकांकडे वळले. मग त्याहीपेक्षा आधीच्या लेखकांकडे, आणि नंतर तर थेट एकविसाव्या शतकापर्यंत पोहोचले. या सगळ्या प्रवासात त्यांना सर्वात आवडलेले लेखक म्हणजे विश्वनाथ डहाणूकर. माझे आजोबा.

पूर्वसंचित... गोफ नात्यांचा

आजोबांच्या कथांमधला अंतराळ प्रवास, नवनवीन ग्रहांचे शोध, अंतराळातली वस्ती, तिथल्या वातावरणाचं बारकाईने केलेलं चित्रण, पृथ्वीवरचं भविष्यातलं आयुष्य - या वर्णनांनी त्यांच्याकाळी सगळ्यांना वेड लावलेलं होतं. ब्रायनर, सुझुकी, आणखी कोण-कोण या समकालीनांपेक्षा आजोबांची ख्याती काकणभर जास्तच होती.

गॉर्डननी मात्र आजोबांच्या लेखनातली नेमकी गोष्ट टिपली. विज्ञानकथा लेखक बऱ्याचदा भविष्याचा अंदाज करत असतात. कधी ते बरोबर निघतात, तर कधी चुकतात. पण आश्चर्य म्हणजे आजोबांची सगळी भाकितं अगदी अचूक ठरली होती! आज आपण तांत्रिक प्रगतीच्या ज्या युगात वावरतोय, जे जीवन जगतोय, ते त्यांनी केवळ कल्पनाशक्तीच्या बळावर एकविसाव्या शतकातच पाहिलं होतं!

विश्वास नाही ना बसत? गॉर्डननी मला सांगितलं तेव्हा तर मला क्षणभर काही समजलंच नव्हतं, पटणं तर दूरच !

तेवढ्यात गॉर्डन मुद्द्यावर आले. आजोबांच्या सुरुवातीच्या कथा फारच कल्पनारम्य होत्या. नंतर मात्र त्यांनी गंभीरपणे लेखन सुरू केलं. त्यात भविष्यातल्या वैज्ञानिक प्रगतीचं वेधक चित्रण असायचं. त्यातूनच हळूहळू भाकीतं स्पष्ट व्हायला लागली. १९९९च्या सुमारास आजोबांनी वर्णन केलेला सुपरकंडक्टिंग एनर्जी सोर्स २०२० पर्यंत प्रत्यक्षातही आला. मॉड्यूलर स्पेस स्टेशनच्या त्यांच्या अचूक चित्रणाप्रमाणे १९९८ पासून स्पेस स्टेशन्स उभारायला सुरुवात झाली. एकविसाव्या शतकाच्या सुरुवातीची आणखी छोटीमोठी भाकितं खरी होताना दिसायला लागली. आजोबांना व्हिजनरी म्हणून उपाधी मिळूनही गेली.

मग आपल्या इतर भाकीतांचं काय होतंय हे त्यांना प्रत्यक्ष पाहावसं वाटलं. साहजिकच होतं. त्यांनी त्यासाठी क्रायोइस्टसकडे अर्ज केला. सगळ्या चाचण्या झाल्या आणि त्यांनी वयाच्या सत्तराव्या वर्षी बर्फशय्या स्वीकारली. ते वर्ष होतं २०२५!

खरं म्हणजे हे गोठवणे वगैरे प्रकारापर्यंत ठीक होतं. पण या गोठीत मंडळींना वितळवायचं कधी, मूळ स्वरूपात आणायचं कधी, कोणी, कसं - याचा काही विचारच झाला नव्हता. तुम्हांला आठवतं, २१७१ मध्ये एका जपानी माणसाने आपल्या पूर्वजांपैकी एका आजीला पूर्ववत करायचा हक्क मागितला? त्यावेळी या तेवीस हजार थंड शरीरांची जगाला एकदम आठवण झाली.

मग काय - चर्चा, वाद-विवाद, भाषणबाजी, विचारू नका! मला चांगलंच आठवतंय - आमच्या नर्सिंग स्कूलमध्ये आम्ही त्याची भरपूर चिरफाड केली होती. या म्हाताऱ्यांना जिवंत करून काय उपयोग म्हणून. शारीरिक श्रम तर ते करू शकणार नाहीत. बरं, बौद्धिक काम द्यायचं म्हटलं तरी त्यांची बौद्धिक क्षमता आपल्यापेक्षा कमी पडणार - असे अनेक मुद्दे त्यावेळी निघालेले आठवतात.

नंतर त्यावर रीतसर सविस्तर कायदा झाला. गोठलेल्यांना पूर्ववत करण्याचे अधिकार फक्त वंशजांनाच देण्यात आले. त्यातून इतर कोणाला एखादी विशिष्ट व्यक्ती पूर्वावस्थेत आणायचीच असेल तर त्यासाठी त्या व्यक्तीच्या पाच वंशजांची नो-ऑब्जेक्शन सर्टिफिकेट्स आवश्यक होती. म्हणून त्यासाठीच गॉर्डन माझ्याकडे आले होते.

अशा जिवंत करून घेतलेल्या पहिल्या दहा-बारा जणांच्या मुलाखती तुम्ही बहुतेक न्यूज चॅनेल्सवर पाहिल्या असतील. वर्षाभराने मात्र ते सगळं थंडावलं.

याच दरम्यान डहाणूकरांनी स्वत:ला गोठवून घेतलं असल्याचं गॉर्डनना कुठूनतरी समजलं. झालं! डहाणूकरांना मूळ स्वरूपात परत आणायचा त्यांचा निश्चय झाला देखील! मग त्यांनी प्रेसिडेंटचा पाठिंबा मिळवला, आणि क्रायोइस्ट्सकडे अर्ज केला.

नो-ऑब्जेक्शन सर्टिफिकेट्ससाठी क्रायोइस्ट्सनी डहाणूकरांच्या वंशजांचा शोध घ्यायला सुरुवात केली. शोधता शोधता गॉर्डनना पहिला धक्का बसला - डहाणूकरांच्या वंशावळीत शेवटच्या टोकाला असणाऱ्यांपैकी फक्त मीच जिवंत होते. डहाणूकरांची एकुलती एक वंशज. मग एका वंशजाचं सर्टिफिकेट चालेल असं अशी पळवाट काढत गॉर्डननी लगेच माझ्याकडे धाव घेतली.

आधी मला काही कळलंच नाही. सरळ आहे - डहाणूकर हे नाव मी पहिल्यांदाच ऐकत होते. माझं स्वत:चं आडनाव आहे घोष. त्यातून विज्ञानकथा वगैरेपासून मी आधीच दूर असायचे आणि शिवाय हे खूप पूर्वीचे लेखक. मुख्य म्हणजे डहाणूकर थोर लेखक वगैरे जरी असले, तरी आता त्यांना पूर्वावस्थेत आणून गॉर्डनचा वैयक्तिक फायदा काय होणार, याचाच मला उलगडा होत नव्हता.

''तुम्हीच विचार करून पहा,'' गॉर्डन म्हणाले. ''एक द्रष्टा लेखक प्रत्यक्ष आपल्याला भेटणार,'' शिवाय त्याच वेळी तो स्वतःच्या कल्पना सत्यसृष्टीत उतरलेल्या बघणार - थ्रिलिंग नाही वाटत तुम्हाला हा अनुभव? मला तर वाटतं सगळीकडे ही कल्पना निश्चितच गाजेल.''

आणि त्यांचंच खरं झालं. नुसती ही बातमी जाहीर झाली मात्र, सर्वत्र आजोबांचंच नाव ऐकायला यायला लागलं. त्यांच्या कथा, त्यांच्यावरच्या फिल्म्स, कुठेकुठे चर्चा, आजोबांच्या कल्पना आणि सत्य यांच्या तुलना होलो-टीव्ही केव्हाही सुरू केला तर तिथेही तेच.

त्या निमित्ताने इतर लेखकही उकरून काढण्यात आले. त्यांनी देखील काहीकाही भाकितं केली होती. त्यातली कोणाची किती प्रत्यक्षात उतरली, किती नाही - चर्चांना नुसतं उधाण आलं होतं. आजोबा आजचं तंत्रज्ञान पाहून काय भाष्य करतील याचेही अंदाज सुरू झाले. फार काय - मलाही गाठायचा प्रयत्न काही रिपोर्टर्सनी केला.

या प्रचंड क्रेझचा कळस म्हणजे आजचा हा कार्यक्रम. गेले तीन महिने बाकी सगळं काही विसरून याच विषयावर सतत बोलणाऱ्या कोट्यवधी जनतेने हा कार्यक्रम प्राण डोळ्यात आणून पाहिला असणार - मला खात्री आहे. तुम्हीदेखील!

... ...

आठ महिन्यांपूर्वी मी किती उत्साहाने तुम्हाला ही कहाणी सांगितली होती. ते दिवस अजूनही आम्हाला आठवतात. हो, मी म्हणते आहे ''आम्हाला''. कारण सगळ्या परिस्थितीला तोंड देत आजोबा अजूनही आहेत. माझ्याबरोबर राहत आहेत.

तुम्हाला या सगळ्यामागचं कारण ठाऊक नसेल. मीही तेव्हा आजोबांच्या आगमनाच्या वार्तेने उत्साहात होते. थोडं थांबून तेव्हाच विचार केला असता तर आपोआप कळून चुकलं असतं. पण नाही - तेव्हा तरी ते लक्षात आलंच नाही.

आजोबांची-माझी पहिली भेट म्हणजे नुसती सुरुवात होती. आजोबा पूर्वावस्थेत आल्यावर गॉर्डननी मला बोलावून माझी ओळख करून दिली होती.

‘‘या विनी घोष. तुमच्या एकुलत्या एक वंशज.’’

‘‘विनी? म्हणजे विनिता की अश्विनी?’’ आजोबांनी कौतुकाने विचारलं.

‘‘ऊं हूं. दोन्ही नाही. विनी म्हणजे व्हीनस.’’

‘‘व्हीनस?’’ आजोबांच्या भुवया उंचावल्या.

‘‘माझा जन्म झाला, त्याच्या दोन दिवस आधी आपलं पहिलं यान शुक्रावर म्हणजे व्हीनसवर उतरलं. म्हणून त्या दरम्यान जन्मलेल्या बऱ्याच मुलींचं नाव व्हीनस आहे,’’ मी माझं नेहमीचं स्पष्टीकरण पुढे केलं.

‘‘गुड! शुक्रावर पोचली तर अमेरिका शेवटी! पण इतक्या उशिरा का? रशियाची यानं त्या वातावरणात जाऊन झाली की कितीतरी वर्षं!’’

मी फक्त हसले.

‘‘अरे हो! आणि आपण म्हणजे हे यान कुणाचं? अमेरिकेचं ना-’’

गॉर्डन एकदम पुढे झाले. घसा खाकरून त्यांनी बोलायला सुरुवात केली.

‘‘अमेरिका आज जगातला सर्वात बलाढ्य देश आहे हे खरं. पण आपण आता असे वेगवेगळे देश मानत नाही. म्हटलं तर आपण आता एका मोठा जागतिक संघटनेचे सदस्य आहोत.’’

‘‘म्हणजे अमेरिकेचे गुलामच!’’

गॉर्डन त्यावर काहीच बोलले नाहीत.

‘‘वेल!’’ गालात हसून आजोबा म्हणाले, ‘‘शुक्रावर जायला इतकी वर्षं का लागली? मंगळावर तर केव्हाच गेली होती अमेरिका. की चंद्र आणि मंगळाच्या मध्ये जसं व्हिएतनाम आलं, तसं काही इथे झालं?’’

माझ्या तोंडावर प्रश्नचिन्ह उमटलं असावं. कारण आजोबा लगेच पुढे म्हणाले, ‘‘तुला नसणार माहीत, विनी. तुम्ही कशाला इतिहासाचे धडे घेताय? हे बघ - चंद्रावर माणूस

उतरला १९६९मध्ये. त्यानंतर धडाधड अंदाज सुरू झाले - अमेरिका मंगळावर कधी जाणार, शुक्रावर कधी, सूर्यमाला कधी ओलांडणार, असे. त्यात मीही असायचो. पण तेवढ्यात ते व्हिएतनाम वॉर आलं, आणि साहजिकच अमेरिकेने प्रायोरिटी दिली ती युद्धाला. तसं काही मध्ये घडून गेलं का? म्हणजे आणखी दोन-तीन युद्धं, महायुद्धं वगैरे?''

गॉर्डनच्या कपाळावर सूक्ष्म आठ्या उमटल्या. नाकाचा शेंडा थरथरला. पण क्षणभरच. लगेच सावरून ते म्हणाले, ''छे! छे! तुम्ही गोठवून घेतल्यानंतर बरीच स्थित्यंतरं घडून गेली आहेत. तुम्हाला आठवत असेल, पहिल्यांदा रशिया कम्युनिझमच्या कोषातून बाहेर पडला. नंतर पूर्व युरोपीय देश स्वतंत्र झाले. मग काही देशांमधली एकाधिकारशाही उलथून पडली. असं एक एक करत जगातल्या एकजात सगळ्या देशांमध्ये लोकशाही आली. आता सर्वांचं उद्दिष्ट एक आणि मार्गही एकच. म्हणून सगळे एकत्र आले. पृथ्वीचे रहिवासी झाले. गेली कित्येक वर्षे आम्ही केवळ पृथ्वीचे नागरिक म्हणून राहतो आहोत.''

आजोबा शांतपणे ऐकत होते. गॉर्डन थांबले तसे ते म्हणाले, ''असं? तर मग त्या शस्त्रास्त्रांचं, रणगाड्यांचं, आणि हो - त्या अण्वस्त्रांचं पुढे काय झालं? की त्यांच्यासाठी नवे शत्रू शोधून काढले तुम्ही?''

गॉर्डनच्या आठ्या ठळक झाल्या. कानशिलं लाल झाली.

''डहाणूकर! तुमचा गैरसमज होतो आहे!''

''मुळीच नाही!'' आजोबा ठामपणे म्हणाले. त्यांची नाजूक सुरकुतलेली मूर्ती गॉर्डनच्या कमावलेल्या शरीरयष्टीपुढे अगदीच इवलीशी दिसत होती. पण त्यांचा आवाज मात्र -

''तो गैरसमज नाही. त्याला विज्ञानाचा पाया आहे. माणसाचं मन कसं असतं ठाऊक आहे? पॅरानॉइक. पॅरानॉइया असलेलं. म्हणजे इतरांपासून सतत आपलं रक्षण करायला हवं या भीतीने घेरलेलं. आणि आपल्याला काही व्हायच्या आधी आपणच दुसऱ्यांना जिंकून कब्जात घेतलं पाहिजे अशा विचारांनी ग्रासलेलं. आदिमानव असताना तो दुसऱ्या टोळीला शत्रू मानायचा. हळूहळू वस्त्या झाल्या, गावं झाली, देश झाले तसं तो परक्या देशाला शत्रू समजायला लागला. इतिहास बघा आपला एकदा. आता सगळे पृथ्वीवासी, सगळी मानवजात एक झाली म्हटल्यावर साहजिकच त्याला नवा शत्रू शोधायला लागणार. म्हणजेच नवे ग्रह, नव्या वसाहती. मान्य करा गॉर्डन, मी तेव्हाच म्हणून ठेवलं होतं.''

''तेव्हाच? मी नाही वाचलं ते?'' गॉर्डनच्या भुवया आक्रसल्या. हातवारे जरा जास्तच झाले.''

''लिहिलं नसेल, पण माझं हे मत होतंच. नेहमीच.''

मला अगदी अवघडल्यासारखं झालं होतं. मी मध्येच दुसरं बोलणं काढलं.

''आजोबा, तुम्ही माझं घर बघायला येणार?''

''शुअर विनी. एकदा नीट ठरवून येईन.''

मी तिथून सटकलेच!

······ ······

पुढचे चार-पाच आठवडे सगळीकडे एकच नाव - डहाणूकर! डहाणूकर! त्यांच्या मुलाखती, त्यांची चंद्रसफर, संशोधन संस्थांना त्यांनी दिलेल्या भेटी. त्यांनी स्पेस स्टेशनला मारलेली चक्कर, एक ना दोन! माझे आजोबा एक बडी सेलेब्रिटी होऊन गेले होते.

या काळात त्यांनी तांत्रिक प्रगतीचं भरभरून कौतुक केलं, स्वत:ची खरी झालेली भाकितं प्रत्यक्ष डोळ्यांनी पाहिली, आणि झालेला आनंदही मोकळेपणाने सांगितला.

मी सगळं दुरून होलो-टीव्हीवर पाहत होते. एकएक प्रसंग ते अगदी छान रंगवून सांगायचे, तिखटमीठ लावून सांगायचे. कॅमेऱ्यासमोर तर अगदी सराईतासारखे वागायचे. त्यांच्या लेखनाबरोबर त्यांची अशी इतर कौशल्यंही सर्वांना दिसत होती.

असाच एकदा मला त्यांचा फोन आला. स्क्रीनवर त्यांचा प्रेमळ आनंदी चेहरा एकदम खुशीत दिसत होता.

''विनी, आज माझ्याबरोबर पार्टीला येणार का?''

''कुठे, आजोबा?''

"इथे जवळच आहे. टायटनवरच्या वसाहतीचे प्रमुख झीमन पृथ्वीवर आले आहेत. त्यांचं आमंत्रण आहे. मोजकीच माणसं आहेत. तू पार्टीला आलीस, तर मग तिथून तुझ्या घरी येईन - गप्पा मारायला."

मी लगेच तयार झाले.

पार्टीत आता टायटनवर स्थायिक झालेले काही जण होते. कॉलनायझेशन विभागाचे अधिकारी होते. मला ते सगळे अनोळखीच होते, तरी एक-दोघांनी आपणहून ओळख करून घेतली. मी इकडे त्यांच्याशी बोलत होते. तिकडे आजोबा आणि झीमन अगदी रंगात येऊन चर्चा करत होते - टायटनबद्दलच. नाहीतरी शनीच्या या उपग्रहावर वसाहत करण्याची कल्पना आजोबांचीच होती. तेही मनापासून, उत्साहाने बोलत होते.

कशावरून सुरुवात झाली, ठाऊक नाही. कदाचित आजोबांनीच विषय काढला असेल, कदाचित झीमन काही म्हणाले असतील. अचानक सगळीकडे शांतता पसरलेली जाणवली. श्वास घेतला तरी भंग होईल अशी विचित्र शांतता. मी गोंधळून आजूबाजूला बघितलं - आजोबा झीमनकडे अपेक्षेने पाहत होते. अपेक्षेने. आणि आव्हान दिल्यासारखे.

"डहाणूकर, कोणी सांगितलं तुम्हांला?" झीमन नरमाईने म्हणाले. त्यासरशी रोधलेले श्वास एकदम सुटले!

"तसं कोणी काही स्पष्ट म्हणालं नाही, मात्र माझी तशी थिअरी आहे." आजोबांच्या बोलक्या डोळ्यांत आव्हान कायम होतं.

"छे! छे! तुमची ही थिअरी मात्र प्रत्यक्षात आली नाही हं!", उसनं हसू आणत झीमन म्हणाले. "टायटनवर वस्ती करायच्या आधी आम्ही चार सर्च टीम्स पाठवल्या होत्या. पण त्या चारही मोहिमांमध्ये आम्हाला तिथे एकही प्राणी आढळला नव्हता."

"टायटनच्या अभ्यासावरून तिथे निदान थोडेफार जीव असले पाहिजेत असं नाही वाटत तुम्हाला?"

"ती फक्त एक शक्यता झाली, पण प्रत्यक्षात तसं नव्हतं."

''कम-ऑन झीमन! मला फसवू नका. इतिहासावरूनच करतो मी भाकितं. तुम्हांला तातडीने वस्ती करण्याची गरज होती. तिथल्या खनिजांचं आमिष होतं. तुम्ही तिथल्या सगळ्या प्राथमिक जिवांचा नायनाट करण्याची खबरदारी घेतलीच असणार. उगीच का चार सर्च टीम्स पाठवाव्या लागल्या?''

आजोबा फारच जोर देऊन बोलत होते. वातावरण एकदम गंभीर झालं. सगळे एकमेकांच्या नजरा चुकवू लागले. काहींनी तर काढता पाय घेतला.

''विनी, या कम्प्युटर वगैरेचा कंटाळा नाही येत कधी?'' मध्येच त्यांनी विचारलं.

''अर्धा दिवस मी नर्सचं काम करते ना, तिथे तर त्याचं तोंडही बघायला लागत नाही.'' मी हसत हसत म्हणाले.

''गुड! आणि बाकीचे? ते कंटाळतात का?''

''म्हणजे?''

''मी सर्वकाळ बड्या माणसांना नाहीतर शास्त्रज्ञांना भेटतोय. सामान्य माणूस आजच्या काळात कसं जगतोय ही काही नीटसं डोळ्यासमोर येत नाहीय.''

''सामान्य माणसाच्या आयुष्यात फार काय फरक पडणार? कम्प्युटरला आम्ही आता त्याच्या बऱ्या-वाईटासह स्वीकारलंय.''

''कळलं नाही मला, विनी.''

''म्हणजे आम्ही त्याला आमच्या कामासाठी वापरतो, पण त्याचे गुलाम नाही होत.''

आजोबा जरा विचारात पडले.

''आणि तुमची कामं सगळी घरबसल्या करता का तुम्ही?''

''नाही. हळूहळू ऑफिस आणि कॉमन वर्कप्लेसची कल्पना पुन्हा मूळ धरतेय.''

''हो? का?''

पूर्वसंचित... गोफ नात्यांचा

''व्हायचं काय - म्हणजे मी काही प्रत्यक्ष पाहिलं नाही, पण ऐकलंय मात्र खूप. २१३७ चं ग्रेट सायकॉलॉजिकल डिप्रेशन!'' नुसत्या आठवणीने मी शहारले.

आजोबांच्या चेहऱ्यावर प्रश्नचिन्ह होतं.

''घरच्या घरी काम करायची ना माणसं तेव्हा. मग इतरांशी संपर्क कमी कमी होत जातो.'' मी स्पष्ट करून सांगायचा प्रयत्न करत म्हटलं. ''तसं तेव्हा म्हणजे शंभर-एक वर्षांपूर्वी व्हायला लागलं. दिवसच्या दिवस कम्प्युटर टर्मिनलवर. संगत फार फार तर घरातल्या इतर यंत्रांची. सुरुवातीला बरं वाटलं, नंतर मात्र माणूस एकलकोंडा व्हायला लागला. आधी तरुणांनी घरात कोंडून घेतलं असं, आणि मग एक एक करत ते लोण आधीच्या पिढ्यांमध्येही गेलं. बघता बघता माणूस शेजाऱ्यालाही ओळखेनासा झाला, मानसिक तणावाखाली चिरडला जायला लागला. शेवटी तर २१३५च्या आसपासची अख्खी पिढी त्या तणावाने वेडी व्हायला आली.''

आजोबा थक्क होऊन ऐकत होते.

''किती ऐकलं आहे मी त्या दिवसांबद्दल, आजोबा. तेव्हाची निम्मी लोकसंख्या त्या ताणाखाली मोडून गेली. त्यांनी आपली चीड काढली कम्प्युटरवर. किती कम्प्युटर्स फोडले, किती कम्युनिकेशन यंत्रणा मोडल्या - गणतीच नाही. सगळी सिस्टिमच कोलमडायला आली म्हणतात. सुदैवाने याचं कारण लवकर ओळखून काढता आलं. उपाय हाताशी होताच. पुन्हा या ना त्या निमित्ताने माणसं एकत्र जमायला लागली. दूरदूरचा प्रवास करून एकमेकांना भेटायला जायला लागली.''

''विनी, आमच्या वेळी काय व्हायचं माहीत आहे? दर दिवशी खूप धावपळ करून, खूप लांबचा प्रवास करून ऑफिसला जायला लोकं नाखूष होते. त्यांना घरातच ऑफिस ही कल्पना खूप आकर्षक वाटायची. पण त्याचे काय दुष्परिणाम होतील हे मला जाणवत होतं. माणसाला गटात राहायला आवडतं, तो सोशल आहे हे आपल्या इतिहासातून दिसतंच की. मी त्याच्यावर थोडंफार लिहिलंदेखील. मात्र माझ्या इतर आशावादी कथांच्या पार्श्वभूमीवर त्या नकारात्मक लेखनाकडे सगळ्यांनी दुर्लक्ष केलं.''

हळूहळू मला आणखी धागे मिळत गेले. बॉस्टन शहराच्या ऐन मध्यावर असलेली अणुभट्टी पाहताना आजोबांनी काढलेले उद्गार. क्लोरोफ्लूरोकार्बनच्या उत्पादनाबद्दल त्यांनी खोदून खोदून विचारलेले प्रश्न. ओझोनचा थर जवळजवळ नष्ट होत आलाय, त्याच्यामुळे तापमानात होणाऱ्या भयानक वाढीबद्दलची चर्चा. आजोबा आपले सवाल विचारत होते, आणि ते कुणाला तरी अस्वस्थ करायला लागले होते.

विज्ञानाचे संहारक परिणाम नुसतं एका बाजूला गप्प बसून उघड्या डोळ्यांनी फक्त पाहत राहायचे - हीच का तुमची प्रगती - अशासारखे आणखी कितीतरी प्रश्न ते बेधडक विचारत होते, आणि साहजिकच कुठेतरी कुणीतरी अपसेट व्हायला लागले होते.

तुम्हांला हे माहीत नसणार. तुम्ही आजोबांचं कौतुक करत होता. त्यांच्या भाषणांना दाद देत होता. त्यांच्या कथांवरचे चित्रपट बघत होता. तुम्हांला काय ठाऊक की त्याच वेळी इकडे राजकीय पातळीवर प्रचंड हालचाली सुरू झाल्या ते? आजोबांचे अडचणीत आणणारे प्रश्न टोलवले जात होते. त्यांचं काही बोलणं सेन्सॉर होत होतं. एखादा शब्द अलगद नाहीसा होत होता. कधी कधी तर त्यांना जाहीर कार्यक्रमापासून जबरदस्तीने दूर ठेवलं जात होतं.

हे सगळं मला स्पष्ट झालं गॉर्डन भेटल्यानंतर. ते स्वत: मला भेटायला माझ्या घरी आले होते.

त्यांना बघून मला शंका आलीच. तसे सुरुवातीला त्यांनी निरूपद्रवी विषय काढले. पण त्यांनाही फार वेळ तो बुरखा ठेवणं शक्य झालं नाही. एकदम ते म्हणाले,

''विनी, डहाणूकर नेहमी तुमच्याशी कोणत्या विषयावर बोलतात?''

''इकडचं - तिकडचं, माझं खासगी आयुष्य, असं जनरल!''

''आणखी काही?

''हल्ली त्यांना कोणकोण भेटलं, त्यांच्या गमती-जमती, कधी त्यांच्या काळचे खेळ, दुसऱ्या कुठल्या आठवणी - कोणतेही विषय असतात.''

''आणखी?''

''आणखी म्हणजे?''

गॉर्डन चेहऱ्यावरून अस्वस्थ दिसत होते. कपाळावरचा घाम पुसत इकडे तिकडे नजर टाकत ते म्हणाले,

''तुम्ही मागे झीमनच्या पार्टीला होता.''

''हो. होते.''

''डहाणूकरांचा तो प्रश्न - प्राथमिक जिवांचा, आठवतो?''

''हो. आठवतो.''

''ही माहिती त्यांना कशी कळली?''

''म्हणजे? मी ताड्कन उठत म्हणालो, ते - ते खरं आहे?''

''होय. अक्षर न अक्षर!''

''माय गॉड!'' मी मटूकन खालीच बसले.

''विनी, तेच तुमच्याकडून हवं होतं. त्यांना ही माहिती कुठून मिळते?''

मी अवाक् झाले होते.

''विनी, हाच आमच्या पुढचा मोठा प्रॉब्लेम आहे. हे बघा, तंत्रज्ञानाच्या प्रगतीबरोबर थोडे तोटेही येतात. मात्र हे सगळं सामान्य जनतेला कळू न देण्याचा मार्गच हिताचा असतो. समाजात बेशिस्त माजेल, गोंधळ उडेल, म्हणून अशी माहिती आम्ही गुप्त ठेवतो. कडेकोट बंदोबस्तात ठेवतो. पण डहाणूकर मात्र हमखास तीच माहिती जाहीरपणे सांगतात. उघड-उघड बोलतात. त्यांना कुठून मिळते ही माहिती? कोण सांगतं त्यांना? काय सांगतं?''

''त्यांना काही सांगावं लागत नाही, गॉर्डन!'' मी चिडून म्हटलं. ''ते द्रष्टे आहेत, व्हिजनरी आहेत, तुम्ही म्हणता ना? खरोखरच द्रष्टे आहेत ते! भविष्यात काय घडेल हे ते सांगू

शकतात. हो ना? त्या न्यायाने ते या घडीला काय घडतंय हेही समजू शकतात. त्यांना सदतीसच्या डिप्रेशनचं कुठे कोणी सांगितलं होतं?''

''ती घटना मामुली आहे, विनी. मुख्य म्हणजे सर्वांना ठाऊक आहे. पण हे टायटनचं, मागे म्हणाले ते शस्त्रास्त्रांचं, अंतराळातल्या फिरत्या अणुभट्ट्यांचं - हे - हे त्यांना कसं कळलं? जेनेटिक इंजिनीयरिंगचे फसलेले प्रयोग फक्त आम्हां सतरा जणांना ठाऊक होते. ते त्यांच्यापर्यंत कसे गेले?''

मी खांदे उडवले.

''विनी, म्हणून आम्हांला आता एकच पर्याय दिसतो. त्यात तुमची मदत लागेल. डहाणूकरांचं तोंड आम्ही फार काळ बंद ठेवू शकत नाही. त्यातून या पुढच्या काळाबद्दल ते काही बोलायला लागले तर?''

''तर मग काय करायचंय तुम्हांला?'' मी कडवटपणे म्हणाले.

त्यावर गॉर्डननी एकच वाक्य उच्चारलं, आणि मी हादरले. नखशिखांत, मुळापासून हादरले. गॉर्डनचं मघापासूनचं चुचकारणं एकदम स्पष्ट झालं.

काही कळायच्या आतच मी ओरडले, ''गॉर्डन! तुम्ही आजोबांना पूर्वावस्थेत का आणलंत, मला माहीत नाही. पण त्यांच्या जिवाशी तुम्हांला वाटेल तसं खेळता येणार नाही, एवढं मात्र लक्षात ठेवा!''

आणि त्याच वेळी दरवाजा उघडून आजोबा आत आले.

आजोबा आत आले तसे गॉर्डन दचकून उभे राहिले.

''विनीकडे येतो मी अधूनमधून. किल्ली आहे माझ्याकडे.'' आजोबा शांतपणे म्हणाले. त्यांच्या नजरेला नजर देण्याचं धैर्य मला होत नव्हतं.

''विनी, इकडे बघ. तुझं बोलणं ऐकलं मी बाहेरून. गॉर्डनना मी कशासाठी हवा होतो तुला माहीत नाही ना? मी सांगतो - तुमचा सुखावलेला समाज, यंत्रवत जगणारा समाज हळूहळू रूटीनला कंटाळायला लागला होता. त्याच त्या ठराविक साच्याच्या घटना, तीच तीच

कामं, पुन्हापुन्हा तीच करमणूक - माणसाला सहन होत नाही जास्त काळ. समाजात कुठे तरी मग या खळबळीचा निद्रिस्त ज्वालामुखी जागा व्हायला लागतो. धुमसायला लागतो. तो वेळीच आवरला नाही, तर त्याचा उद्रेक होतो.

''म्हणून सांगतो, इतिहासाचा अभ्यास करा. तुमचा गेल्या शंभर वर्षांतला इतिहास काय दाखवतो? दर वीस-पंचवीस वर्षांनी समाजात उलथापालथ व्हायला लागते, बदलासाठी. कधी हा हवासा वाटणारा बदल योग्यच असतो, तर कधी साफ चुकीचा. पण तो हवासा वाटतो, यात सगळं आलं.

''तुमच्या जीवनात हा उद्रेक येण्याची चिन्हं दिसत होती. पण गॉर्डन हुशार आहेत. सामाजिक उठाव किती धोकादायक असतात हे त्यांना समजतं. त्यातून तुमच्या तांत्रिक प्रगतीपायी आलेला प्रचंड नैसर्गिक असमतोल. जग आज एका अतिशय नाजूक अशा बिंदूवर तोल राखून आहे. मात्र एखादा लहानसा उद्रेक, एखादी अशांत घटना - आणि सगळं कोलमडायला लागलं असतं.

''अशा वेळी गरज असते समाजाचं लक्ष दुसरीकडे वळवण्याची. अब्जावधी लोकांना खिळवून ठेवील असं काही तरी नेत्रदीपक करण्याची. गॉर्डन सुदैवी. त्यांना त्याच वेळी माझा शोध लागला. ॲम आय राइट?''

गॉर्डन जागीच खिळून होते.

''त्यांनी मला पूर्वावस्थेत आणलं. त्यांच्या भाषेत सांगायचं तर माझ्या आगमनाचा थ्रिलिंग परिणाम त्यांना हवा तसाच झाला. सुखद, चमकदार, आणि वैशिष्ट्यपूर्ण. हो ना?''

''मग मात्र गोंधळ झाला. माझे मार्मिक, खोचक प्रश्न राज्यकर्त्यांना पेचात पकडायला लागले. त्या दडवून ठेवलेल्या गोष्टी मला कशा कळतात हेच पाहिजे होतं ना? गॉर्डन, मी सांगतो. तुम्ही मला द्रष्टा म्हणता. व्हिजनरी म्हणता. मी तर्काच्या, विज्ञानाच्या, इतिहासाच्या, मानवी मनाच्या अभ्यासावरून भाकितं करतो. जर मी चांगली, आशादायी भाकितं करू शकतो, तर मग तोच आधार घेऊन त्याची दुसरी बाजू नाही सांगू शकत?

''तंत्रज्ञानाच्या प्रगतीला नेहमी एक काळी किनार असते. आपण तंत्रज्ञानाचा योग्य उपयोग केला तर ती टाळता येते. पण तुम्ही ते केलं नाही. माणूस वेड्यासारखा स्वतःच्या

विनाशाच्या दिशेने वाटचाल करायला लागला -तर तुम्ही त्याला रोखलं नाही. परिणाम तोच! तुम्हांला काय वाटतं की हे आज पहिल्यांदाच घडतंय? हे तर वर्षानुवर्षं, शतकानुशतकं घडत आलंय.''

आजोबांना धाप लागली होती.

''मी फक्त एवढंच केलं - भविष्यातल्या चांगल्या वाटणाऱ्यात गोष्टी लेखनातून जास्त वेळा मांडल्या. सोलर एनर्जी, स्पेस कॉलनीज, उंचावत जाणारी लाइफ स्टाईल, असं सगळं - छान छान, हवंहवंसं! म्हणून तर गॉर्डनना मी योग्य मटेरियल वाटलो! पण मी जे फारसं लिहिलं नव्हतं, ते इथे शिल्लक होतंच की!'' आजोबांनी डोक्यावर बोटाने टकटक केली.

आम्ही दोघेही चकित होऊन नुसतं पाहत होतो.

''मग गॉर्डन, आता पुढे काय? मी पुन्हा स्वतःला गोठवून घ्यावं असंच ना?''

''आजोबा...'' इतक्या वेळाने मला पहिल्यांदा कंठ फुटला. ''आजोबा तुम्हांला कसं कळलं?''

''का नाही कळणार? तुम्ही विचारही मर्यादित पद्धतीने करता. तर्काचा वापर करून बघ. मी आता नकोसा झालोय. पण उघडउघड मला ठार तर करता नाही येणार. तर मग उरलं काय?''

मी धावत जाऊन आजोबांना मिठी मारली आणि म्हणाले, ''आजोबा, हे सगळे तर्क-बिर्क, भाकितं-बिकीतं सोडून द्या - आणि माझ्याबरोबर फक्त माझे आजोबा म्हणून रहा!''

आधी ते अचंब्याने माझ्याकडे पाहतच राहिले. मग हळूच माझी पाठ थोपटत म्हणाले, ''मान्य!''

गॉर्डन अजूनही स्तब्ध उभे होते. निशब्द. आजोबा त्यांच्याकडे वळले.

''बघितलं? हा तर त्याहूनही सोपा पर्याय झाला. डहाणूकरांना याहीपुढचा काळ पाहायची तीव्र इच्छा आहे, असं जनतेला बिनदिक्कतपणे सांगायचीही तुम्हांला गरज नाही. काय?

आणि आता माझं आयुष्य असं कितीसं उरलंय? जे काही आहे ते या विनीबरोबर काढेन. माझी एकुलती एक वंशज - विनी. आय प्रॉमिस गॉर्डन, तुम्हाला आता त्रास देणार नाही!''

तुम्हांला ही पार्श्वभूमी बिलकुल माहीत नसणार. म्हणूनच आजोबांनी मुलाखतींना, भाषणांना नकार दिल्याचं तुम्हांला आश्चर्य वाटलं असणार. आजोबा जाहीरपणे दिसण्याचं कमी झालं, हळूहळू बंद झालं. त्यांचं नक्की काय झालं असावं या कुजबुजीत तुमचासुद्धा सहभाग असणार. म्हणून तर एवढं सगळं तपशिलात सांगतेय.

आजोबा आता माझ्याकडे राहतात. त्यांच्या तब्येतीकडे पाहता आमचा सहवास आणखी फार फार तर सहा-एक महिन्यांचा असावा असं वाटतंय. पण निदान ते खूप समाधानात तरी आहेत.

तुम्ही म्हणाल आता हे सगळं उकरून सविस्तर सांगायची गरज काय? आम्ही डहाणूकर यांचं आगमन पाहिलं, अनुभवलं - संपलं! आता पुन्हा तेच काय? दुसरे विषय नाहीत?

खरंय. दुसरेही विषय आहेत. पण मी जे आजोबांकडून ऐकलंय, ऐकतेय, त्यावरून मला स्वत:ला तरी दुसरं काही सुचत नाहीय.

कदाचित मला तुमच्यापर्यंत नीट पोचवता येत नसेल, पण आजोबा पुन्हा पुन्हा तेच तेच ठासून सांगतात. जगाची आजची स्थिती पाहून सांगतात. आपल्या यंत्रवत् समाजाचं भवितव्य ओळखून सांगतात. आपल्या हाताने आपला विनाश ओढवून घेण्याचा दिवस आता फार दूर नाही. अशा संकटांतून आजपर्यंत माणसाने कसंकसं निभावून नेलं असेल, मात्र हे फार काळ चालणार नाही.

फार फार तर तीसेक वर्षं.

नाही म्हणू नका. विश्वास ठेवा - आजोबांचं शेवटचं भाकीत आहे ते!

२

वर्तुळ झाले पूर्ण

शिरीष नाडकर्णी

बाबा देवधर

१९ मार्च २०१४

प्रमोद, अनेक आशीर्वाद. या वर्षी तू एप्रिलमध्ये भारतात येणार होतास. तू तीन वर्षांनी येणार म्हणून घराला रंगरंगोटी करवून घेतली, तुझ्या बेडरूमचं इंटिरिअर नव्याने करून घेतलं. पण आज सूनबाईचा फोन आला अन् कळलं की तुझं येणं रहित झालं. तुझ्या येण्यावर खूप गोष्टींचे निर्णय अवलंबून होते. आमचं दोघांचं वय झालं. आम्ही पंच्याहत्तरीकडे झुकतोय. मालाडमधील वर्कशॉप आणि सापटणे गावातली वीस एकर जमीन यांचं पुढे काय करायचं हे दोन महत्त्वाचे निर्णय. पंधरा वर्षांपूर्वी नाना असताना त्यांनी शेतीची जबाबदारी महादूवर पूर्णपणे सोपवली. त्यांची इच्छा होती की मी शेतीकडे लक्ष द्यावं, पण माझ्या वर्कशॉपच्या कामाच्या रगाड्यात मला ते जमलंच नाही. नाना गेल्यावर महादूच सारं बघायचा. मी आणि शीतल वर्षातून दोन तीनदा जाऊन यायचो एव्हढंच. सातारा जिल्ह्यातलं आपलं सापटणे गाव. तसं दुष्काळी भागात. डोंगर उतरणीवर. वर्षभरात फक्त चाळीस इंच पाऊस पडतो. पावसात एक पीक काढता येईल एव्हढंच पाणी उपलब्ध. महादू आता पुरता थकला. गेली दोन वर्षं शेत ओसाड झालंय. नानांनी ती जमीन वारस म्हणून नातवाच्या म्हणजे

तुझ्या नावावर केली आहे. तेव्हा जमिनीचे व्यवहार पूर्ण करायला तुलाच यायला लागेल. तेव्हा लवकरात लवकर येण्याचा निर्णय घे. सौ. अनघाला आणि चारुदत्तला आशीर्वाद. ------ बाबा.

२० मार्च २०१४

बाबा, शि.सा.न.वि.वि. पत्र पाठवण्याऐवजी तुम्ही व्हॉटस अॅप वापरल्याबद्दल हॅटस् ऑफ! डोळ्याला जास्त ताण येईपर्यंत मोबाईलवर टाइप करू नका. आम्ही एप्रिलला भारतात यायचं पुढे ढकललं, कारण आत्ताच माझ्या कंपनीला सॉफ्टवेअर डेव्हलपमेंटचा मोठा प्रेस्टिजियस प्रोजेक्ट मिळाला. अनघाच्या आणि माझ्या दृष्टीने हा प्रोजेक्ट म्हणजे यशाची मोठी पायरी आहे. या वर्षाच्या अखेरीस संपवता आला तर मग भारतात यायचं बघू. शेती विकायला हरकत नाही. कुळकायद्याने कसणाऱ्याच्या घशात जाण्यापेक्षा जो भाव मिळेल तो स्वीकारून मोकळे व्हा. अगदी घाई असेल तर तुमच्या लाडक्या नातवाला चॅरीला पाठवून देतो. डिझाईन इंजिनियरिंग केल्यावर आता मार्केटिंग मॅनेजमेंटमध्ये पोस्ट ग्रॅज्युएशन पूर्ण केलं. मला नवा प्रोजेक्ट मिळाला, ते त्याच्या मार्केटिंग स्कीलमुळे. मी, अनघा दोघेही तंत्रातले किडे. आम्हाला गोड गोड बोलणे, खोटं खोटं हसणं, समोरच्या व्यक्तीवर छाप पाडणं जमत नाही. चॅरीला ते जमतं. जमीन विकायला त्याचं स्कील उपयोगी पडेल. तरी चॅरीला कधी पाठवू ते कळवा. -प्रमोद

२१ मार्च २०१४

प्रमोद, जमिनीचे व्यवहार करायला तुलाच यायला लागेल. पॉवर ऑफ अॅटर्नी रजिस्टर करायची तरी स्वत: मॅजिस्ट्रेटसमोर उभे राहावे लागते. माझं मत असं की चॅरीला आधी पाठवून दे. एखादा महिना आम्ही सापटणे गावात राहू, जमिनीसाठी गिऱ्हाईक शोधू. आपली शेती पावसाच्या पाण्यावर पूर्ण निर्भर. जेमतेम एक पीक काढता येतं. विहीर जानेवारीतच कोरडी पडते. त्यामुळे जमिनीला फारसा भाव मिळण्याची अपेक्षा नाही. तरी थोडी वाट बघायची तयारी ठेवली तर आणखी जास्त भाव मिळू शकेल. चॅरीला कधी पाठवतोस ते कळव. -बाबा

२३ मार्च २०१४

बाबा, शि.सा.न.वि.वि. एप्रिलच्या दुसऱ्या आठवड्यात चॅरी भारतात येईल. त्याला जेव्हा मी भारतात जायला लागेल म्हणून सांगितलं, तेव्हा तो खूप एक्साईट झाला. पण जेव्हा त्याला जमिनीचा विक्री व्यवहार करायची कल्पना दिली, तेव्हा तो चकित झाला. वाडवडिलांनी घेतलेली जमीन विकणारे आपण कोण, असा थेट प्रश्न त्याने विचारला. मग त्याला समजावलं.. आबांचं वय झालंय, त्यांना आणि महादूला शेती करायला होत नाही. जमीन अशीच पडीक राहिली तर कुणी लफंगा सरकारी अधिकाऱ्यांशी संगनमत करून जमिनीवर कब्जा करेल. मग नंतर कोर्टकचेऱ्या करण्यापेक्षा जमीन आत्ताच विकणं योग्य ठरेल. त्याची समजूत घातली आणि त्याला तयार केलं. तुम्ही दोघे मिळून जमिनीसाठी ग्राहक शोधा आणि सगळं फायनल झालं की मला बोलवा. सात दिवसांसाठी मी येऊन जाईन. चॅरीची फ्लाईट कन्फर्म झाली की मी तुम्हाला कळवेनच. स्वतःला आणि आईला जपा. - प्रमोद

२७ मार्च २०१४

डिअर आजोबा, सास्टांग नमण. मि ७ आप्रिलची एअर इंडिया फ्लायटने उडणार. दूसऱ्या दिवशी पहाटे ४-३० वाजता पोचेल. पापा बोलले, एअरपोर्टवर शोफरला पाठवा. स्लीप मोडून तुमी यायचा तरास घेऊ नका. माजी मराठी वाचताना हासू नका. लहनपनी चउथीपर्यंत बोरव्लीला सरस्वती स्कूलात शिकलो. म्हणून कोसिस केली. मी आलो की फार्म हाउसला जाउ. आज्जीला पण नेव्हू. फार्मवर झकास पार्टी करू, झुणका भाक्री, लसण चटणी, हौट मिर्ची ठेचा विथ खारी लस्सी. फार्म सेल करायला धा मिनिटाचं पॉवर पॉईंट प्रेझेंटेशन करून आणतो. तुमच्याकडे फार्मचे कलर फोटो अस्तील तर तैयार ठेवा. स्टॅडिंग क्रॉपचा कणीसासकट फोटो मिळला तर मस्त होईल. बाकी डोंट वरी. बेस्ट किंमत मिळवून देईन. आज्जीला नमण. - चॅरी

२८ मार्च २०१४

चॅरी, उदंड आशीर्वाद. मी योगासनं करायला रोज पहाटे चारला उठतो. शोफर बरोबर एअरपोर्टवर येईन. काळजी करू नका. भारतात शेत विकायला पॉवर पॉईंट प्रेझेंटेशनचा उपयोग होणार नाही. कारण इकडे शेतकरी एव्हढे सुधारले नाहीत. तुझा आत्मविश्वास पाहून खात्री वाटते की तू जास्त किंमत नक्कीच मिळवून देशील. इकडे येताना जास्त कपड्यांचं

ओझं आणू नको. भारतात सर्व ब्रँडचे कपडे मिळतात. इकडे आल्यावर खूप धमाल करू. तुझी मुंज झाल्यावर बऱ्याच वर्षानंतर तू एव्हढ्या लांब मुक्कामासाठी भारतात येत आहेस. आज्जीला तर नातवाला कुठे ठेवू असं झालंय. मेडसर्व्हंटकडून करंज्या, अनारसे, चिरोटे बनवून घेण्याच्या तयारीला लागली आहे. बाय द वे, तुझ्या मुंजीत तुझी शेंडी जोरात खेचलेली शेजारच्या कर्व्यांची धटिंगण चित्रा आता मेडिकलच्या शेवटच्या वर्षाला आहे. तू येणार हे कळल्यावर खेचलेल्या शेंडीची आठवण काढून पाच मिनिटं हसत होती. बाकी सर्व ठीक. - बाबा.

५ एप्रिल २०१४

आजोबा, नमण. माझि तैयारी झाली. मी कपड्यांचे फक्त सात सेट घेतलेत. मम्मीला एव्हढी हलकी बॅग बघून शॉक बसला. एवढे कपडे कसे पुरतील हा सवाल धावेळा विचारला. मग मी वैतागून बोललो, कपडे कमी पडले तर आजोबाचं धोतर नेसेन, तेव्हा गप बसली. दंताळी घारी चित्रा मेडिकलला गेली हे कळताच देवाला प्रे केलं.. पेशंट वाचोत या धटिंगण डॉक्टरणीपासून. लांहनपणी पैलीत होतो तेवा डॉक्टरडॉक्टर खेळताना तिच्या भावाच्या कंपास बॉक्समंधल्या डिवायडरने माझ्या डोळ्यातून बुब्बुळ काढायला निघालि होति. मि आधीच ठो ठो बोंबलल्यावर तिची मम्मी धावून आली, माझा सूरदास होयचा वाचला तेवा. आज्जीला नमण. आजीला वीचारा इकडून काय आणू? - चॅरी

६ एप्रिल २०१४

चॅरी, अनेक आशीर्वाद. तुझ्या माहितीसाठी सांगतो, मी धोतर नेसायचं केव्हाच सोडलं. तुझ्या मुंजीत घातलं होतं ते कुलाचार म्हणून. आता फक्त पँट घालतो. तुझी आजी पाचवारी साडी नेसते. पंजाबी ड्रेस पण घालते. तेव्हा गैरसमज नसावा. भारतात सगळं मिळतं. उगाच काही आणू नको. तुझ्याकडे इंटरनॅशनल ड्रायव्हिंग लायसन्स असल्यास जरूर घेऊन येणे. मुंबईला ठेवलेली बोलेरो गाडी गावी नेऊन वापरावी लागेल. पब्लिक ट्रान्स्पोर्ट पाहिजे तेव्हा गावात मिळणे अवघड. त्या तयारीने ये. आता प्रत्यक्ष भेटू.- बाबा

८ एप्रिल २०१४

प्रमोद, अनेक आशीर्वाद. चॅरी सुखरूप पोहोचला. विमानतळावरून बोरिवलीच्या घरी येताना तोंडाची टकळी सतत चालू होती. त्याने पाहिलेली पंधरा वर्षांपूर्वीची मुंबई केव्हाच बदलली आहे. कांदिवली आल्यावर विचारलं गांधीजींची छत्री कुठे दिसत नाही. त्याला म्हटलं आजच्या थोट्या विचारांच्या राजकारण्यांमध्ये जशी गांधीजींची तत्त्वं लुप्त झाली आहेत, तशीच गगनाला भिडणाऱ्या इमारतींमागे गांधीजींची छत्री लुप्त झाली आहे. बोरिवली येईपर्यंत ट्रॅफिक जामने भरलेले नवीन फ्लाय ओव्हर्स, मोठे रस्ते पाहून बोलतो की वाढत्या लोकसंख्येला हे लवकरच अपुरे पडणार. घरी आलो तेव्हा आजीने औक्षण केले, तर आजीला म्हणतो, तू थरथरत्या हाताने तबक ओवाळण्यापेक्षा मी तबकाभोवती माझी मान फिरवतो. चॅरी आल्यानं आमच्या रुक्ष जीवनात पुन्हा जिवंतपणा आला, वीस वर्षांपूर्वीचा. तुम्ही सिलिकॉन व्हॅलीत सेटल होण्यापूर्वी बोरिवलीच्या घरात चॅरीच्या बाललीलांनी जो आनंद लुटला, तो विसरताच येत नाही. असो. ११ एप्रिलला आम्ही सापटण्यासाठी निघू. वर्कशॉप आठवडाभर बंद ठेवीन. सध्या ऑर्डरसुध्दा कमी आहेत. आठवडाभर राहून मी परत येईन. महादू गावी आहे, तो चॅरीची चोख व्यवस्था ठेवील. जमिनीचं फायनल झालं की तुला कळवेन. जून महिन्यात येण्याची तयारी ठेव. - बाबा

१० एप्रिल २०१४

प्रमोद, अनेक आशीर्वाद. उद्या आम्ही सापटण्यास प्रस्थान करणार. चॅरीची इकडे धमाल चालू आहे. काल त्याला आपलं एके काळचं प्रशस्त वर्कशॉप दाखवून आणलं. सध्या ऑर्डर्स कमी असल्याने तीनच लेथमशिनं चालू होती. फोरमन थॉमसने वर्कशॉपमध्ये फिरवलं. चॅरीने शाळेतले पहिलीतले दोन मित्र शोधून काढले. त्यांच्याबरोबर आज नॅशनल पार्कमध्ये चित्ते शोधायला गेलाय. काल कर्व्यांच्या चित्राबरोबर खूप गप्पा मारल्या. अगदी पाठीत गुद्दा घालण्यापर्यंत मैत्री झाली. उद्या बोलेरोने निघणार. पुणे शिरवळ लोणंद मार्गे पाच तास लागतील. गाडी चॅरी चालवेल. बहुधा गावी नेटवर्क उपलब्ध नसावे. मुंबईस परतेस्तोवर संदेश व्यवहार कदाचित बंद राहतील. काळजी करू नये. -बाबा

१० एप्रिल २०१४

बाबा, शि.सा.न.वि.वि. चॅरी गावच्या वातावरणात स्वत:ला कसं सामावून घेणार याची चिंता वाटते. इकडे एसीत झोपायची सवय. बाटलीबंद मिनरल पाण्याची सवय. गावी कसं होणार त्याचं! मे महिन्याच्या कडक उन्हात फिरायची सवय नाही त्याला. अनघासुध्दा काळजीत आहे. तुमच्यावर त्याला सोपवलंय.-प्रमोद

१६ एप्रिल २०१४

प्रमोद, अनेक आशीर्वाद. आजच मी आणि शीतल मुंबईला परतलो. गावाला फक्त बीएस् एन् एलचं नेटवर्क असल्याने मोबाईल, व्हॉटस् अप काम करत नव्हते. बोलेरोनं गावी सुखरूप पोहोचलो. चॅरी गाडी झकास चालवतो. आपलं फार्महाऊस महादूने माणसं लावून साफ करून ठेवलं होतं. विहिरीत पाण्याचा खडखडाट होता. टँकर मागवून टाक्या फुल केल्या. पहिल्या दिवशी चॅरीला सर्व शेत फिरून दाखवलं. बऱ्याचशा भागात रानटी झुडपांचं साम्राज्य माजलंय. शेताचे बांध जागोजागी तुटल्याने बकाल दिसत होतं. दोन - तीन दिवस जवळच्या गावांमध्ये फिरून जमिनीच्या दलालांना भेटलो. स्थानिक वृत्तपत्रात जाहिरात दिली. चार पाच पार्ट्या जमीन बघून गेल्या. पण भाव पार पाडून मागताहेत. एकरी चार लाख फक्त. शेजारील दांडला गावात धरणाचा पाट वाहतो. दोन पिकं घेतात. तिकडे एकरी दहा लाखावर चाललाय. आपल्या शेतात पावसाच्या पाण्यात एखादं पीक येणार, विहीर जानेवारीत सुकते. भाव कसा मिळणार? चॅरीने मात्र धीर सोडला नाही. तो जमिनीचा भाव कसा वाढेल याच्या योजना बनवतोय. महिना दोन महिने ठिय्या देऊन बसायचं ठरवलंय. लँडलाईनचं इंटरनेट कनेक्शन घेतलं. लॅपटॉपवर तासनूतास बसलेला असतो. विदेशातल्या अॅग्रो मार्केटिंग क्षेत्रातील मित्रमैत्रिणींशी चॅट करतोय. त्यांचे सल्ले घेतोय. मला त्याचं कौतुक वाटलं. एसीत झोपणारा रात्री घराच्या टेरेसवर सतरंजी टाकून झोपतोय. टँकरचं पाणी पितो. शीतल जे काही मराठमोळे पदार्थ बनवते, ते खाताना तोंड फाटेस्तोवर स्तुती करतो. मोडकी तोडकी मराठी बोलताना होणारी कसरत सोडली, तर गावच्या वातावरणात पुरा समरस होऊन गेलाय. जर्सी गाईचं दूध काढायच्या प्रयत्नात गाईच्या लाथा पण खाऊन झाल्या. चॅरीला महादूच्या परिवारावर सोपवून आम्ही निघालो. तो महिनाभर तरी राहील असा अंदाज वाटतो. - बाबा

१७ एप्रिल २०१४

चॅरी गावी रमला हे वाचून अनघाचा जीव भांड्यात पडला. माझा मुलगा म्हणून सांगत नाही, पण अमेरीकेतल्या भारतीय मुलांमध्ये त्याच्यासारखा सुस्वभावी, मॉडेस्ट मुलगा मिळणार नाही. मधाळ वाणीने लहान मुलांपासून म्हाताऱ्यांपर्यंत सर्वांमध्ये मिसळून जातो. पण अजून आपल्याला आयुष्यात नेमकं काय करायचंय, ते त्याला ठरवता आले नाही. दोन तीन नोकऱ्या बदलल्या. सॉफ्टवेअर बनवण्याची अजिबात आवड नाही. करिअर कशात करायचं ते ठरवण्याची परिपक्कता त्याच्यात येईल तो दिवस सुदिन असेल. बाकी सर्व ठीक... प्रमोद

२० एप्रिल २०१४

प्रमोद, काल अनपेक्षितपणे चॅरी आला. त्याने तुला एक ईमेल पाठवलंय म्हणाला. त्यात त्याचे साठलेले दहा हजार डॉलर्स भारतात माझ्या खात्यात पाठवा असं कळवलंय म्हणाला. शेतात काही नवीन सुधारणा करण्यासाठी सात लाख रुपयांचा खर्च करायची योजना आहे. शेतात लांबच लांब वीस फूट खोलीचा खड्डा करून, तो महागडा जिओ मेंब्रेन कागद वापरून कव्हर करणार आणि पंचवीस लाख लिटर पाणी साठेल असं शेततळं बनवायची योजना घेऊन आलाय. जिओ मेंब्रेन काय असतो, तो खणलेल्या लांबलचक खोल खड्ड्यावर थर्मल प्रोसेसनं कसा बसवायचा. त्यामुळे शास्त्रोक्त पध्दतीने शेतीसाठी पाण्याचा साठा करून दुसरं पीक काढता येईल याची खात्री दिली. शेतीची किंमत फक्त सात लाखाचा तळ्याचा खर्च करून, आहे त्याच्या दुप्पट होईल असा भरोसा पण दिला. हा जिओ कागद कुठे मिळतो हे शोधून काढून तो पुण्याच्या एजंटला भेटून टेक्निकल चर्चा करून आला. हॅटस् ऑफ टू हीज फोरसाईट. त्याचा आत्मविश्वास पाहून मी त्याला गो अहेड दिला. तूर्त पैशांची व्यवस्था मी करेन. तुझी त्याला हरकत नसावी. तू होकार दिलास की मी जिओ कागदासाठी तीन लाखाचा ॲडव्हान्स भरेन.

इकडे आल्यावर चॅरीने कॅड प्रिंटींग वापरून दोन ड्रॉईंग्स बनवून घेतली. एक आहे शेतातलं तण काढणाऱ्या साध्या यंत्राचं. दुसरं आहे ओव्हरहेड रेलवर मागेपुढे, खालीवर होऊन जमिनीत बीजपेरणी तसेच रोपांची लागवड करू शकणाऱ्या यंत्राचं. दोन्ही यंत्रांसाठी बॅटरीवर चालणारी मोटर वापरणार. वर्कशॉपमध्ये लेथवर छोट्या कॅम्स, स्टडस् आणि छोटे गिअर्स बनवून हे सोपं यंत्र कसं उभारता येईल याची चर्चा करून हे डिझाईन केलेलं यंत्र वर्कशॉप

मध्ये बनवू या अशी मला गळ घातली. त्याच्या मधुर वाणीने मीच काय थॉमसने पण होकार दिला. थॉमस कामाला पण लागला. बाकी ठीक. तुझ्या संदेशाची वाट पाहतो...बाबा

२० एप्रिल २०१४

बाबा, शि.सा.न.वि.वि.मी चॅरीचा ईमेल वाचला. तुमची खात्री असेल की सात लाखाचं तळं बांधून शेताची किंमत वाढेल तर गो अहेड. पैशाची कमतरता नाही. पण हे काम करवून घेण्याची पूर्ण जबाबदारी चॅरीला झेपेल का? खड्डे खणायला जेसीव्ही सारखी यंत्रं गावात उपलब्ध होतील का, हा कागद थर्मल प्रोसेसनं कोण, कसा बसवणार याची माहिती घेऊनच निर्णय घ्या. अननुभवी चॅरीला तुमचा पाठिंबा सतत लागेल. कदाचित तुम्हाला गावाला काम होईपर्यंत राहावे लागेल. ते जमेल का याचा विचार करूनच निर्णय घ्या... प्रमोद.

२२ एप्रिल २०१४

पुण्याच्या कंपनीला चेक पाठवला. जिओ कागद स्टॉकमध्ये आहे. खड्डा खणून माती काढून ते कागद फिक्स करण्यापर्यंत सारा उपद्व्याप पुण्याची कंपनी करेल. चॅरी वर्कशॉपमध्ये बनवलेलं तण कापायचं मशीन आजच गावाला घेऊन गेला. मी पुढच्या आठवड्यात जाईन.शेततळं कसं बनवतात याचं कुतूहल आहे. शीतल पण येईन म्हणते- नातवाची कर्तबगारी बघायला. कडक उन्हाळ्यात दिवस काढायचे म्हणून इथून दीड टनाचा पोर्टेबल एसी घेऊन जातोय. ..बाबा

२६ एप्रिल २०१४

प्रमोद, चॅरीचा फोन आला होता. कागदांची बंडलं गावी येऊन पोचली. जेसीव्हीचं खोदकाम उद्यापासून सुरू होणार. आम्ही उद्या गावाकडे प्रस्थान करू. गावाला इंटरनेट घेतलंय खरं, पण स्पीड खूप स्लो आहे. तरी काही सविस्तर कळवायचं तर ईमेलने कळवू. -बाबा

११ मे २०१४

प्रमोद, आजच आम्ही मुंबईला परतलो. २७ तारखेला गावी पोचलो तर आपल्या शेतात कुस्ती बघायला जमावी तशी अलोट गर्दी. शेतातलं तण मशिनने साफ केल्याने शेताची रयाच बदलली. शेत फुटबॉलच्या मैदानासारखं अमर्याद पसरल्यासारखं दिसलं. मैदानात नानांनी रांगेत लावलेली चिंच, जांभुळ, वड, कडुलिंब, आमराई ताठ उभी. अकरा वाजताच्या

उन्हात जवळ जवळ सगळा गाव मिळेल त्या झाडाच्या छायेत बसून जेसीव्हीची करामत एखादा चित्रपट बघावा तसं बघत होता. डोंगर जिथे संपतो त्या उतारावर खड्ड्यातून खालीवर करत जेसीव्ही उपसलेले मातीचे ढीग शेताच्या एका कोपऱ्यात जमा करीत होता. चॅरी जेसीव्ही ड्रायव्हरच्या बाजूला बसून डायरेक्शन देत होता. नातवाची स्फूर्ती, उत्साह पाहून मला क्षणभर नानांची आठवण आली. लहानपणी आम्ही नानांना सतत शेतात काम करवून घेताना बघितलंय. ऊन असो पाऊस असो रोजची त्यांची शेतातली फेरी चुकत नसे. सूर्य मावळेपर्यंत जेसीव्हीने पाच पुरुष खोल, चाळीस एक फूट लांब आणि दहा फूट रुंद असा लांबलचक खड्डा खणून दिला. काढलेल्या मातीचा ढीग शेतात पसरवून जेसीव्ही निघून गेला. दुसऱ्या दिवशी एक ट्रीमर मशीन आणलं गेलं. खड्ड्याचे आतले सारे पृष्ठभाग बारीक दगड, कपचे काढून गुळगुळीत करायचं काम त्या मशीनने केलं. कागद साऱ्या पृष्ठभागांवर कसलीही पोकळी राहू न देता व्यवस्थित समतल बसावा, पाण्याचा मातीशी अजिबात संपर्क येऊ नये आणि पाणी मातीत झिरपू नये यासाठी हे ट्रीमींग आवश्यक असते. जसं जसं एकेका भागाचं ट्रीमींग पूर्ण व्हायचं, दुसरी टीम हे जड कागदाचे रोल उलगडून खड्ड्याच्या एका बाजूच्या काठावरून सोडून तळाचा पृष्ठभाग कव्हर करून पलीकडच्या काठावर चढवे. मग हा जास्त तपमानाला किंचित वितळणारा कागद सोल्डरिंग गनसारख्या उपकरणाने गरम करून पृष्ठभागाला चिकटवल्यासारखा घट्ट बसवत होती. एका रोलच्या कडेला दुसरा रोल चिकटवून खड्ड्याच्या लांबी, रुंदी तसेच खोलाचा एकेक इंच कागदाने चिकटवून टाकला. हेतू हा की खड्ड्यात पाणी साठल्यावर पाण्याचा मातीशी अजिबात संपर्क होऊ द्यायचा नाही. पाणी मातीत झिरपले नाही तर पाण्याचा साठा महिनोंमहिने तळ्यात टिकून राहील. साठवलेल्या पाण्याचा थेंब न् थेंब शेतीसाठी वापरता यावा. दहा दिवसात खड्ड्याचं जिओ मेंब्रेनने वेढलेल्या तळ्यात रूपांतर झालं आणि एका महान कार्याला तडीस नेले. ही करामत बघायला आख्खं गाव लोटलं होतं. चॅरी सर्व गावकरी मंडळीत असा काही मिसळून गेला, जसा या गावचाच रहिवासी असावा.

जाताना आपल्या वर्कशॉपला तण काढायच्या बावीस यंत्रांची ऑर्डर मिळाली. चॅरीनेच एका मशीनची नफा पकडून बारा हजार किंमत लावली. शेततळं बघायला आलेल्या आसपासच्या गावातील सहकारी शेतकरी संस्थांनी थोडा ॲडव्हान्स पण दिला. आपल्या वर्कशॉपला भरपूर काम मिळालं. पंचवीस मोटर्सची ऑर्डर थॉमसनं दिली. चॅरी आता पुढच्या फेरीत पेरणीचं यंत्र आणून प्रात्यक्षिक करून दाखवणार आहे. नवीन तळं भरायला पहिला पाऊस पडण्याची वाट पाहावी लागणार. तो पर्यंत चॅरी गावी राहीन म्हणतो. असो.

चॅरीचा झंझावात विलक्षण वाटला. देवधर घराण्याचं नाव काढेल. आपल्या शेताची विनामूल्य जाहिरात झाली.

१२ मे २०१४

बाबा, चॅरीला शेतात, वर्कशॉपमध्ये जास्त गुंतायला देऊ नका. शेतात तळं बांधलं, आसपासची लोकं बघून गेली. जाहिरात झाली. पण शेताची किंमत वाढली का? एव्हढा पैसा गुंतवला, श्रम घेतले त्याचा आर्थिक फायदा व्हायला हवा. पाऊस जूनला येणार म्हणजे एक महिना अजून थांबावे लागेल. चॅरी एव्हढे दिवस काय करणार? कंटाळून जाईल. जेव्हढा झटपट व्यवहार उरकता येईल तेव्हढा बरा. आमच्या सॉफ्टवेअर डेव्हलपमेंटच्या कामाने एकदा वेग पकडला की भारतात येणं कठीण होईल. असो.

१३ मे २०१४

प्रमोद, वय वाढलं तरी तुझा उतावळेपणा गेला नाही. आपण आत्तापर्यंत चॅरीला सपोर्ट केला, तसा अजून थोडे दिवस करू या. माझा विश्वास आहे, आपण नक्की सफळ होऊ. बाय द वे काल चॅरीचा फोन आला होता. तुझ्या अमेरिकेतल्या कुणा मित्राची समीर चोप्राची मुलगी नैना मुंबईला येणार आहे. चॅरी तिला रिसिव्ह करायला १६ तारखेला इकडे येणार आहे. तिचा मुक्काम किती दिवस आहे याची कल्पना नाही. तुला याची कल्पना आहे असं चॅरी म्हणाला. बाकी सर्व ठीक.

१४ मे २०१४

बाबा, समीर आणि त्याच्या परिवाराला गेली पंधरा वर्षं ओळखतो. नैना आणि चॅरी एकाच शाळेत होते. नैनाने ॲग्रिकल्चर सायन्समध्ये पोस्ट ग्रॅज्युएशन केलंय. फार गोड स्वभावाची मुलगी आहे. आठवडाभर राहून भटिंडाला जाईल. तिची कुणी कझीन खारला राहते, असं समीर सांगत होता. एक - दोन दिवस आपल्याकडे ठेवून घ्या. चॅरीचा वेळ चांगला जाईल.

१६ मे २०१४

प्रमोद, काल चॅरी मुंबईला आला आणि आज नैनाला एअरपोर्टवरून घेऊन आला. नैना खरंच सोशल आहे. शीतलला तिच्या हातचा पंजाबी आलू पराठा खूप आवडला. उद्या

चॅरी आणि नैना दोघेच संजय गांधी उद्यानात पिकनिकला जाणार आहेत. शीतलला ते विचित्र वाटले. त्याला बाजूला नेऊन म्हटलं, बरोबर तुझ्या पहिलीतल्या मित्रांना किंवा चित्राला घेऊन जा, तर म्हणतो, आजी आम्ही स्टेटसूमध्ये खूपवेळा दोघेच जातो. डॅडींना, समीर अंकलना काही गैर वाटत नाही. भारतीय संस्कृतीत वाढलेल्या आमच्या मनाला ते पटत नाही. दोन दिवसांसाठी चॅरीला किंवा नैनाला दुखवणं बरं वाटत नाही. तू चॅरीशी बोलून घे. त्याला समजव.

१६ मे २०१४

बाबा, ते दोघे चांगले मित्र आहेत, त्यांना त्यांच्या मर्यादा माहीत आहेत. तुम्ही उगाच टेन्शन घेऊ नका. मुंबईला कोण कोणाबरोबर फिरतं हे बघायला कुणाला वेळ असतो? तेव्हा त्यांना जाऊ दे.

१८ मे २०१४

प्रमोद, काल सगळीकडे वळवाचा पाऊस पडला. गावाला पण भरपूर पडला. शेतातल्या तळ्यात बरंच पाणी साठलंय असं महादूला फोन केल्यावर कळलं. चॅरीला पिकनिकवरून परत आल्यावर सांगितलं. तो आपल्याच तंद्रीत होता. दोघं जेवण करत होते. तेवढ्यात गावाहून चॅरीच्या मोबाईलवर कुणा परिचिताचा फोन आला. शेतातल्या तळ्यात साठलेल्या पाण्यात जंगली कोल्हा पडलाय. वीस फूट खोल काठ चढायची धडपड करीत होता. पण पाण्यात तळाला पाय लागत नसल्याने सारे प्रयत्न वाया जात होते. तालुक्यावरून फायरब्रिगेडची मदत आणावी लागेल.त्वरित गावाकडे यायला लागेल. जबाबदारी ओळखून चॅरी तसाच गावाला निघाला. सर्वात हद्द म्हणजे नैना पण लगेच बरोबर मदतीला म्हणून गाडीत बसली. आम्हाला येता का असं चुकूनही विचारलं नाही. आम्ही खरंच म्हातारे झालो याची जाणीव झाली. नवीन पिढीच्या हाती सूत्रं द्यावी नी मोकळं व्हावं असं वाटलं. कालाय तस्मै नमः

१९ मे २०१४

बाबा, चॅरीने तुम्हाला त्रास नको म्हणून नेलं नसेल. त्यात एव्हढं वाईट वाटून घेऊ नका. परदेशातून येऊन ही लफडी निस्तरायचा आत्मविश्वास त्याच्या अंगी आला याचा आनंद वाटला.

२० मे २०१४

प्रमोद, चॅरीनं खरंच लफडं निस्तरलं. रात्रीच्या वेळी लोणंदहून अग्निशमनाची माणसं आणून कोल्ह्याला दोर टाकून काढला. कोल्ह्याने मात्र नखं लावून दोन ठिकाणी कागद फाडला. तो फाटलेला कागद पॅच लावून दुरुस्त करायला लागेल. तळ्यातलं सारं पाणी पंप लावून बाहेर काढावं लागेल. तळं रिकामं केल्यावरच पॅच लावणं शक्य आहे. चॅरी आणि नैना दोघं ही त्या कामाला लागली आहेत. पुण्यावरून कागदाचा पॅच लावायला माणसं बोलावली आहेत.

२१ मे २०१४

प्रमोद, आज तळ्याला कागदाचा पॅच लावून झाला. कुठलं जनावर पुन्हा पडू नये म्हणून डोंगराच्या बाजूच्या काठावर कुंपण घालावं असा सल्ला कंपनीवाल्यांनी दिला. चाळीस मीटर लांब जाळीच्या कुंपणावर एक लाखाचा खर्च आहे.आता एव्हढा खर्च केला तर थोडा आणखी करू. बाकी बावीस तण काढायची यंत्रे विकल्यावर अडीच लाख रुपये जमा झालेत. वर्कशॉप या महिन्यात दणकून चाललं. चॅरी एखाद्या कर्तबगार माणसासारखा निर्णय घेतोय. क्षणोक्षणी नानांची आठवण येते. फक्त एकच गोष्ट खटकते, जिथे तिथे ती नैना सोबत असते. कधी भठिंड्याला जाणार कोण जाणे.

२३ मे २०१४

प्रमोद, काल मी आणि शीतल अचानक गावात थडकलो. शेतात वर्कशॉपमध्ये बनवलेल्या पेरणी यंत्राची ट्रायल चालली होती. चारूभाऊ आता गावात खूप लोकप्रिय झालेले दिसत होते. तरुण, म्हातारे गावकरी सारे ट्रायल बघताना मातीत खुपसल्या गेलेल्या पारदर्शक ट्यूबमधून एकेक बी जमिनीत गेल्यावर टाळ्या वाजवत होते. महादूशी बोलताना कळलं की नैना मॅडमने कोको नावाच्या झाडाच्या बिया पुण्याहून मिळवून शेतात पेरणी चालू केली होती. आम्हाला अचानक आलेलं पाहून त्या दोघांना विलक्षण आनंद झाला. त्या रात्री जेवताना चॅरीने भारतात सेटल होण्याचा आपला निर्णय सांगितला. वडिलार्जित वीस एकर शेती आणि आजोबांचं वर्कशॉप दोन्ही गोष्टींची जबाबदारी त्याने उचलायचं ठरवलं आहे. नैना चॅरीला शेतकी सल्ला देत असावी. जगात चॉकलेटसूची मागणी पुरी करायला कोकोची लागवड अपुरी पडते आहे. पाणी कमी लागणाऱ्या कोकोच्या लागवडीने वर्षाला एकरी अडीच ते तीन लाख उत्पन्न मिळू शकेल. पण कोकोच्या रोपाला उंच झाडांच्या छायेत वाढवावं लागतं. सुरुवातीला बांधावर उभ्या उंच झाडांनी व्यापलेल्या तीन एकर जमिनीवर

कोकोची लागवड करणार आहेत. चार एकरवर डाळिंबाची, तर बाकी शेतात ज्वारी, गहू, मका या नियमित रोपांची लागवड होणार, शेतात ठिबक सिंचनासाठी दोन लाख खर्च करून पंप आणि नोझल पाईप्स बसवणार अशी योजना चॅरीने सांगितली. या विषयावर तुझ्याशी बोलायला भीती वाटल्याने हे काम चॅरीने माझ्यावर टाकलं. मी आज परतलो.

खरं तर हा त्याचा निर्णय बरोबर की चूक हे मला सांगता येणार नाही. पण एव्हढंच वाटतं की त्याला मनापासून जे करावंसं वाटतं ते करू दे.

२५ मे २०१४

बाबा, तुमचा मेसेज वाचल्यावर मी सुन्न झालो. अनघाला पण धक्का बसला. चॅरीसाठी आम्ही जे प्लॅन्स बनवले होते, ते एका क्षणात भंगून गेले. इकडे आमचं एक्स्पान्शन चाललंय ते गुंडाळावं लागेल. डॉलर्स कमवायची संधी सोडून हा वेडा शेतात राबून आयुष्याचं मातेरं करायला चाललाय. समजावून सांगा त्याला. हे असले सल्ले नक्कीच नैनाने दिले असावेत. माझंच चुकलं, या दोघांना नको एव्हढं स्वातंत्र्य दिलं. त्या मुलीने चॅरीला पुरता बदलवून टाकला. मी समीरशी बोलतो आणि तिला इकडे बोलवून घेतो. तुम्ही चॅरीला एक कवडीची मदत करू नका. त्याचं खूळ बाहेर काढा.

२६ मे २०१४

प्रमोद, आपल्या देवधर घराण्यात स्वतःचं करिअर स्वतः बनवायचं हीच परंपरा चालत आलीये. नानांची अपेक्षा होती मी शेती सांभाळावी, भिक्षुकी करावी. पण मी सापटणं सोडून मुंबईला आलो, स्वतःच्या कर्तृत्वावर वर्कशॉप उघडलं. फियाट गाड्यांना लागणारे पार्टस् पुरवताना त्यांचा मुख्य वेंडर झालो. वर्कशॉप अल्ट्रा मॉडर्न बनवलं, तू माझा बिझिनेस वाढवशील या आशेने. पण तू अमेरिकेत स्वतःची सॉफ्टवेअर कंपनी काढलीस, यशस्वी झालास. तुला मी कधीच आडकाठी केली नाही. आता पाळी चॅरीची. त्याला शेती करायची असेल, वर्कशॉप वाढवायचं असेल, यातच करिअर करायचंय तर त्याला थांबवू नको. मी सुध्दा तुला करिअर निवडण्याची संधी दिली, आता तू चॅरीला तशी संधी दे. मी तर म्हणेन या कामात नैना मदत करणार असेल, दोघांना लग्न करायचं असेल तर अवश्य करू दे. सापटणे गावातून बाहेर पडलेली आपली वंशवेल वर्तुळ पूर्ण करीत पुन्हा गात्री रुजू इच्छिते तर आडकाठी कशाला?

३

बॉडी लँग्वेज

पराग देऊसकर

‘‘आजी, जागी आहेस का गं?’’ केदार आजीच्या फोटोपाशी जात हळूच म्हणाला.

‘‘हो रे. थोड्याच वेळापूर्वी जाग आली,’’ समोरच्या छोट्या स्क्रीनवर शब्द उमटले. ‘‘डोळे उघडतोस का जरा माझे?’’

केदारने एक स्विच ऑन केला आणि आजीच्या फोटोतल्या डोळ्यांमधले दोन कॅमेरे ऑन झाले.

‘‘हां, बोल आता. काय म्हणतोस?’’ स्क्रीनवर परत शब्द उमटले.

‘‘आजी, रविवारी दुपारी आपल्याकडे आमच्या ऑफिसमधले चार जण येणार आहेत. सहज भेटायला म्हणून बोलावलंय. आम्ही जास्त करून याच खोलीत असू. तुझे डोळे आणि कान ऑनच ठेवेन. जरा बघ सगळे कसे वाटतात ते. पहिल्यांदाच येतायत घरी.’’

‘‘सगळे ‘जण’च आहेत की कुणी ‘जणी’ पण आहेत? आणि एवढं अगदी मुद्दाम सांगतो आहेस ते.’’

"आहेत, दोघी 'जणी' पण आहेत. पण अगदी सहज सांगतोय. समजा तेव्हा तुझं लक्ष नसलं तर नंतर परत म्हणशील आधी का नाही सांगितलं, म्हणून."

"बरं रे, लक्ष ठेवेन मी."

......

केदार १५ वर्षांचा असताना, म्हणजे १० - ११ वर्षांपूर्वी मालतीबाईंची, म्हणजे केदारच्या आजीची, तब्येत अचानक खालावायला लागली. तरी बरे आजी वैद्यकीय क्षेत्रातलीच - अत्यंत कुशल आणि नावाजलेली शल्यविशारद! त्यामुळे अतिशय चांगल्या डॉक्टरांच्या ओळखी होत्या आणि निदान वेळेवर झाले. त्यामुळेच ९ महिन्यांची आगामी सूचना तरी मिळाली! कोटींमधे एक इतक्या कमी प्रमाणात आढळणाऱ्या एका जेनेटिक डिसऑर्डरमुळे तिचे सगळे व्हायटल ऑर्गन्स निकामी होणार होते. पंचाईत म्हणजे या डिसऑर्डरमुळे ऑर्गन ट्रान्सप्लांटसुद्धा काम करणार नव्हते. केवळ हातांवर हात ठेवून बघत राहणे याखेरीज काहीच उपाय नव्हता. पण केदारचे बाबा हे हातांवर हात ठेवून बघत राहणाऱ्यांपैकी नव्हतेच मुळी! केदारचे बाबा, सुरेश, हे अतिशय हुशार. त्यांनी न्यूरोइलेक्ट्रॉनिक्समध्ये पीएचडी केली होती आणि त्याच विषयावर संशोधन करत होते. त्यांनीच प्रस्ताव मांडला होता. "आई, बोलायला अवघड विषय आहे तरी बोलतो. तुझे बाकी सगळे ऑर्गन्स निकामी होणार असले तरी तुझ्या मेंदूला काहीच झालेलं नाही. आपण तुझा मेंदू जपून ठेवला तर?"

मालतीबाई खूप पुरोगामी विचारांच्या आणि शिवाय धाडसी वृत्तीच्या, तरी त्या सुद्धा हा प्रश्न ऐकून अवाक् झाल्या.

"आई, मी हे विचारपूर्वकच बोलतोय. मी तुला माझ्या न्यूरोइलेक्ट्रॉनिक्स मधल्या संशोधनाच्या सहाय्याने बघायची, ऐकायची आणि बोलायची सोय करू शकतो. म्हणजे अजून प्रायोगिक तत्त्वावरच आहे माझं संशोधन, पण मला खात्री वाटते की बेसिक सोय तरी मी नक्की करू शकेन म्हणून."

आपल्याला ऐकू येणे, दिसणे वगैरे सर्व गोष्टी म्हणजे शेवटी ज्ञानेंद्रियांकडून मेंदूला पाठवलेले संदेशच आहेत आणि ते संदेश ज्ञानेंद्रियांकडूनच यायला पाहिजेत असे नाही. एका दृष्टीने फॅन्टम आय सिन्ड्रोम सारखाच प्रकार म्हणा ना! ही गोष्ट आता न्यूरो आणि वैद्यकीय क्षेत्राशी

संबंध नसलेल्या माणसांनासुद्धा कळायला लागलेली होती! त्यामुळे मालतीबाईंना न कळण्याचा प्रश्नच उद्भवत नव्हता.

"बाबाही तसे लवकरच गेले आणि आता तू जायच्या मार्गावर! एकदम एकटं वाटेल गं आम्हाला.''

मालतीबाई विचारात पडल्या होत्या.

"आणि हे बघं तू आधीपासूनच ऑर्गन डोनरचं कार्ड भरून ठेवलं होतंस ना, आपल्यापासून इतरांना फायदा व्हावा म्हणून. इथे तर दुप्पट-तिप्पट फायदा. तुलासुद्धा तुझं आयुष्य मर्यादित स्वरूपात का होईना पण पुढे चालू ठेवता येईल, माझ्या संशोधनाचा तुला फायदा झाल्याचं मला समाधान मिळेल आणि तुझ्यामुळे माझ्या संशोधनात मदत झाल्याचं तुला समाधान मिळेल.''

मालतीबाईंच्या चेहऱ्यावर उत्तेजित आणि गोंधळून गेल्याचे दोन्ही भाव एकदम आले होते.

"आणि केदारला किती लळा आहे तुझा आई, असं करणारी तू जगातली पहिली व्यक्ती असशील! कल्पना कर, तुझं सगळ्या जगात नाव होईल. अर्थात आत्ता लगेच नाही. सध्या न्यूरोइलेक्ट्रॉनिक्स मधल्या कायद्यांमधे फार गोंधळ आहे. शिवाय ही गोष्ट त्याही पलीकडची असणार. त्यामुळे आत्ता आपल्याला लपून छपूनच करावं लागेल. पण नंतर संशोधन प्रसिद्ध करता येईल,'' सुरेश एकामागून एक मुद्दे सांगतच होते.

"अरे, पण म्हणजे हे कसं काम करेल? तुला संशोधनात मदत होईल ही चांगली गोष्ट आहे रे. पण नुसता माझा मेंदूच पडून राहिलाय ही काही चांगली कल्पना वाटत नाही.'' शेवटी मालतीबाई म्हणाल्या.

"आई, 'पडून राहिला' असं म्हणणं बरोबर नाही. तो 'जिवंत' असेल. मी एका मेंदूच्या शास्त्रज्ञाशी बोललोय. तुझा मेंदू एका खास उपकरणात ठेवता येईल. त्यातून तुला योग्य प्रकारची रसायनं आणि ऊर्जा पुरवली जाईल. त्यासाठी मी खास खोली करून घेईन. खरं तर तुझी आत्ताची खोलीच आपण यासाठी वापरू शकतो. सर्व व्यवस्था मी करू शकतो.

आणि तो मेंदू आणि ते उपकरण कोणालाही दिसू नये म्हणून ते भिंतीत बेमालूम लपणाऱ्या एका छान कपाटात ठेवायचं.''

''शी! असा माझा मेंदू कपाटात ठेवलाय ही कल्पना कशीतरीच वाटते रे. सगळीकडे अंधार अंधारसुद्धा वाटेल.''

''अगं आई, आत्तासुद्धा आपला सगळ्यांचा मेंदू एकेका कपाटातच ठेवलाय. कळतं कधी आपल्याला? फक्त ते हाडांचं कपाट आहे आणि ते आपण इकडे तिकडे घेऊन फिरतो एवढाच फरक.'' सुरेश डोक्याकडे बोट दाखवत म्हणाला. ''ते तर उघडतासुद्धा येत नाही. अगं, तुझी ज्ञानेंद्रिये तुला जे सांगतील त्यावरून तुला आसपासच्या जगाचा अंदाज येणार - तुझा मेंदू कुठे आहे त्यावरून नाही. म्हणजे समज मी आपल्या बैठकीच्या खोलीत कॅमेरा लावला आणि त्याचं इनपुट न्यूरोइलेक्ट्रॉनिक्समार्फत तुझ्या व्हिजन सेंटरमध्ये पाठवलं तर तुला वाटेल की तू बैठकीच्या खोलीतच आहेस. अगं, मी सगळ्या खोल्यांमध्ये कॅमेरे लावून ते तुला जोडेन म्हणजे तर तुला कुठेही जाता येईल.''

मालतीबाईंना नाही म्हटले तरी थोडी मजा वाटली.

''म्हणजे अर्थात एका वेळी एकाच खोलीतले कॅमेरे ऑन करता येतील, पण ती सगळी सर्किट्स मी तयार करू शकतो. अगं, हे तर काहीच नाही, मी माझ्या फोनच्या कॅमेरामधून तुला इंटरनेटच्यामार्फत इनपुट पाठवलं ना. तर तुला माझ्याबरोबर कुठेही फिरता पण येईल. आई, मी तुला माझ्याबरोबर सिनेमालासुद्धा घेऊन जाऊ शकेन.''

मालतीबाईंना त्या परिस्थितीतही हसू आले.

''आई, आत्ता माझ्या संशोधनाप्रमाणे मला तुला अशाप्रकारे डोळे आणि कान देता येतील. अजून स्पर्श, गंध आणि चव देता येणार नाही. पण आपण त्यावर संशोधन करून बघू ना! डोळे आणि कानसुद्धा सुरुवातीला कदाचित पूर्णपणे चांगले नसतील, पण मला खात्री आहे की आपण ते लवकरच अगदी परिपूर्ण करू शकू.''

''अरे, पण मी तुमच्याशी संवाद कसा साधायचा? मगाशी तू बोलायची सोय करता येईल असं काहीतरी म्हणाला होतास.''

''हो, ते सांगायचं राहिलंच. जसं बाहेरच्या गोष्टी तुला दाखवू आणि ऐकवू शकतो, तसं तू काय बोलत आहेस तेसुद्धा मी पकडून ते बाहेर स्क्रीनवर शब्दात दाखवू शकतो. आणखीन प्रयोग करून प्रत्यक्ष स्पीकर्समधून आवाजसुद्धा काढता येईल. आणि आई, आणखीन एक गोष्ट आहे, न्यूरोइलेक्ट्रॉनिक्स वापरून मी खरं तर थोड्याफार प्रमाणात तुझे 'विचार' सुद्धा कॅच करू शकतो. काही वर्षांपूर्वी कशा व्हीलचेअर्स आणि काही प्रायोगिक गाड्यासुद्धा ड्रायव्हरच्या ब्रेन वेव्हज कॅच करून थोडेफार इकडे तिकडे जाऊ शकायच्या, ड्रायव्हरला थांबावेसे वाटले की थांबायच्या, वळावेसे वाटले की वळायच्या, तसं. पण मी तुझे विचार कधीही कॅच करणार नाही. तुझे विचार हे तुझ्यासाठीच खाजगी पाहिजेत. फक्त तू जे काही जाणीवपूर्वक बोलशील तेच स्क्रीनवर दाखवीन.''

''आणि हे असं किती काळ जगत राहायचं रे?'' मालतीबाईंनी महत्त्वाचा आणि अवघड प्रश्न विचारला.

''आई, अवघड प्रश्न आहे तुझा, आणि याचं उत्तर मला खरंच देता येणार नाही. पण मला वाटतं की याचं सगळ्यात योग्य उत्तर हे एक तर तुला वाटतं तोपर्यंत किंवा मेंदू जोपर्यंत तग धरेल तोपर्यंत असं असावं. पण मलासुद्धा माहीत नाही की हे माझं उत्तर बरोबर आहे का नाही.''

''हं, विचार करायला पाहिजे,'' मालतीबाई म्हणाल्या.

''मला तर हे काहीच पटत नाही,'' केदारची आई, सुनंदा आता मधे पडली. ''निसर्गाने ठरवलं आहे ते होऊ द्यावं, उगाच त्यात ढवळा-ढवळ करू नये. आता तुझ्या संशोधनातून तू लोकांना नीट दिसावं, ऐकू यावं यासाठी जे काही करतोस ते ठीक आहे. नाहीतर त्यांचं दररोजचं जिणं अवघड आणि त्रासदायक होऊन बसतं. पण हे असं करणं म्हणजे जरा अतीच झालं. निसर्गाच्या नियमांमधे असा हस्तक्षेप केलेला मला मुळीच पसंत नाही.''

''आपण निसर्गाच्या नियमांमधे हस्तक्षेप करूच शकत नाही.'' आपले लाडके मत मांडायची संधी सुरेश कधीच सोडत नसे. '' मनुष्येतर प्राणी जे करत नाहीत किंवा करू शकत नाहीत त्याला निसर्गाच्या नियमाच्या बाहेरचं का म्हणायचं? मनुष्य हा पण निसर्गाचाच भाग आहे, निसर्गापासून वेगळा नाही. इतर प्राणी चाक वापरत नाहीत म्हणजे चाक वापरणं अनैसर्गिक आहे असं नाही! इतर प्राणी त्यांच्या त्यांच्या पद्धतीनी टूल्स वापरतातच. कावळे

त्यांचे जोडीदार निवडण्यासाठी वेगवेगळ्याप्रकारे चमकतात. पण जवळपास इतर कुठल्याच प्राण्यांना आणि किड्यांना तसं करता येत नाही. पण म्हणून काही ते अनैसर्गिक झालं नाही ना? प्रत्येक प्राणी निसर्गाने त्याला जी देणगी दिलेली आहे ती वापरूनच पुढे जात असतो. आपल्याला निसर्गाने बुद्धी दिलीय तर ती वापरायला काय हरकत आहे?''

''सुरेश, मला आत्ता तुझ्या बरोबर तार्किक वितंडवाद घालत बसायचं नाही आहे. तसेही तुम्ही दोघं मला प्रतिगामी म्हणायची एकही संधी दवडत नाही. पण मला हे पटत नाही एवढं खरं.''

......

बरोबरच होतं, सुनंदा तशी जुन्या विचारांची होती - अगदी मालतीबाईंच्या उलट. बरीच उदाहरणे होती. लोक आता खुलेआम जीन थेरपी वापरून आपल्या मुलांमध्ये आपल्याला हवे तसे गुण घालून घ्यायला लागले होते. मालतीबाईंची (आणि सुरेशचीही) याला काही हरकत नव्हती, पण सुनंदाला ते पसंत नव्हतं. आणखी उदाहरण द्यायचे झालेच तर केदार होण्याच्या वेळी मालतीबाईंनी तिला किती सांगितलं होतं की तिने सरोगेट आईमार्फत बाळ करून घ्या म्हणजे आपले करिअर व्यवस्थित चालू राहील. आणि आजकाल बरेच लोक तसे करत असले तरी सुनंदा मात्र त्याला तयार झाली नाही. कहर म्हणजे केदार झाल्यावर तिने चक्क नोकरी सोडून दिली. एवढेच नाही तर सामाजिक बाबतीतसुद्धा ती जरा जास्तच जुनेपणा करत असे. केदार लहान असताना कोणी नातेवाईक आले तर ती चक्क केदारला त्यांना नमस्कार करायला सांगायची! त्या नातेवाईकांनासुद्धा इतके विचित्र आणि अस्वस्थ वाटायचे की बास. सुरेश किती वेळा तिला म्हणायचा ''अगं, आता नमस्कार हा कालबाह्य झाला. आपण इतर प्रकारेसुद्धा मोठ्यांविषयी आदर दाखवू शकतो. त्यासाठी नमस्कारच करायला पाहिजे असे नाही,'' पण ते सुनंदाला काही पटायचे नाही. तीच गोष्ट त्यांचे घर बांधतानाची! आता सगळेच जण प्लास्टिकनी घरे बांधतात, पण ती आडूनच बसली प्लास्टिकनी बांधायचे नाही म्हणून. तिचे मन वळवता वळवता सुरेशच्या नाकी नऊ आले होते. सगळा समाज एका दिशेने चाललेला असताना आपण उलट्या दिशेने जायची काय गरज आहे हे सुरेशला कळायचे नाही. अशा सर्व गोष्टींमुळे सुरेश आणि मालतीबाईच काय पण इतर लोकही तिच्यावर प्रतिगामित्वाचा शिक्का मारायचे. त्यातून मालतीबाईंना या सर्व नवीन गोष्टी आरामात चालत असल्यामुळे तर तो विरोधाभास खूपच जाणवायचा. या

सगळ्याचा सुनंदाला त्रास व्हायचा. तिला आपली मते प्रिय होती पण तरी तिला स्वत:ला 'जुन्या विचारांची' म्हणवून घ्यायला आवडत नसे आणि या बाबतीत मालतीबाईंशी तुलना होणे आणि त्यात तिला कमीपणा मिळणे हे तर तिला खूप जाचायचे.

......

''नाही सुनंदा, मी तसं म्हणणार नाही. पण तुम्ही दोघीही विचार न करता एकदम उत्तर द्यायची घाई करू नका. जो काही विचार करायचा आहे तो नीट करा आणि मग सांगा.''

''ठीक आहे, आपण आठवडाभरात जे काही ठरवायचं आहे ते ठरवू ,'' मालतीबाई म्हणाल्या.

......

नंतर मालतीबाईंनी बरेच प्रश्न विचारले, बराच विचार केला आणि चारच दिवसात त्यांची तयारी दर्शवली. सुनंदाला ते पसंत नव्हते, पण सुरेशच्या उत्साहापुढे तिचा विरोध दुबळा पडला. तिने निदान सुरेशकडून एवढे कबूल करून घेतले की मालतीबाईंना फक्त बैठकीची खोली, जेवायची खोली आणि मालतीबाईंची खोली अशा तीन खोल्यांमधेच सेट अप केले जाईल आणि तिच्याकडे कोणी आले असेल तर मालतीबाईंचे डोळे आणि कान फक्त आतल्या खोलीतच चालू ठेवायची तिला परवानगी असेल.

......

रविवार दुपार उजाडली आणि केदारची मित्रमंडळी आली. आई-बाबांशी ओळखी झाल्या. खाणे, गप्पा-टप्पामध्ये वेळ कसा गेला कळालेच नाही. थोड्या वेळाने सर्व जण परतही गेले. संध्याकाळी जेवण संपता संपता केदारने विषय काढला आणि थेट मुद्द्यावर आला. ''आई, बाबा, आजी, आज मी माझ्या मित्रांना मुद्दामच बोलावलं होतं. त्यातली रूपा जी होती ती मला खूप आवडते. मला तिच्याशी लग्न करायचं.''

एक मिनिटभर कोणीच काही बोलले नाही. परत केदारच म्हणाला, ''कशी वाटली तुम्हाला ती? तुमचं काय मत आहे?''

क्षणभर आधी कोणी बोलायचे हे कोणाला कळेना. बाबांच्या चेहऱ्यावरून वाटत होते की त्यांना रूपा आवडली असावी, पण बहुधा ते आईच्या मताचा अंदाज घेत असावेत, आणि शेवटी या बाबतीत आपल्या मतापेक्षा आईचे मत जास्त महत्त्वाचे आहे असा सुज्ञ विचार त्यांनी केला असावा. शेवटी आईच म्हणाली, ''रूपा वागा-बोलायला चांगली वाटली. लाघवी मुलगी आहे. पण एवढ्या तास दोन तासांच्या भेटीत काय सांगणार रे?''

आजीच्या स्क्रीनवर पण शब्द उमटले ''म्हणून तू मला मुद्दाम सांगून ठेवलं होतंस होय. तसं वाटलंच होतं मला की काहीतरी स्पेशल आहे म्हणून. मला इथे बसल्या बसल्या चांगली वाटली. पण तिच्याशी मी स्वत: गप्पा मारू शकले नाही ना, मग पुरेसं कळत नाही.''

''बाबा?'' केदारने बाबांना शेवटी थेट प्रश्न केला.

''मला आवडली बघ ती.'' आईचे मत चांगले आहे - किमान वाईट तरी नाही - म्हटल्यावर बाबांनी मोकळेपणांने सांगितले. ''अतिशय मनमोकळी आणि चांगल्या स्वभावाची वाटली मला ती. मी जे काही थोडेफार बोललो त्यावरून हुशारही वाटली. दिसायलाही चांगली आहे. अर्थात तिची घरची पार्श्वभूमी वगैरे मला काहीच माहीत नाही, आणि तो भागसुद्धा महत्त्वाचा आहे, पण केवळ तिच्याकडे बघता माझं पहिलं मत तरी एकदम पॉझिटिव्ह आहे.''

एकदा असे जरा मोकळेपणांनी मत आल्यावर आई आणि आजीकडूनसुद्धा जास्त मोकळेपणांनी मते आली. आईलासुद्धा तिचा स्वभाव, वागणूक चांगली वाटली होती. जसे जसे सगळे जास्त बोलत गेले तशी सगळ्यांनाच ती तशी पसंत आहे असे दिसून आले. अशातच केदारने धीर धरून पुढचा मुद्दा सांगितला, ''आणखीन एक सांगायचं आहे.'' असे म्हणून तो क्षणभर अडखळला आणि परत मनाचा हिय्या करून म्हणाला, ''ती माझ्यापेक्षा दोन वर्षांनी मोठी आहे आणि तिचं आधी एक लग्न झालेलं होतं.'' हे एकदा सांगून टाकल्यावर त्याला जरा मोकळे वाटले. त्याने आईच्या चेहऱ्याकडे पाहायची हिंम्मत केली नाही, पण जर त्याने पाहिले असते तर त्याला पुढचे सगळे आपोआपच कळाले असते. आजीची काय प्रतिक्रिया होती कोण जाणे, पण इतका वेळ बोलण्यात सहभागी झालेली ती एकदम गप्प गप्प झाली. तिचा चेहरा दिसणे शक्य नव्हते पण तिलाही

आवडले नव्हते की काय कोण जाणे. केदारने जरी आईच्या चेहऱ्याकडे पाहिले नव्हते तरी त्याच्या बाबांनी पाहिले होते. स्फोट होण्याआधीच परिस्थितीवर ताबा मिळवायला पाहिजे हे त्यांना जाणवले. त्यांनी खुणेनीच सुनंदाला शांत राहायला सांगितले आणि स्वत: केदारशी बोलायला लागले.

''आधी लग्न झालं होतं, तर ते कसं मोडलं?''

''बाबा, तिचा नवरा खूप अॅब्युजिव निघाला. आधी खूप बोलायचा तिला आणि मग मारायला पण लागला. शेवटी हे काही सुधारेल असं लक्षण दिसेना म्हणून तिनेच घटस्फोट घेतला.''

''तिला काही मुलं बिलं?''

''नाही बाबा, नशिबानी तसं काही नाही. लग्न होऊन जेमतेम एक वर्ष होतंय तोपर्यंत घटस्फोटसुद्धा झाला होता तिचा.''

''केदार, तिनी तुझ्याशी लग्न केलं आणि नंतर तिला तिच्या आधीच्या नवऱ्याच्या आठवणी यायला लागल्या म्हणजे?''

''बाबा! तिचा आधीचा नवरा जर आठवणी काढाव्यात असा असता तर त्याला सोडून कशाला दिलं असतं तिनी? मुळात तिचं लग्न झालं ते खरंतर घरच्यांच्या आग्रहामुळे. ती पुरेशी ठामपणे नाही म्हणाली नाही ही तिची चूक. पण लग्नानंतर तिनी त्याच्या प्रेमात पडावं असा कधी तो वागलाच नाही.''

''पण केदार, कधी कधी दुधानी तोंड पोळलं की माणूस ताकसुद्धा फुंकून फुंकून पितो. समजा आधीच्या या अनुभवामुळे ती तुझ्याशी पण हात राखूनच वागली तर?''

''बरोबर आहे तुमचं म्हणणं. थोडीफार शक्यता आहे, अगदीच नाही असं नाही. पण मला वाटतं की ती मानसिकदृष्ट्या चांगली कणखर आहे. तिनी या प्रकारामुळे कधीही 'मी कशी बिचारी' असा सूर लावलेला आम्ही ऐकलेला नाही. जे झालं ते कधी लपवूनही ठेवायचा प्रयत्न केलेला नाही. कधी विषय निघालाच तर ती त्याविषयी न कचरता बोलते. शिवाय तिनी कुठल्या काउन्सेलरचा सल्लासुद्धा घेतला होता. या सर्व गोष्टींवरून मला वाटतं

की अशी अडचण येऊ नये. शिवाय आपल्या घरातलं वातावरण असं आहे की तिथे बायकांवर हुकूमत गाजवायची वृत्तीच नाही आहे. त्यामुळे जरी सुरवातीला तिला दडपण आलं तरी ती पटकन सावरेल.''

सुरेशना बरे वाटले. पोराने प्रेमात पडूनसुद्धा अक्कल अगदीच गहाण ठेवली नव्हती. पण सुनंदाचा चेहरा अजून वेगळेच चित्र दाखवत होता. आणि आजीकडूनसुद्धा काहीच प्रतिक्रिया नव्हती.

''अरे पण मग तुला दुसरी कुठली 'नॉर्मल' मैत्रीण मिळाली नाही का? ही अशी एकदम गुंतागुंतीची केस कशाला?''

''बाबा तुम्ही प्लीज असा प्रश्न विचारू नका.'' केदार थोडासा दुखावला गेल्यासारखा वाटला. ''ती मला का आवडली याचं विश्लेषण करत बसण्यात काय अर्थ आहे? तुम्हाला दोघांनाही दुसरे कोणी नवरा बायको नसते का मिळू शकले? नक्कीच मिळाले असते. कदाचित जास्त चांगलेदेखील. पण तसं नाही ना झालं? तसंच हीच का असं विचारण्यातही काय अर्थ आहे?''

''अरे पण तू तिच्याकडे उपकाराच्या भावनेने तर बघत नाही आहेस ना? जर 'तिच्याशी लग्न करून आपण आपला ग्रेटपणा सिद्ध करू' अशी तुझी भावना असेल तर तुमचं लग्न यशस्वी न होण्याचीच शक्यता जास्त.''

''नाही बाबा. तिनी कधीच 'मी बिचारी' असं दाखवलं नसल्यामुळे मलासुद्धा कधी 'किती बिचारी आहे ही' असं वाटलंच नाही.''

''बरं, आठवडाभरात विचार करून काय ते ठरवू. कोणीही विचार न करता एकदम उत्तर द्यायची घाई करू नका. जो काही विचार करायचा आहे तो नीट करा आणि मग सांगा.''

......

यानंतर आईने तर मौनच धरले होते, पण आजीसुद्धा नाराज वाटली. केदारने तिच्याशी बोलायचा खूप प्रयत्न केला, पण ती अगदी तुटकपणे उत्तर द्यायची. केदारची अपेक्षा होती की ही गोष्ट आईला खटकली तरी आजीची काहीच हरकत नसेल. बाबा आईच्या फार

विरुद्ध बोलणार नाहीत पण आजी तरी पूर्ण पाठिंबा देईल असं त्याला वाटलं होतं. आणि आईच्या मताचा अंदाज असल्यामुळे आजीच्या पाठिंब्याची गरजसुद्धा होती. मग आजी अशी का वागते आहे? त्याला एकदा पूर्वीची आजोबांची गोष्ट आठवली. . . . काहीतरी झाल्यानंतर ते म्हणाले होते माझ्या वागण्याचं माझं मलाच आश्चर्य वाटतय. मी आधी असा वागलो नसतो. कदाचित म्हातारं झाल्यावर माणसाची रिस्क घ्यायची क्षमता कमी होते म्हणतात तसं झालं असेल. . . आता आजीचे पण तसेच काही झाले आहे की काय? ती पण म्हातारी व्हायला लागली असेल का? पण काही का असेना, आजीचे वागणे केदारला फार लागले. फार एकटा पडल्यासारखा झाला होता तो. बाबाच काय ते नीट बोलत होते.

चार दिवस झाले आणि संध्याकाळी आजीने अचानक सगळ्यांना बोलावून घेतले आणि आपण होऊन सांगून टाकले की तिला काही ही मुलगी पसंत नाही. आणि याबद्दल काहीही चर्चा करायला ती तयारच होईना. केदार हवालदिल झाला. ''आजी, असं का करतेस तू? तू तरी असं म्हणशील असं मला मुळीच वाटलं नव्हतं.''

''केदार, मी तुला कितीही पुरोगामी वाटले तरी माझ्याही माझ्या नातवाच्या संसाराविषयी काही गोड आणि नाजूक कल्पना आहेत. आणि त्यात हे घटस्फोटित मुलीशी लग्न करणं हे बसत नाही. नवीन संसार म्हणजे दोघांनी मिळून रेखायची स्वप्नं असतात. तुमचं आधीच एकदा स्वप्न मोडलं असेल तर ते कसं जमेल? आणि आधीच आज-कालची मुलं तुम्ही बायकोच्या ताटाखालचं मांजर, त्यात ती वयानी पण मोठी असेल तर आनंदच! ते काहीही असो, मला याविषयी फार चर्चा करायची नाही. तुला माझ्या मर्जीविरुद्ध लग्न करायचे असेल तर कर. मी काही तुझ्या मधे येणार नाही. पण त्याचा अर्थ तुला माझा पाठिंबा मिळेल असा होत नाही.''

केदारला एवढे उद्विग्न झालेले सुरेश-सुनंदाने कधीच पाहिले नव्हते.

......

''सासूबाई जरा वेगळ्याच वागल्या रे, मला वाटलं नव्हतं त्या नाही म्हणतील म्हणून,'' झोपताना सुनंदा सुरेशला म्हणाली.

''बरोबर आहे, मला तर वाटलं होतं की ती हो म्हणेल आणि तू नाही म्हणशील,'' सुरेश न कळत बोलून गेला आणि एकदम शांतता पसरली आणि सुरेशला आपण काय बोलून गेलो असे झाले.

पण दोन-तीन मिनिटात सुनंदाच परत म्हणाली, ''पण कारण काय आहे त्यांचं नकारामागचं?''

''ते मी समजून घ्यायचा प्रयत्न केला, बोललो तिच्याशी मी. पण मला विचारशील तर काहीही लॉजिकल कारण नाही. कधी कधी आपल्या खूप जवळच्या माणसांच्या बाबतीत आपल्या भावना इतक्या प्रबळ असतात की आपलं डोकं बाजूला राहातं म्हणतात ना तसं झालय तिचं. कुठेतरी कधीतरी तिनी असं लग्न अयशस्वी झाल्याचं पाहिलं असेल आणि तीच भावना कदाचित तिच्याही नकळत तिच्या मनात घर करून बसली असेल. केदारचंच हित हवं असलं तरी आपण त्याच्याच हिताविरुद्ध वागतोय हे तिला कळत नाही की काय कोण जाणे?''

दोन क्षण शांततेत गेले आणि मनाचा हिय्या करून सुनंदा म्हणाली, ''मग त्यांना कसं पटवायचं आपण? त्यांच्या मनाविरूद्ध तर केदारचं लग्न करणार नाही ना आपण?''

सुरेश ताडकन उठून बसला, ''ते काम माझ्याकडे लागलं.''

......

सगळ्यांचा होकार मिळून आठवडाभर झाला होता. आई-बाबा बाहेर गेले होते. आजी केदारशी बोलत होती.

''अरे, मी नाही म्हणेन असं वाटलंच कसं तुला? पण मला भीती होती की सुनंदा नाही म्हणेल. भीती कशाला खात्रीच होती. तिचा चेहराच सांगत होता. पण नाही म्हटलं तर तुझी काय अवस्था होईल हे मला तिला दाखवून द्यायचं होतं. कारण ती एकदा नाही म्हणल्यावर तिला आपलं म्हणणं मागे घेणं अवघड गेलं असतं रे. आणि मला तशी चांगली सोय आहे. माझ्या मनात खरं काय आहे हे मी बोलल्याशिवाय तुम्हा कोणालाच कळत नाही ना! मला नशिबानी 'बॉडी लॅंग्वेज' नाही.''

केदारला काय बोलावं ते सुचतच नव्हतं. फक्त आता ह्या आजीला कडकडून मिठी कशी मारणार हा प्रश्न त्याला पडला होता.

४

दिवटा

शरद पुराणिक

वयाची पंच्याहत्तरी ओलांडलेले एक आजोबा आणि त्यांचा नऊ - दहा वर्षांचा नातू त्या सुपर स्पेशालिटी हॉस्पिटलच्या पायऱ्या चढत होते. एका हातात काठी अन् दुसऱ्या हातात विराजचं बोट होतं. त्यांचा पेहराव पँट शर्ट हाच असला तरी जुन्या वळणाचाच होता. विराजचे कपडेही साधेच होते. पाच - सातच पायऱ्या होत्या, पण आजोबा मोठ्या कष्टानं त्या पायऱ्या चढत होते. विराजच्या ते खिजगणतीतही नव्हतं. विराजकडे पाहताच तो मतिमंद आहे हे जाणवत होतं. त्याच्या देहबोलीवरूनही ते कळत होतं.

विराज आजोबांपेक्षा खूप ताकदवान होता. पंच्याहत्तरी ओलांडलेल्या आजोबांची शारीरिक क्षमता दिवसेंदिवस कमीकमी होत होती, तर विराजची शारीरिक क्षमता दिवसेंदिवस वाढत होती. आपल्यामुळे आजोबांना शारीरिक त्रास होऊ नये, हे विराजच्या गावीही नव्हतं. आजोबांचं विराजवर निरतिशय प्रेम असलं, तरीही त्याने दिलेल्या शारीरिक त्रासामुळे ते खूप त्रस्त झालेले असत.

थोड्या वेळातच आजोबा आणि विराज त्या सुपर स्पेशालिटी हॉस्पिटलच्या न्युरो सर्जनच्या कन्सलटिंग रूमच्या बाहेर असलेल्या बाकावर जाऊन बसले. आजोबांच्या मनातली विचारांची खळबळ त्यांच्या चेहऱ्यावर दिसत होती. विराज दोन्ही पाय बाकावर जवळ

घेऊन, त्यांना दोन्ही हातांनी मिठी मारून हनुवटी गुडघ्यांवर टेकवून बसला होता. तोंडानं विचित्र आवाज करत होता. तोंडातून थुंकीचा फुगा ओठाच्या बाहेर काढून परत आत घेत होता.

विराजनं नीट बसावं म्हणून आजोबा म्हणाले,

''विराज आमचा शहाणा, कसा बसला पहा ना.''

यावर विराज चटकन बाकावरून खाली पाय सोडून, हातांची घडी करून, ओठ घट्ट मिटवून बसला. थोड्याच वेळात विराजनं आजोबांना विचित्र प्रश्न विचारायला सुरुवात केली. आजोबांचं चित्त थाऱ्यावर नव्हतं. त्यामुळे त्यांची उत्तरेही असंबध्दच होती. धवल वेष परिधान करून चटपटीत हालचाली करणाऱ्या सावळ्या तरुणीला आजोबांनी हाक मारली,

''सिस्टर, माझं व्हिजिटिंग कार्ड न्युरो सर्जन दिनकरला द्याल का, प्लीज?''

''आबा, ही तुमची सिस्टर आहे, तर मग माझी कोण आहे?'' विराज.

''मी तुझी दीदी आहे हं!'' सिस्टर कल्पनानं आजोबांचं व्हिजिटिंग कार्ड घेत सांगितलं अन् ती न्युरो सर्जन दिनकरच्या चेंबरकडे पळाली.

ते कार्ड वाचल्यावर डॉ. दिनकर स्वतः बाहेर आला.

''सर, आत चला ना! केव्हा आलात तुम्ही इथे?'' डॉ. दिनकर.

''डॉ. दिनकर, मी माझ्या.....''

''सर, मी जगाला डॉ. दिनकर, न्युरो सर्जन आहे. पण तुम्हाला मात्र तुमचा 'दिवटा'च आहे. सर, तुम्ही शाळेतच दिनकर वसंत टाकळकरचं दिवटा केलंत. अन् सगळेजण मला शाळेत अन् पुढे कॉलेजमधेही 'दिवटा' म्हणूनच हाक मारू लागले.'' असं म्हणून डॉ. दिनकरनं आदरानं आपल्या सरांना हाताला धरून त्यांना अन् त्यांच्या नातवाला आपल्या चेंबरकडे नेलं.

"हं! गेले ते दिवस. आज मी माझ्या नातवाला घेऊन मोठ्या आशेनं तुमच्याकडे आलोय. त्याला तपासून योग्य ती ट्रीटमेंट तुम्ही द्याल ना?" डॉ. दिनकरच्यासमोर एका खुर्चीवर विराजला बसवून शेजारच्या खुर्चीवर स्वतः बसत आजोबा म्हणाले.

"सर, मला अहो जाहो नका हो म्हणू. मी तुमचा 'दिवटा' आहे. तुमच्याकरता मी डॉ. दिनकर, न्युरो सर्जन नाही. शाळेत मी होमवर्क केलं नव्हतं, तेव्हा माझा कान पिरगाळला होतात. त्याच अधिकाराने मला विराजवर ट्रीटमेंट करायला सांगा."

"असे कसे रे आहात तुम्ही मुलं? आत्ता येतांना प्रकाशनं रिक्षानं आम्हाला इथं सोडलं. रिक्षाचं भाडं घेतलंच नाही त्यानं."

"प्रकाश मलाही भेटतो अधूनमधून. बरं, विराजला काय होतंय?"

"तो मतिमंद आहे. त्याच्यावर उपचार करून त्याला नॉर्मल, एक्स्ट्रॉ ऑर्डिनरी, हुशार बनवता येईल का?"

"नक्कीच." असं म्हणून डॉ. दिनकर आपल्या खुर्चीत स्थानापन्न झाला. विराज टकमक टकमक दोघांकडे पहातच होता.

"विराज, हे तुझे डॉक्टर काका. त्यांना नमस्कार कर."

"हे काका आहेत? मग काकडी कुठे?" असं विचारत, चटकन उठून विराजनं डॉ. दिनकरला नमस्कार केला. पण त्या हालचालीतही तो मतिमंद आहे, हे जाणवत होतं.

"काकडी?" डॉक्टर.

"त्याचे काका नेहमी त्याला काकडी देत असतात." आजोबा.

"अरे वा! विराज, तुला काकडी खूप आवडते का?" डॉक्टर.

विराजने काहीच उत्तर दिले नाही. तो ओठांची विचित्र हालचाल करत होता. स्पिन बोलिंग करतांना करतात तशी उजव्या हाताची हालचाल करत होता.

''राजाच्या डोक्यावर असतो तसा हा मुकुट तुझ्या डोक्यावर घालायचा का?'' डॉक्टर.

''मी राजा! मी राजा.'' विराज.

''पण महाराज, तुम्हाला या सिंहासनावर बसायला हवं!''

''सिंहासनावर? सिंहासन, माझं सिंहासन.'' असं म्हणत विराज त्या खुर्चीवर बसला. डॉक्टरांनी बेल दाबली. चटकन् दोन नर्सेस आत आल्या. विराजच्या डोक्यावर मुकुटासारखा बनवलेला हेड सेट ठेवला. मुकुट ठेवल्या ठेवल्याच स्वीच ऑन केला. मॉनिटरवर क्षणार्धात विराजच्या मेंदूचं मॅपिंग सुरू झालं. दहा मिनिटं त्याला बोलण्यात गुंगवून डॉक्टरांनी ब्रेन मॅपिंग पूर्ण केलं.

नंतर डॉक्टरांच्या सूचनेप्रमाणे नर्सेसनी तो हेड सेट त्याच्या डोक्यावरून काढून त्याच्या डोक्यावर मुकुट म्हणून हॅट ठेवली. विराज बसलेली चाकांची खुर्ची नर्सने ढकलत ढकलत बाहेर नेली.

''सर, विराजवर योग्य ट्रीटमेंटने तो नॉर्मल होण्याची शक्यतासुध्दा धूसर आहे, आणि ती खूप प्रदीर्घ काळ चालणारी ट्रीटमेंट आहे. त्यापेक्षा ब्रेन ट्रान्सप्लांट सर्जरी करावी असं मी सुचवतो.''

''ब्रेन ट्रान्सप्लांट सर्जरी?''

''सर, सुमारे पंचेचाळीस-पन्नास वर्षांपूर्वी पहिली ब्रेन ट्रान्सप्लांट सर्जरी केली होती. पण ट्रान्सप्लांट करायला ब्रेन सहजपणे उपलब्ध होत नव्हते, म्हणून आम्ही आर्टिफिशियल ब्रेन तयार करण्याचा चंग बांधला. गेल्याच वर्षी असा आर्टिफिशियल ब्रेन तयार करण्यात यश मिळालं.''

''हार्ट ट्रान्सप्लांट सर्जरी मी ऐकलं होतं. माझ्या आजोबांच्या जन्मापूर्वीच अशी पहिली सर्जरी झाली होती, हे मला माहीत आहे. पण ब्रेन ट्रान्सप्लांट सर्जरी? आणि तीसुध्दा आर्टिफिशियल ब्रेन ट्रान्सप्लांट सर्जरी?''

''सर, पहिली यशस्वी हार्ट ट्रान्सप्लांट सर्जरी झाल्यानंतर सुमारे सव्वाशे वर्षांनंतर ब्रेन ट्रान्सप्लांट सर्जरी यशस्वी झाली. त्यानंतर सुमारे चाळीस वर्षांनी कृत्रिम हृदय निर्माण केले.

अन् आता आर्टिफिशियल ब्रेन पण निर्माण केलाय. तसं पाहिलं तर, आर्टिफिशियल ब्रेन अजूनही प्रयोगावस्थेतच आहे.''

''म्हणजे? कोणत्या अर्थाने?''

''त्याचं काय आहे सर, नैसर्गिक मेंदू चतुरस्त्र प्रगत असतो. म्हणजे त्याचे सगळे भाग-कान, नाक, डोळे, जीभ, त्वचा हे अवयव, त्यांची मेंदूतील केंद्रे यांच्या कार्यात सुसूत्रता असते. तेव्हढी सुसूत्रता संपूर्ण कार्यक्षमतेने आर्टिफिशियल ब्रेनला अजून प्राप्त करता आलेली नाही.'' डॉ. दिनकर.

''म्हणजे? कोणकोणत्या क्षमता अजून प्राप्त झाल्या नाहीत?''

''सर, लहान मुलाचा हात विस्तवावर पडला, तर त्याला चटका बसतो. हा अनुभव त्याच्या स्मृतीकेंद्रात साठवला जातो. दुसऱ्यांदा तो विस्तवाजवळ गेला, तर हाSSS असं म्हणून विस्तवापासून लांबच राहील. इथं दृष्टीकेंद्र, स्पर्श संवेदनाकेंद्र आणि स्मृतीकेंद्र यांची सांगड घातली जाते. तशी सुसुत्रता आर्टिफिशियल ब्रेनला अजून प्राप्त करता आलेली नाही.''

''मग कृत्रिम मेंदूचं कार्य.....''

''आर्टिफिशियल ब्रेनचं कार्य वेगवेगळ्या विभागात बसवलेल्या चिप्सनुसार चालतं.'' डॉ. दिनकर.

''वेगवेगळ्या विभागात बसवलेल्या चिप्स?''

''हो सर. स्मृती, दृष्टी, गंध, स्पर्श, रसना, श्रवण या केंद्रांमधे चिप्स बसवलेल्या असतात. त्यांचं कार्यही उत्तम चालतं. संवेदना, परिचय, स्मृती, भावना, विचार, ऊहापोह, निर्णय आणि कार्यवाही ही सर्व कार्ये क्षणार्धात होतात व परिणाम म्हणजे पेशंटचं वागणं दिसतं. पण....'' डॉ. दिनकर.

''पण काय?''

''कृत्रिम मेंदूचं कार्य प्रतिमानवाच्या कार्याप्रमाणे चालतं?'' डॉ. दिनकर.

''प्रतिमानवाच्या कार्याप्रमाणे? म्हणजे?''

‘‘यंत्रमानवाप्रमाणे. अजून या सगळ्या चिप्सचं सुसूत्रीकरण केलं जात नाही. ही चव चांगली, ती चव वाईट. हा स्पर्श प्रेमळ, तो स्पर्श त्रासदायक. रिडिंग बिटविन द लाईन्स जमणार नाही. शब्द फसवे असतात हे समजणार नाही. एकदा वाचलं, की कायमचं लक्षात राहील. पण ...’’

‘‘पण काय?’’

‘‘नवीन काही शोध त्याला लावता येणार नाहीत.’’

‘‘पण त्या सगळ्या चिप्स ब्लँक असतील ना? मग.....’’

‘‘नाही. त्या त्या वयाच्या व्यक्तीप्रमाणे नॉलेज फीड करता येतं. शिवाय त्या-त्या व्यक्तीच्या ब्रेनचा बॅक अप घेऊन तो सुध्दा फीड करता येतो. अन् एकदा वाचलं, की ते स्मृती चीपमध्ये कायम स्वरूपी फीड होतं.’’

‘‘म्हणजे तो आम्हाला ओळखेल, असं समजायला हरकत नाही. सगळ्या चिप्स ब्लँक असत्या, तर आम्हाला तरी ओळखलं असतं की नाही, शंकाच होती.’’

‘‘सर, तसं कसं होईल? ब्रेनचा बॅक अप घेऊन तो सुध्दा फीड करता येणं, हे सुध्दा सुमारे पन्नास वर्षांपूर्वीपासून करता येतंय.’’

‘‘मला सांग, मेंदुरोपण शस्त्रक्रिया यशस्वीपणे झाली, की विराज आत्तासारखा मतिमंद राहणार नाही ना?’’

‘‘नाही. नक्कीच मतिमंद राहणार नाही. माझ्याकडे टेस्टेड आर्टिफिशियल ब्रेन स्टॉकमधे आहे. आधी विराजच्या सर्जरीची तारीख ठरवू. सर, तुम्हाला मी नंतर भेटून तारीख सांगतो.’’ डॉ. दिनकर

‘‘अरे, तू कशाला, मी येईन की तुला भेटायला इथे.’’

‘‘सर, विराजच्या आईच्या हातचे पोहे अन् चहा मला हवा असला, तर मलाच तुमच्याकडे यावं लागेल.’’

''दिनू, तू अवश्य ये; पण माझ्याच हातचे पोहे अन् चहा मिळेल.''

''का?''

''तो चार वर्षांचा असतांनाच त्याची आई त्याला कंटाळून घर सोडून गेली. त्याची आजी आणि मीच त्याचे पालक. वडिलांनी परगावी जाऊन दुसरा संसार थाटलाय. त्यांनी आमच्याशी संबंध ठेवले नाहीत.''

''ओह! सॉरी सर. मला काहीच माहीत नव्हतं.''

''दिनकर, माझी एवढीच इच्छा आहे, की विराज खूप बुध्दिमान बनावा. त्याच्या आई वडिलांनी त्याला स्वीकारण्याकरता धडपड करावी अन् विराजनं त्यांना नाकारावं.''

''सर, तुमच्या इच्छेचा पहिला भाग आपण पूर्ण करू. दुसरा भागही घडण्याची दाट शक्यता आहे. पण तिसऱ्या भागात - विराजनं त्यांना नाकारावं यात त्याच्या आईवडिलांवरची तुमची नाराजी दिसतेय. सर, हेट द सिन नॉट द सिनर हे जिझसचं सुवचन तुम्हीच आम्हाला शिकवलं आहे.''

''खरंय. महात्मेच ते. बोलतात तसं वागतातही. आपल्यासारख्या सामान्यांना तसं वागणं जमत नाही.''

''सर, मी सर्जरीची तारीख कळवतो. मला पंचवीस तीस सर्जन्सची तरी मदत घ्यावी लागेल.''

''ठीक आहे. साधारण किती खर्च येईल?''

''सर, खर्चाची सगळी जबाबदारी माझी. तुम्ही तो विचार करू नका.''

''तो प्रकाश आणि तू एकाच माळेचे मोती आहात. ठीक आहे.''

- - - - - - - - -

महिन्यानंतर एका सकाळीच विराजला घेऊन आजी आणि आजोबा आपापल्या काठ्या टेकत टेकत त्या सुपर स्पेशालिटी हॉस्पिटलच्या पायऱ्या चढून आले. आजोबांपेक्षा आजीचं

चालणं जास्त कष्टप्रद होतं. शरीराच्या वेदनांपेक्षा मनावर झालेल्या खोलवर घावामुळे झालेली जखम जास्त वेदनादायी होती. मतिमंद मुलाला सोडून सून निघून गेली. आणि मुलानेही स्वतःचे मतिमंद मूल सत्तरीच्या आई वडिलांच्या फाटक्या झोळीत टाकून स्वतःचा दुसरा संसार थाटला होता.

डॉ. दिनकरने आजी - आजोबांना एका स्पेशल रुममधे थांबायला सांगितलं.

"सर, इथे दाखल झाल्यावर पंधरा तास वेगवेगळ्या टेस्ट होतील. अन् या सर्जरीलाही खूप वेळ लागणार आहे. उद्या सकाळी सहा वाजता सर्जरीला सुरुवात केली, तर सर्जरी पूर्ण व्हायला रात्रीचे एक दोनही होतील. तुमची जेवणाखाण्याची, चहापानाची सगळी व्यवस्था इथेच केली आहे. बेल वाजवली की सिस्टर येऊन तुम्हाला हवं नको ते पाहतील. मी सर्जरीत बिझी असेन, त्यामुळे तुम्हाला अटेंड करू शकणार नाही." असं न्हणून डॉ. दिनकर पळालाच. विराजचा ताबा एका सिस्टरने घेतला होता. तिच्या मदतीने डॉक्टरांनी त्याला अँनेस्थेशिया दिला.

इकडे आजी- आजोबा मनात अस्वस्थ होते. त्यांच्याजवळ असलेल्या एकुलत्या एक नातवाचा मतिमंदपणा ही एकमेव चिंतेची गोष्ट होती. दोघांनाही एकच चिंता जाळत होती. रणांगणातून सुनेचं पलायन आणि मुलानं दोघांना अडचणीत सोडणं, ही शल्यं त्यांच्या मनाला बोचत होती. बाकी त्यांची मुलगी सुखाच्या राशीत लोळत होती. मुलीचा मुलगा अन् मुलगी मजेत होते. पण शेवटी जावयाचं पोर अन् हरामखोर. म्हणजे ओढा सगळा तिकडेच.

"कसला विचार करताय एवढा?" खिडकीतून एकटक बाहेरच्या तारेवरील चिमणीकडे पहात असलेल्या आजोबांना आजीनं विचारलं.

"हा भिंतीवर टांगून ठेवलेला पंखा कसा फिरतोय, ते पहातोय."

"करा माझी मेलीची थट्टा."

"थट्टा नाही गं! अगं, कसला विचार करणार? राहून राहून दोनच विचार मनात घोळत असतात. एक आपला विराज, अन् दुसरं …" आजोबा.

''नका करू चिंता विराजची अन्....'' आजी.

''अगं! एवढं मोठं ऑपरेशन विराजचं, पण जवळ ना आई, ना बाप. कसलं विचित्र नशीब घेऊन जन्माला आलाय पोरगा. जन्मानंतर चार वर्षांतच आईनं पलायन केलं. नंतर दोन वर्षातच बापानं पाठ फिरवली.''

''पण त्याचे आजी आजोबा आहेत ना खंबीर त्याला घडवायला. आई गं SSS.''

''काय झालं? या विषयाचा त्रास होतो ना?''

''हं SSS! सकाळपासून पडलेली नाही ना! जरा आडवी होते. देवा पांडुरंगा! तुलाच रे डोळे आहेत.''

''माझ्या आधीच्या दोन पिढ्यांमधे कुणीही मतिमंद नव्हतं. मग हा जीन कुठून आला विराजमधे? अन् आपण मुलावर संस्कार करायला कुठे कमी पडलो? रतन कसा काय विराजला सोडून चंदिगडला गेला? बरं, गेला तो गेला अन् तिथे दुसरा संसारही थाटला.''

''अहो, तुम्ही फार विचार करू नका हो. विसरा ते सगळं.'' आजी.

''विसर म्हणणं सोपं आहे गं. पण तुला तरी विसरता येणं शक्य आहे का?'' आजोबा.

''या पाच-सहा वर्षांत, म्हणजे रश्मी घर सोडून गेल्यापासून तुम्ही किती हाय खाल्लीत.'' आजी.

''अन् तू? तू काय कमी लावून घेतलंस मनाला? रतननं तिकडेच पंजाबी मुलीशी लग्न केल्याचं कळाल्यावर डोळ्याचं पाणी खळत नव्हतं तुझं.'' आजोबा.

''आपलं जाऊ द्या हो. निम्मी लाकडं स्मशानात गेली आपली. या विराज बाळाचं कसं होईल आपल्या पश्चात, हीच चिंता मला.'' आजी.

''ज्यांनी बाळाची काळजी करायची, ते जळगाव आणि चंदिगडमधे मजेत राहत आहेत. अन् आपण मुलावर भार टाकून निश्चिंत मनाने बोलावण्याची वाट पहायची, तर आपण

अडकलोय विराजच्या संगोपनात.'' आजोबा.

''बाकी, तुमचे विद्यार्थीच खरे उपयोगी पडतात हं.'' आजी.

''हो ना. तो प्रकाश साधा रिक्षा ड्रायव्हर आहे. पण त्याला असलेली वर्दी सोडून आपल्याकडे आला.'' आजोबा.

''इतकंच नाही, तर आपल्याला आत इथं सोडलं. आपलं सगळं सामान घेऊन आला.'' आजी.

''पैसे द्यायला लागलो, तर म्हणतो कसा, माझ्या आई वडिलांकडून मी कधीतरी पैसे घेतले असते का?'' आजोबा.

''आणि हा डॉ. दिनकर. किती डॉक्टरना बोलावून हे ऑपरेशन करतोय. कमी का खर्च आला असेल त्याला.''

''पण या ऑपरेशनचा एक रुपयाही घेत नाहीये.'' आजोबा.

''आणि आपला रमेश! मेल्यानं विराजचीसुध्दा एका शब्दानं विचारपूसदेखील केली नाही. स्वतः जाऊन बसला चंदिगडला. रश्मी तर परक्याचीच पोर. स्वतःच्या सुखापुढे दोघांना का SSS ही दिसत नाही.'' आजी.

दोन संपूर्ण दिवस आजी आजोबा त्या रूममधे म्हटलं तर आरामात, म्हटलं तर अस्वस्थ होते. म्हाताऱ्यांचीच झोप! पण रात्री दोघांनाही झोप लागत होती. तिसऱ्या दिवशी केव्हातरी पहाटे ऑपरेशन संपलं. पण विराजला रिकव्हरी रुममधे सतत अंडर ऑब्झर्वेशन ठेवलं होतं. सकाळी उठल्यावर आजी आजोबांना चहाच्या कपाबरोबर ती सुखद बातमी कळाली. दोघांचीही मनं आनंदानं थुईथुई नाचू लागली. चला ऑपरेशन तर यशस्वी झालं! पुढचं पुढे.

रिकव्हरी रूममधे असलेल्या, ॲनेस्थेशियाच्या प्रभावाखालील विराजचं दर्शन घडवून परत त्या रूममधे आणलं. हा निद्रिस्त विराज वेगळाच वाटत होता.

ब्रेन सर्जरी होऊन वर्ष उलटलं. विराज शाळेत नुकताच जाऊ लागला होता.

एक दिवस सरस्वती विद्यालयाचे परचुरेसर आजोबांना भेटायला आले. आजोबा त्याच विद्यालयातून सेवानिवृत्त झाले होते.

''सर, विराजला या वर्षी चौथीच्या परीक्षेला बसवून पुढच्या वर्षी पाचवीत प्रवेश घेता येईल. असं करायचं का?''

''का बरं? वयाच्या मानाने मागच्या वर्गात आहे म्हणून असं सुचवता का?''

''सर, ते एक कारण आहेच. पण इतर मुलांपेक्षा त्याचा अभ्यास जास्त तयारीचा आहे. शिवाय...''

''मग पाचवीचे शिक्षकही असंच म्हणतील. त्याला सातवीच्या परीक्षेला बसवतील.''

''सर, गैर काय त्यात ? त्याची कुवत जर एका वर्षात दोन, तीन इयत्ता करण्याची असेल तर काय हरकत आहे?''

''तुम्ही सायकॉलॉजीत शिकला असाल, We learn swimming in winter and skating in summer. खरं आहे ना ते?''

''म्हणजे काय सर? मला कॉलेजमधेही या वाक्याचा अर्थ कळाला नव्हता.''

''मग तुमच्या सरांना अर्थ विचारला नाही का तेव्हा?''

''कॉलेजमधे सरांची खूप भीती वाटायची. या शाळेत नोकरीला लागल्यावर तुमचे आणि विद्यार्थ्यांचे आपुलकीचे संबंध पाहिले, अन् ठरवलं, की मी पण विद्यार्थ्यांच्या गळ्यातला ताईत बनेल.''

''बरं, त्याचा अर्थ असा की, आपण खरं म्हणजे उन्हाळ्यात पोहायला शिकतो. पण हिवाळ्यात सगळ्या अवयवांची हालचाल विशिष्ट क्रमाने घडवणे स्नायू शिकतात. एकप्रकारे बकाबका खाणे व नंतर निवांतपणे रवंथ करणे याच्याशी साम्य आहे.''

‘‘अस्सं होय. पण विराज खूप बुध्दिमान आहे. तो सगळं सहज कव्हर करेल.’’

‘‘बरंय, तुमच्या म्हणण्याप्रमाणे एक प्रयत्न अवश्य करू.’’

अशाप्रकारे विराजचं शिक्षण बाय लीप्स अँड बाऊन्ड्स सुरू झालं.

पण---

पहिल्याच वर्षी सहामाही परीक्षेला तो बसला नव्हता. शाळेतून प्रगतिपुस्तक मिळाल्यावर तो कॉलनीत सगळ्यांना दाखवत सुटला.

‘‘मी परीक्षेला बसलो नव्हतो, तरी नंबर चाळीस पैकी चाळीस.’’

‘‘अरे तुझा नंबर चाळीसावा आहे. हा सगळ्यात शेवटचा नंबर आहे.’’ आबा.

‘‘परीक्षेला बसलो नाही, म्हणून मार्कस् सगळ्यात कमी मग नंबर सगळ्यात जास्त कसा? मार्कस् कमी तर नंबर कमी, मार्कस् जास्त तर नंबर जास्त हवा.’’ विराज

‘‘अरे, मार्कस् सगळ्यात जास्त असतील तर नंबर पहिला असतो.’’ आबा.

‘‘आबा, एक रुपया, एक मार्क, एक सफरचंद, कमी. दोन, पाच, चाळीस जास्त. खरंय ना?’’ विराज.

‘‘हो.’’ आबा.

‘‘मग पहिला क्रमाक चांगला की चाळीसावा क्रमांक चांगला?’’ विराजचा बिनतोड सवाल.

पहिला क्रमाक का चांगला, हे समजावून सांगतांना आबांना खूप रक्त आटवावं लागलं. तरीही क्रमांक द्यायची ही पध्दत चुकीची आहे असं तो म्हणतच राहिला.

असंच दहावीत असतांना तो तणतणत घरी आला.

‘‘आबा, सायकल रेसमधे मी पहिला आलो तरी मला प्राइझ दिलं नाही.’’

''असं कधीही होणार नाही आपल्या शाळेत.''

''खरंच आबा. मी सायकल रेसमधे सगळ्यात पुढे होतो, पण सगळ्यात मागे असलेल्या मुलाला प्रथम क्रमांक जाहीर केला.''

''कोणती सायकल रेस होती?''

''स्लो सायकलिंगची. खरंच मी पहिला आलो होतो आबा.''

पुन्हा त्याची समजूत काढता काढता नाकी नऊ आले.

पितामह भीष्मांनी आपल्या नातवंडांची समजूत काढण्यापेक्षा डोळ्यांवर कातडं ओढून घेणं पसंत केलं. या पितामहांना मात्र डोळ्यांवर कातडं ओढून घेता येणं शक्य नव्हतं. पण ते हतबल होते. स्वतःची मनगटं चावण्याशिवाय ते काही करू शकत नव्हते.

आजोबांना आपल्या दिवट्याचे शब्द आठवत होते.

''अजून या सगळ्या चिप्सचं सुसूत्रीकरण केलं जात नाही. ही चव चांगली, ती चव वाईट. हा स्पर्श प्रेमळ तो स्पर्श त्रासदायक. रिडिंग बिटविन द लाईन्स त्याला जमणार नाही. शब्द फसवे असतात हे समजणार नाही.''

कॉमनसेन्स नसलेला अत्यंत कुशाग्र बुध्दिमत्ता असलेला, एकपाठी विद्यार्थी म्हणून, विराज ओळखला जाऊ लागला.

विराज खूप बुध्दिमान बनावा ही आजोबांची एक इच्छा तर पूर्ण झाली. त्याच्या आई वडिलांनी त्याला स्वीकारण्याकरता धडपड करावी अन् विराजनं त्यांना नाकारावं या इच्छा पूर्ण होतील की नाही, हे काळच ठरवेल.

५

मात

डॉ अनघा केसकर

वयाच्या पासष्टाव्या वर्षीही रवीभाऊंना नेहमी शांत झोप लागते. पण कालची रात्र मात्र याला अपवाद ठरली. त्यांच्या रक्ताच्या नातवाचं त्यांच्या जीवनतत्त्वज्ञानाला छेद देणारं वागणं त्यांना बेचैन करून गेलं होतं. आत्ताही पक्ष्यांच्या आवाजानं जाग आल्याबरोबर त्यांच्या मनात नचिकेतचाच विचार आला.

देशभरातून अनेक माणसं आजवर इथे आपल्या फार्मवर आली, नैसर्गिक शेतीचे आपले प्रयोग पाहून दिपून गेली. आपल्या तिन्ही मुलांनी कधी आपल्या प्रयोगांना आव्हान दिलं नव्हतं. थोरामोठ्यांचे फार्मिंगचे की-टर्न प्रोजेक्ट्स स्वतः घेत असून, त्यासाठी पंचक्रोशीत नाव कमावलं असून ते आपला शब्द मानतात. आणि हा मिसरूड फुटलेला, आपला लाडका नचिकेत त्याला आव्हान देतो म्हणजे काय? 'आजोबा, निसर्ग बिसर्ग ठीकै हो, पण माणसानं निसर्गाचे नियम बदलवले त्याला आपण काय करू शकतो? यातून मार्ग काढायचा तर आपल्याला आपली व्यूहरचना बदलायला हवी. भले मग ती तुमच्या शास्त्रात बसणारी असो किंवा नसो. एण्ड रिझल्ट महत्त्वाचा.' किती धीटपणे त्यानं स्वतःचं म्हणणं लावून धरलं होतं!

मनावर संयम ठेवायचा, नचिकेतवर रागवायचं नाही असं रवीभाऊंनी स्वतःला बजावलं.

घरात जाग आल्याची चाहूल लागली तरी त्यांना आज उठावंसं वाटत नव्हतं. अपमानित, पराभूत झाल्यासारखं वाटत होतं. कुणाला तोंड दाखवायलाच नको वाटत होतं. नचिकेत लहान असताना उठल्याबरोबर तो आजोबांच्या अंथरूणात शिरायचा. रत्नाबाईंविषयी त्याला कितीही माया असली तरी, आजीपेक्षाही तो आजोबांना चिकटायचा. कोवळ्या हातांची मिठी घालून त्यांना जागं करायचा. उठल्यापासून त्याला बाहेर शेतातून भटकायला जायचं असायचं. त्याचे आईवडील-शरयू आणि शशिकांत-नचिकेतचं ऐकायचे नाहीत म्हणून हा लबाड आजोबांना लाडीगोडी लावायला यायचा. मग कसंबसं त्याला दूध प्यायला लावून रवीभाऊ त्याला शेतात न्यायचे.

पुरुषभर उंचीच्या झुडुपातली बुलबुलांची घरटी त्यांनीच नचिकेतला दाखवली होती. नारळाच्या झावळ्यांना बुलबुल कसे लोंबतात, त्यातले किडे कसे वेचून खातात हे ही रवीभाऊंनीच त्याला दाखवलं होतं. एका वर्षी शेतामध्ये उंदरांचा उपद्रव व्हायला लागला होता. वाडीतल्या नारळाच्या झाडांवर चढून ते नारळ पोखरायला लागले होते. तेव्हा रवीभाऊंनी रवीला निरीक्षण कसं करायचं याचा वस्तुपाठ दिला होता.

''नचि, आज आपण एक खेळ खेळुया. उंदीर कुठे बिळं बनवताहेत ते शोधून काढूया. ज्याला जास्त बिळं सापडतील तो जिंकला. तू जिंकतोयस का मी, बघूया.'' रवीभाऊ त्याला म्हणाले होते.

''पण उंदराचं बीळ कसं असतं ते तुम्ही मला आधी दाखवा, त्याशिवाय मी कसा शोधणार? एकदा मला समजलं, की मी तुम्हाला हरवून टाकीन.'' नचिकेतनं म्हटलं होतं. वाडीमधे मोठ्या माणसांतच कायम वावर असल्याने असेल कदाचित पण, लहानपणापासूनच नचिकेतचा शब्दसंचय मोठा होता. त्याची बोलण्याची ढब, हातवारे करायची रीत यामुळे माणसं त्याच्यावर खूष व्हायची. आणि याची त्याला लहान वयातच कल्पना होती.

रवीभाऊंनी नचिकेतला उंदराचं पूर्ण झालेलं बीळ दाखवलं, तसंच उंदराची बिळं बांधायची पध्दतही समजावून सांगितली.

उंदरानं अर्धवट केलेल्या एका खळग्यापाशी येऊन तो नचिकेतला दाखवत रवीभाऊ म्हणाले होते, ''हा उथळ खळगा पाहिलास? हा उंदरानं केलाय. उंदीर पहिल्या झटक्यात बीळ बांधत नाहीत. कोणी आपलं घर मोडेल का, तोडून टाकेल का, आपल्याला मारेल का, याचा आधी ते अंदाज घेतात.''

''पण आजोबा, हे तुम्हाला कसं समजलं?'' त्याचा हा चौकस प्रश्न ऐकून रवीभाऊ आनंदले होते. माणसाच्या मनात कुतूहल असलंच पाहिजे. का, कसं, केव्हा हे प्रश्न मनात यायला हवेत आणि ते माणसानं विचारायलाच हवेत, तरच त्याला प्रश्नांची उत्तरं सापडतात, हे रवीभाऊंचं लाडकं मत होतं. आपला नातू या वयापासूनच असे प्रश्न विचारतो याचा तेव्हा रवीभाऊंना केवढा आनंद वाटला होता!

''त्यासाठी आजूबाजूला काय चाललंय ते नीट लक्ष देऊन पहावं लागतं. आपण इथे गप्प बसून राहू. मग बघ काय गंमत दिसते ते.''

त्या दिवशी अर्धा तास चुपचाप बसून राहिल्यावर दबकत दबकत एक उंदीर आला होता. रवीभाऊंनी नचिकडे पाहून, तोंडावर बोट ठेवून काहीही न बोलायची खूण केली. तोही बेटा गप्प राहिला. उंदीर आला त्यानं डावीकडे आणि उजवीकडे मान फिरवून पाहिलं. समोर पाहिलं. काहीच दिसलं नाही तेव्हा बीळ खोल करायला सुरवात केली. मोत्याचा भुंकण्याचा आवाज आला, तसा उंदीर पळाला.

''तुला काय लक्षात आलं?''

''उंदराला फक्त डावीकडे, उडवीकडे आणि समोर पाहता येतं. त्याची मान मागे वळू शकत नाही. आणि कोणाचीही चाहूल लागली की तो जिवाच्या भीतीनं पळतो.'' नचीनं त्याचं निरीक्षण अचूक सांगितलं.

''आता, आपण जर इथे आपली टाच ह्या अर्धवट झालेल्या बिळावर ही अशी घासली'' त्या खळग्यावर आपली टाच घासत रवीभाऊ क्षणभर थांबले आणि पुढे म्हणाले, ''तर पुन्हा इकडे आल्यावर उंदराला आपला वास येतो आणि तो बीळ पुरं करतच नाही. म्हणूनच असे खळगे आपल्याला ठिकठिकाणी दिसतात.'' मोठाले डोळे करून पाहणाऱ्या नचिकेतला रवीभाऊंनी सांगितलं होतं.

पुढचे कित्येक दिवस मग दोघांचं उंदरांच्या बिळांचा शोध घेणं चालू होतं. उंदराला पाठीमागचं पाहता येत नाही म्हणून बिळाच्या मागच्या बाजूला एखाद्या झाडावर घुबडासाठी इंग्रजी टी आकाराच्या पट्ट्या बसवायलाही नचिकेतनं आजोबांना मदत केली होती. घुबडं तिथे बसून उंदरांवर त्याच्या न कळत कशी झडप घालतात, ते रवीभाऊंनीच नचिला दाखवल होतं. उंदरांचा सुळसुळाट कमी झाला, तेव्हा रवीभाऊंनी नचिकेतला शाबासकी दिली होती.

नंतर त्यानं साप आणि मुंगूस पाहिले होते. सापांना आपण नाही मारायचं, मुंगुसांचं ते खाद्य आहे म्हणून मुंगूस सापाला आणि साप उंदरांना खातील, हे निसर्गचक्र आहे, वगैरे गोष्टी यथावकाश रवीभाऊंनी त्याला शिकवल्या होत्या. चिमण्या आपलं धान्य खातात म्हणून त्यांना मारायचं नाही; त्या धान्याबरोबर किडींनाही खातात आणि आपल्याला मदत करतात. कीटकनाशकांचा वापर करण्याऐवजी आपण शेताच्या बांधांवर उग्र वासाची झुडुपं लावायची आणि पिकाच्या वाफ्याशेजारून लाल भोपळ्याचे वेल न्यायचे, म्हणजे त्यांच्या खरखरीत केसाळ पाना-देठांवर किडे आपोआप अडकतात. या सर्व गोष्टी नचिकेतला आपणहून थोड्याच कळल्या होत्या! आजोबांबरोबर रोजच्या चकरा मारताना ते आपोआप आत झिरपलं होतं.

पूर्वी आनंद देणाऱ्या या आठवणी रवीभाऊंना आत्ता छळत होत्या. त्यांच्या मनात काहुर उठले होते. मनात येत होतं,

'आता तोच नचिकेत आपल्याला काही शिकवू पाहातोय. तेही आपल्या जीवनपध्दतीशी, विचारधारांशी विसंगत असं! निसर्ग आपल्याला भरभरून देत असतो. आपण एक दाणा लावला की, त्या एका दाण्यातून कणसामध्ये शेकडो दाणे निर्माण होतात. पण, माणसाची हाव जास्त आहे. त्याला शेकडो दाण्यांऐवजी हजारो, लाखो दाणे हवे असतात. मग तो निसर्गाला वाकवायला, बदलायला बघतो. रासायनिक खतं, कीटकनाशकं वापरायला पाहतो. निसर्गाचा तोलच बिघडवून टाकतो. हे माझे तळमळून सांगितलेले विचार नचिकेतनं कितीतरी वेळा ऐकलेत. त्याच्यावर त्याचीही श्रध्दा आहे असं मला वाटत होतं. आता ते विचार तो विसरला? तो असं कसं वागू शकतो? पण पुढे काय होणार आहे याचा रागरंग फार वर्षांपूर्वीच आपल्या लक्षात आला नव्हता का? इतकी वर्षं नचिकेत तसलं काही बोलला नाही म्हणून आपणच गाफील राहिलो.'

नचिकेत दहावीची परीक्षा पास झाला होता तेव्हाचा प्रसंग रवीभाऊंना आठवला. आणि त्या प्रसंगाशी जोडलेला त्याही आधीची नचि- नुपूरच्या लहानपणची घटनाही आठवली.

......

वाडीत खेळत असलेल्या नुपूरचा श्वास लागला तेव्हा ती आणि नचिकेत बरोबर होते. त्यानं नुपूरला कसंबसं कडेवर उचलून घेतलं नि रडत ओरडत तो घराच्या दिशेनं धावला. सकाळपर्यंत हसती खेळती असलेली मुलगी एकाएकी अशी आजारी कशी झाली कोणाला समजेना. अवघा सहा वर्षांचा असलेला नचिकेत रडकुंडीला आला होता, कासावीस झाला होता. नुपूरला कसलीतरी जबरदस्त ॲलर्जी आहे असं डॉक्टर रेग्यांनी सांगेपर्यंत कोणाच्या जीवात जीव नव्हता. तिच्या चिमुकल्या हाताला गाजरगवताची नाजूक फुलं चिकटलेली रेग्यांनी पाहिली आणि कशाची ॲलर्जी आलीय त्याविषयी त्यांना शंका राहिली नाही.

नुपूरला गाजरगवताचीच ॲलर्जी आहे हे नंतर सिध्दही झालं. डॉक्टर रेग्यांनी सांगितलं की त्यावर काही उपाय नव्हता. फक्त पेशंटला गाजरगवतापासून दूर ठेवायचं हा एकच उपाय होता. म्हणून शरयू नुपूरला घेऊन तिच्या भावाकडे मुंबईला दोन महिने राहिली होती. संपूर्ण वाडीत गाजरगवताविरुध्द शशिकांतनी मोहीमच उघडली. सगळी वाडी पिंजून काढली. एवढासा नचिकेत, पण तोही त्यात सामील झाला. त्यालाही अपाय होईल म्हणून त्याच्या आजीचा जीव टांगणीला लागला होता, पण बेट्यानं ऐकलं नव्हतं. एवढा आटापिटा करूनही कित्येक वर्षं गाजरगवत येतच राहिलं. त्याचं बी खतातून यायचं, वाऱ्यावरून यायचं आणि बघता बघता उगवून यायचं. कशाकशाला तुम्ही थोपवणार? जरा जरी गवताशी संपर्क आला की नुपूरला श्वासाचा ॲटॅक यायचा. स्लीपिंग ब्यूटीमधल्या राजकन्येप्रमाणे हिला जपणार तरी किती? पुढे नुपूर शाळेत जायला लागल्यावर तर विचारूच नका. रस्त्याच्या कडेला उगवलेल्या गाजरगवतामुळे अधून मधून ती आजारी पडायची. या गाजरगवताचा समूळ आणि सबीज नायनाट करायचा अशी तेव्हाच नचिकेतनं मनाशी खूणगाठ बांधली होती. पण हे तो कोणाजवळ बोलला नव्हता.

दहावीची परीक्षा झाल्यावर त्यानं सायन्स साइडला जाण्याचा निर्णय घेतला तेव्हाही त्याच्या मनात तोच विचार होता. नचिकेतला मार्क चांगलेच होते. कुठल्याही कॉलेजमध्ये सायन्स साइडला प्रवेश मिळण्याइतके चांगले. पण रवीभाऊंसकट घरातल्या सर्वांना नचिकेतनं बी. कॉम व्हावं असं वाटत होतं. म्हणजे त्याला घरच्या शेतीत जास्त लक्ष देऊन पदवीही

पदरात पाडून घेता आली असती. पण नचिकेत कुणाचंच ऐकायला तयार नव्हता. नचिकेत सहसा एवढा हट्टाला पेटायचा नाही. म्हणून त्यामागचा नचिकेतचा हेतू समजून घेण्यासाठी रवीभाऊ त्याच्या खनपटीलाच बसले.

कृषिविद्यापीठातून जे ज्ञान मुलांना दिलं जातं ते फार पुस्तकी असतं, त्याच्यावर पाश्चिमात्य लोकांच्या विचारांचा पगडा आहे आणि म्हणून ते शाश्वत शेतीला मारक आहे, असा रवीभाऊंचा ठाम विश्वास होता. अनेक वेळा, कारणपरत्वे त्यांनी त्यांची मतं बोलून दाखवली होती. आपण आपल्या मुलांना लहानपणापासून जे शेतीविषयक ज्ञान दिलं आहे तेच सर्वांत चांगलं आणि भारतीय मातीतलं शेतीविज्ञान आहे अशी त्यांची खात्री होती. आणि म्हणूनच नचिकेत स्वतःच्या हेतूविषयी काहीही बोलायला धजावत नव्हता. पण नाइलाज झाल्यावर त्यानं त्याच्या मनातलं खरं कारण बोलून दाखवलं होतं.

''आजोबा, मला शास्त्र शाखेलाच जायचंय. त्यानंतर मी बीएस्सी ॲग्री करणार आहे. जमलं तर त्यात पुढे आणखी शिकणार आहे, संशोधन करणार आहे.'' रवीभाऊंच्या नजरेला नजर भिडवून नचिकेतनं सांगितलं होतं.

''अरे, आपण इथे जे प्रयोग करतो त्याहून संशोधन काय वेगळं असतं मला सांग. आपण निसर्गाकडून शिकत शिकत जे यशस्वी प्रयोग केले, ठोकताळे बसवले, त्याला संशोधन नाही तर काय म्हणायचं? कित्येक मंडळी आपल्या फार्मवर आपलं तंत्रज्ञान शिकायला येतात.''

''पण आजोबा तुमचा विरोध का माझ्या संशोधनाला? मला जे करायचंय ते इथे मला शिकता येणार नाहीये.''

''का येणार नाही?'' रवीभाऊंनी आणि शशिकांतनी एकदमच त्याला विचारलं.

नचिकेतनं रवीभाऊंच्या नजरेला नजर देत म्हटलं, ''कारण, मला गाजरगवत सबीज नाहीसं करायचा उपाय शोधायचा आहे. त्याचं बीजच मरून जाईल असं केलं तर सुंठीवाचून खोकला जाईल. नुपूर आणि नुपूरसारखी अनेक माणसं त्यामुळे सुखाने श्वास घेऊ शकतील. त्यासाठी जे काय करायला लागेल ते तुम्ही मला करू देणार आहात?'' नचिकेतनं दोघांनाही प्रश्न विचारला होता.

''कधीच नाही. ते माझ्या तत्त्वात बसत नाही.'' रवीभाऊंनी ताडकन उत्तर दिलं होतं.

''नुपूरची अवस्था तुम्ही पाहिली आहेत. आणि तरीही असं म्हणताय? गाजरगवताचा त्रास होणारी आपली नुपूर एकटी नाहीये. असे कितीतरी लोक आहेत. त्यांच्या भल्यासाठी मला हे काम करायचंय.''

''नुपूरबद्दल तुला प्रेम वाटतं याचा मला आनंदच आहे. माझीही ती नात आहे. पण म्हणून निसर्गाच्या कारभारात ढवळाढवळ करणं मला मान्य नाही. तसं करणं चूक आहे. एखादी स्पेसी नाहिशी करणं हा गुन्हा आहे माझ्या दृष्टीनं. परमेश्वराचा केलेला गुन्हा.''

'मनुष्याच्या भल्यासाठी काही करणं, यात कसला आलाय गुन्हा? आजोबा, तुम्ही फारच ताणून धरता. काय हरकत आहे गाजरगवताची बीजं नाहीशी करायला? शिवाय गाजरगवत कोणत्या प्राण्यासाठी सोयीचं आहे मला सांगा. अशी एखादी उपद्रवी स्पेसी मेली तर मेली. त्यानं काही आभाळ नाही कोसळणार.''

रवीभाऊंच्या कानातून वाफा निघायला लागल्या होत्या. चेहरा रागाने तांबडालाल झाला होता. त्या वेळी दोघांच्या वादात मग शशिकांतनं हस्तक्षेप केला होता. त्याची बिचाऱ्याची पंचाइत झाली होती, वडीलही आपलेच आणि मुलगाही आपलाच. जिच्यासाठी नचिकेत संशोधनाच्या गोष्टी करतोय ती मुलगीही आपल्याच पोटची. म्हणून तो म्हणाला होता,

''भाऊ, याला म्हणतात बाजारात तुरी नि भट भटणीला मारी. आत्ता नची फक्त अकरावीला प्रवेश घेतोय. चार पाच वर्षांत तो विसरूनही जाईल सगळं. तुम्ही काय त्याच्या बोलण्याकडे इतकं लक्ष देताय? अजून तो लहान आहे. भाबडा आहे.दिल्ली तो बहोत दूर है.''

त्या दिवशी तरी वाद तिथेच थांबला. ठरवल्याप्रमाणे नचिकेतनं शास्त्रशाखेलाच प्रवेश घेतला. गाजरगवताचा विषय घरात सर्वांनीच वर्ज्य करून टाकला होता. नचिकतेनंही तो विषय चुकूनसुद्धा काढला नाही, पण याचा अर्थ तो त्याच्या मनातून गेला होता असं नाही ना! को ण जाणे, कदाचित शशिकांतलाही त्याच्या लेकाचंच म्हणणं पटलं असेल.

अंथरूणावर कूस बदलता बदलता रवीभाऊ त्यांच्या विचारात कुढत होते. इतक्यात त्यांच्या कानावर नचिकेतचा आवाज आला.

....

रात्रभर नचिकेतच्या डोळ्याला डोळा लागला नव्हता. आजोबांना दुखवायची त्याची अजिबात इच्छा नव्हती, पण परिस्थितीच अशी आली होती की त्यांना नाराज केल्याशिवाय पुढे जाताच आलं नसतं. त्यांचा आधी रागेजलेला आणि नंतर हताश झालेला चेहरा नचिकेतच्या डोळ्यांसमोर आला. पोटात तुटल्यासारखं झालं. मनात आलं, 'लहानपणापासून यांनी किती लाड केलेत आपले. खाण्यापिण्यापासून ते गोष्टी गंमती सांगून, आपला सवंगडी होऊन ते आपल्याशी खेळले होते. क्रिकेटमधे खोटं खोटं आऊट होऊन त्यांनी कायम आपल्याला बॅटिंग दिलं होतं. चेंडूमागे पळायचं त्यांचं वय तरी होतं का? पण तरी आपली बॅटिंगची हौस भागवण्यासाठी तासन् तास त्यांनी फिल्डिंग केली होती. सूरपारंब्या कशा खेळायच्या ते शिकवलं होतं.'

पहिलीत गेल्यापासनं शाळेच्या पहिल्या दिवशी नचिकेतकडे त्याचा कोऱ्या पुस्तक वह्यांचा संच तयार असायचा. पुस्तकं आणून त्याला कव्हरं घालून, नक्षीदार लेबल चिकटवून त्यावर आजोबा सुवाच्य अक्षरात नाव, इयत्ता घालायचे. देवासमोर दप्तर ठेवून नमस्कार करायला लावायचे आणि मगच शाळेत धाडायचे.

गीतेचे संस्कृत शब्दोच्चार त्यांनीच घटवून घेतले होते. तात्या पंतोजी पध्दतीनं आणि अस्सल मराठी उच्चारात का होईना, इंग्रजीचं व्याकरण त्यांनीच घटवून घेतलं होतं. टीचरनी दिलेले शास्त्राचे प्रकल्प घरी करताना बाकी कोणीही मदत केलेली नचिकेतला चालायची नाही. फक्त आजोबांनाच त्याचे मूड सांभाळत, त्याला चुचकारत सर्व गोष्टी करून घ्याव्या लागत. जरा कुठे काही बिघडलं, की हा भोकाड पसरायचा, कांगावा करायचा. ती सर्व थेरं आजोबांनीच चालवून घेतली होती.

कधी पोट बिघडलं, ताप आला तरी आजोबांनी त्याच्या दिमतीला असलं पाहिजे हा त्याचा हट्ट असायचा. आई रागावली तरी नचिकेत हट्ट सोडायचा नाही आणि रवीभाऊ घरातल्यांना गप्प करून त्याच्या उशाशी बसून राहायचे. त्याला गाणी म्हणून दाखवत, चित्रं दाखवून गोष्टी सांगत.

बालपणच्या त्या रम्य आठवणी आत्ता नचिकेतला त्रासदायक वाटत होत्या. त्याच्या अपराधी मनाला जाब विचारत होत्या. सकाळी उठल्याबरोबर आजोबांचा राग काढायचा असं ठरवल्यानंतरच त्याला डुलकी लागली होती.

नचिकेतला जाग आली तेव्हा स्तोत्र गुणगुणल्याचा आजीचा आवाज येत होता. म्हणजे पाच वाजून गेले असणार. थोडा वेळ पांघरूणात पडून राहण्याचा त्याला मोह झाला. तो थोडा वेळ लोळत राहिला. पण आजीची करुणाष्टकं सुरू झाली आणि त्यातली आळवणी ऐकल्यानंतर नचिकेतला पडून राहवेना. आपल्या या वागण्यानं सर्व घरदारच कानकोंडं झालंय हे त्याला आत्ता प्रकर्षानं जाणवलं. आजीला मिठी मारून, आपली माया तिच्यापर्यंत पोचवावी अशी त्याला ऊर्मी आली. तो उठला आणि रत्नाबाईंच्या कमरेला हातांचा सैलसा विळखा घातला. नचिकेतच्या त्या अवचित कृतीनं रत्नाबाई भेलकांडल्यासारख्या झाल्या.

''अरे अरे, पारोशानं येऊन मिठी मारायला तू आता लहान आहेस का रे? माझी आंघोळ झालीय.'' नचिकेतचे कमरेभोवतीचे हात सोडवत त्या म्हणाल्या.

''आजी ग. मी कितीही मोठा झालो तरी तुमच्यासमोर आलो की मी लहानच होतो ग.'' रत्नाबाईंच्या पदराचा शेव तोंडावरून फिरवत नचिकेत लाघवीपणे म्हणाला.

''ते दिसलंच ना काल. तू कसला बाबा लहान? खूप मोठा झाला आहेस. अगदी आपल्या आजोबांना शहाणपणा शिकवण्याएवढा. तुला कोण आता लहान म्हणेल?'' खिन्नपणे रत्नाबाईंनी स्वतःच्या मनातली खदखद बोलून दाखवली. नचिकेतचा चेहरा कसनुसा झाला.

''आजी, तुला पण असं वाटतं? आजोबांच्या मनाविरुध्द वागायला मला काय मजा वाटतेय? पण माझ्या मनाला जे योग्य वाटतंय ते मी करतोय. अग, मला स्वतंत्र बुध्दी आहे आणि ती मी वापरतोय. विचार करण्याची सवय मला आजोबांनीच लावली. म्हणून माझी बुध्दी स्वतंत्र झाली. आता ती मी वापरू नये असं म्हणणं बरोबर आहे का?''

''तुमच्या वादात मला ओढू नकोस. तू नि तुझे आजोबा काय ते पाहून घ्या. मला वेडीला तुमची तत्त्वं, तंत्रं, तत्त्वांसाठी केलेला हेकेखोरपणा काही समजत नाही.''

''आईबाबा पण हेच म्हणताहेत कालपासनं. आता तू पण.. तुम्ही कोणीच मला समजून घेणार नाही आहात का?''

''बरं ते राहू दे. अजून ते उठले का नाहीत ते बघ. तू उठवायला गेलास तर कदाचित त्यांचा राग शांत होईल.''

''आजो अजून उठले नाहीत? त्यांची तब्येत बरी आहे ना?''

''तूच बघ जा.''

''मी जातो त्यांना उठवायला, पण आजी, तुला एक गोष्ट सांगू का? आपण सगळेच अधूनमधून अर्जुन असतो. आप्त स्वकीयांच्या विरोधात जावं की न जावं, या मानसिक गोंधळात सापडलेले. आजोबा मला कदाचित क्षमा करणार नाहीत. पण प्लीज, तुम्ही तरी निदान माझ्याबद्दल आकस धरू नका. शेवटी आपला आपल्यालाच निर्णय घ्यावा लागतो. अप्रिय असला तरी...''

एवढं बोलून तो रवीभाऊंच्या खोलीच्या दिशेने गेला. रत्नाबाई त्याच्या पाठमोऱ्या उंच्यापुऱ्या आकृतीकडे पाहात पुटपुटल्या, 'काय होणारै कोण जाणे!'

......

''आजो, आज तुम्हाला बरं नाहीयै का? बाहेर फटफटलं, पक्षांचा चिवचिवाट सुरू झाला तरी तुम्ही अजूनी अंथरूणातच?'' नचिकेत विचारत होता. त्याच्या त्या 'आजो' या संबोधनानं आणि काळजीयुक्त प्रश्नानं रवीभाऊंना थोडं बरं वाटलं. या मुलाच्या मनात कालच्या प्रकाराविषयी काहीही किल्मिष नाही, आपणच उगीच नाही नाही ते विचार करून स्वतःला कष्टवत राहिलो, असं मनात येऊन अपराधीपणाची सूक्ष्म भावनाही मनात आली.

''नाही रे. मी बरा आहे, पण जरा लोळत पडावंसं वाटलं. मी चटकन आवरतो. मग आपण जाऊ आपल्या फेरफटक्यावर. आजीला तेवढा चहा करायला सांग. मी आलोच.'' अंथरूणावर उठून बसत रवीभाऊ म्हणाले.

''आजीनं चहा केलाय. तिनंच मला पाठवलं तुम्ही काय करताहात ते पहायला आणि उठवायला.'' नचिकेत उत्तरला.

'म्हणजे, याला आपली गैरहजेरीही जाणवली नाही?' या विचारानं रवीभाऊ पुन्हा थोडे खट्टू झाले.

नचिकेत आणि रवीभाऊ मळ्यात फेरफटका मारायला निघाले तेव्हा रोजच्यासारखा नचिकेतशी संवाद साधणं रवीभाऊंना अवघड जात होतं. त्यांना वाटलं, कदाचित नचिकेतला आपल्या मनस्थितीची कल्पना आलेली नसावी. पण तोही गप्पच होता थोडा वेळ.

चिकूच्या बागेत येईपर्यंत ते मुकाट्याने चालले होते. चिकूच्या झाडाच्या फांद्यांची नुकतीच छाटणी झाली होती. एका झाडाच्या छाटलेल्या फांदीवरचा छेद वेडावाकडा होता. त्या झाडाशी रवीभाऊ थांबले. झाडाच्या उघड्या पडलेल्या जखमी भागावरून त्यांनी हळूवारपणे कुरवाळल्यासारखं केलं.

''मी किती वेळा महादू-कृष्णाला सांगितलंय, की फांदी कापायची झाली तर धारदार करवतीनं आणि सफाईदारपणे कापायला हवी. पण हे लोक निष्काळजीपणे अशा जखमा करतात. एखाद्या कुशल सर्जनप्रमाणे करवत चालवायला हवी, नाहीतर झाडं धसका घेतात. हे पाहिलंस का, खोडापासून किती दूर कापलंय ते. आता जखम भरून आली तरी बेढब खुंट वाढेल याचा. या जखमेतून जंतूंचा प्रादुर्भाव झाला तर? नचि, छोटी करवत आणतोस जरा?'

''हो. आलोच मी. तुम्ही थांबा इथे.'' असं बोलून नचिकेत निघाला.

नचिकेतनं रवीभाऊंचं हे रूप अनेक वेळा पाहिलं होतं. तरी प्रत्येक वेळी त्यांच्या वृक्षप्रेमाचं त्याला आश्चर्य वाटायचं. जाधवांच्या घरात सर्वच जण वृक्षप्रेमी होते. अगदी दोन्ही काका आणि आत्यासुध्दा भाऊंच्या पठडीत तयार झाले होते. पण रवीभाऊंचा जीव जसा झाडांसाठी तळमळायचा तसा बाकी कोणाचा तळमळताना नचिकेतला दिसला नव्हता. नचिकेतच्या मनात आलं, 'निसर्गावर इतकं प्रेम करणाऱ्या या माणसाशी काल आपण इतक्या निष्ठूरपणे निसर्गाविषयी बोललो?'

पण दुसऱ्या मनानं लगेच समर्थनं पुरवायला सुरवात केली. दुसरा काही इलाजच नव्हता ना आजोबांना पटवायचा. नुपूरचा त्रास त्यांनीही पाहिलाच होता स्वतःच्या डोळ्यांनी. म्हणून मग मला चीड आली आजोबांच्या हट्टीपणाची.

नचिकेतच्या डोळ्यांसमोर कालचा प्रसंग उभा राहिला.

गाजरगवताचा इतकी वर्षं वर्ज्य असलेला विषय आपण काढला. ते सर्व पिकामधे फोफावतं, पिकांना पुरून उरतं हे आजोबांनी पाहिलं नाहीयै का? एकेका फुलात हजारो बिया! अहीम ही रावणाच्या रक्ताच्या थेंबातून निर्माण होणाऱ्या राक्षसांच्या सेनेप्रमाणे! अनेकांना त्याची ॲलर्जी आहे, ते नाहीसं करण्याचा गेली कित्येक वर्षं सर्व लोक प्रयत्न करताहेत. रॉकेल वापरलं, जाळून पाहिलं, उपटून कुजवायचा प्रयत्न केला. पण काय झाला त्याचा उपयोग? काहीही करा हे आपलं नव्या जोमानं जिथे तिथे उभंच, आपल्याला खिजवत. ते काही नाही. याच्यावर जालीम उपाय करायलाच हवा. सुदैवानं ऑर्‌गॅनिक केमिस्ट्रीवाला सुनील आणि जेनेटिक इंजिनीअरिंगवाला शिवलाल आपल्याला भेटले नि त्यांच्याशी आपली गट्टी झाली.

गाजर गवत नाहीसं करणं आजोबांना पसंत नाही, म्हणून गाजरगवताची स्पेसीज नाहीशी करायऐवजी तिच्यात बदल करायच्या दृष्टीनं आपण विचार केला. या मित्रांबरोबर त्या दृष्टीनं प्रयोग सुरू केले आणि तेच रवीभाऊंना काल आपण नि सुनील-शिवलालनी सांगायचा प्रयत्न केला. हां, आता त्यासाठी जेनेटिक बदल करावे लागले असते, पण सुधारित स्वरूपातलं गाजर गवत तर राहणार होतं. गाजरगवतामधली काही जनुकं सेग्रिगेट करून ट्रान्सजेनिक प्लांट बनविण्यासाठी शिवलालचं प्रोजेक्ट प्रपोजल त्याच्या गाइडनी ॲप्रुव्ह केलंय. त्या दृष्टीनं कामाला सुरवातही झालीय. आणखी पुढे जाण्याआधी आजोबांना हे सांगायला हवं होतं, नाहीतर ते दुखावले गेले असते. आधीच सांगितलं म्हणजे त्यांच्या मनाची तोवर तयारी होईल. आमच्या आयुष्याचं ते मिशन आहे, हे त्यांना पटवता येईल.

उपद्रवी गाजरगवतापासून खत आणि निरुपद्रवी गाजरगवताची लागवड अशा दोन्ही गोष्टी आपण करू इच्छितो, असं सांगितलं की रवीभाऊंच्या विरोधाची धार कमी होईल असं वाटल्यामुळेच त्याविषयी उत्साहानं आजोबांशी बोलायला नचिकेत तयार झाला होता. काल त्यांच्या मनसुब्यांची आणि संशोधनाच्या दिशेचीच माहिती उत्साहानं नचिकेतनं रवीभाऊंना सांगितली होती. रवीभाऊ लगेच मान्य करणार नाहीत हे नचिकेतलाही माहीत होतं. पण ते इतका विरोध करतील, त्रागा करतील 'माझे संस्कार फुकट गेले' असं म्हणतील, याची मात्र त्याला अपेक्षा नव्हती.

''आमचं संशोधन हे मानव जातीच्या हिताचं आहे, याची आम्हाला खात्री आहे. अंतिमतः जे मानवाच्या हिताचं, ते आपण केलंच पाहिजे, या हेतूनं आम्ही हा प्रकल्प हाती घेत आहोत.'' सुनीलनं त्यांना किती शांतपणे समजावून सांगितलं.

काही वेळा, रवीभाऊही अगदी हट्टीपणा करतात. त्यांनी मुलांना लंबचौडं लेक्चर दिलं. 'मानवाच्या हिताचं ते चांगलं, हे तुम्हाला कोणी सांगितलं? माणसाइतका स्वार्थी प्राणीच नाही. जगण्याचा हक्क माणसाइतकाच प्रत्येक प्राणीमात्राला आणि वनस्पतीला आहे. माणसाच्या स्वार्थीपणामुळेच, निसर्गाला ओरबाडण्यामुळेच, ही आजची भयानक परिस्थिती आली आहे. तेव्हा माणसाच्या हिताचं तुणतुणं मी ऐकून घेणार नाही.' ते म्हणाले होते.

गाजरगवताच्या जवळ गेली तरी स्वतःची नात कशी तडफडते ते आजोबांनी पाहिलं आहे, तरी आजोबा असं कसं वागू-बोलू शकतात! नचिकेतच्या मस्तकात शूळ उठला.

रविभाऊंच्या या माऱ्यामुळे सुनील काही मिनिटं गप्पच झाला. पण तरी धीर करून तो बोलला, ''आजोबा, नैसर्गिक खतं तुम्हीही वापरता ना? उपद्रवी गाजरगवतापासून उत्कृष्ट खत होऊ शकेल. त्या पाचोळ्यात विशिष्ट प्रमाणात लिंबोण्या, शेळीच्या लेंड्या आणि उरलेले अन्नपदार्थ, विशेषतः पिष्टमय पदार्थ मिसळले आणि बॅक्टेरिया सोडले की उत्तम खत तयार होतं. माझे त्यावर प्रयोग चालू आहेत. आणि सुधारित निरुपद्रवी गाजरगवताची लागवड व्यावसायिक पध्दतीनं सुरू होईल. मी उगीच हवेतले महाल नाही बांधत. आमचे प्रयोग चालू आहेत आणि त्याचे अपेक्षित रीझल्ट्स मिळताहेत.'' एवढं बोलून सुनीलनं नचिकेतकडे मदतीच्या अपेक्षेनं पाहिलं.

''आजोबा, आम्ही ही स्पेसी नामशेष करत नाही आहोत. तिला ह्युमन-फ्रेंडली करतोय. एखादी स्पेसी समजा शास्त्राच्या मदतीनं बदलली, तिच्यातली उपद्रवी जनुकं नाहीशी केली, तर काय मोठा उत्पात होणार आहे?'' नचिकेतनं त्याला पुस्ती जोडली.

''थोडे जेनेटिक बदल करून नव्या स्वरूपात ती वाढवताही येईल. तिची उपयुक्तता पटली तर आपोआपच लोक तिची मोठ्या प्रमाणावर लागवड करतील.'' सुनीलनं ही नवी शक्यता बोलून दाखवली आणि आजोबा खवळलेच.

''बाजार, मागणी, पुरवठा यापलीकडे दुसरे काही निकष नाहीतच का? याला काय म्हणतात माहीतै? दुखण्यापेक्षा उपाय भयंकर. नचि, तुझ्यावर मी केलेले संस्कार तू विसरलास. इतके दिवस तू गप्प होतास, तेव्हा मला वाटलं की तुझ्या डोक्यातून हे गाजरगवताचं वेड गेलंय. पण नाही. उलट तुझ्या शिक्षणानं तुला आणखी बिघडवलंय. मला वाटत होती ती भीती खरी ठरलीय. तुझ्याकडून माझी ही अपेक्षा नव्हती. निसर्गचक्र सांभाळायचं, निसर्गाशी स्पर्धा न करता त्याच्यापुढे नतमस्तक व्हायचं, त्याच्या नियमांचा आदर करायचा हे मी तुला शिकवत आलो. आणि आज तू...'' बोलता बोलता भावनातिरेकानं रवीभाऊंचा आवाज कापरा झाला, चेहरा विदीर्ण झाला, तेव्हा या दोघा मित्रांनी आपलं बोलणं आवरतं घेतलं होतं.

''आजोबा, निसर्गाशी मानवानं केव्हाच खेळ सुरू केलेत. आपण ते चक्र उलटं फिरवू शकत नाही. आपण 'निसर्ग' 'निसर्ग' म्हणत राहिलो, तर मागे पडू. नव्हे, आपण मागे आहोतच ते आणखी मागे जाऊ.'' आजोबांना चुचकारायला नचिकेतनं त्यांचा हात हातात घ्यायचा प्रयत्न केला तेव्हा रवीभाऊंनी त्याचा हात झटकून टाकला.

आत्ता त्यांच्याशी काहीही बोलण्यात अर्थ नाही हे नचिकेतच्या लक्षात आलं. पण, आज ना उद्या आपण त्यांना आपल्या बाजूला वळवू शकू अशी आशा त्याला वाटत होती. रवीभाऊंना पटलं नाही तरी नचिकेत त्याच्या संशोधनाचा नाद सोडणार नव्हता. पण रवीभाऊंची संमती मिळाली असती तर त्याच्या मनावरचं ओझं उतरणार होतं. त्यांना दुखवून कोणतीही गोष्ट करणं नचिकेतला टाळायचं होतं. बदलत्या काळाप्रमाणे माणसानं आपल्या विचारांना, तत्त्वज्ञानालाही मुरड घालायला हवी, असं त्याचं स्पष्ट मत होतं.

विचारांच्या नादात नचिकेत घराच्या आऊटहाऊसपर्यंत आला. अवजारांच्या कपाटातून त्यानं छोटी धारदार करवत काढली. कडुलिंब नि गोमूत्राचं मिश्रण असलेल्या बुधल्यामधून थोडं मिश्रण एका करवंटीत काढून घेतलं आणि पुन्हा चिकूच्या बागेच्या दिशेनं निघाला. रवीभाऊ एकेक झाड पाहात पार दुसऱ्या टोकाला पोचले होते.

''आजोबा ही फांदी मी कापू की तुम्ही कापताय?'' नचिकेतच्या या प्रश्नानं तो आल्याचं रवीभाऊंच्या लक्षात आलं.

''इथे आणखीही काही झाडांना जखमा दिसताहेत. तिथल्या दोन झाडांकडे तू पहा. इथली तीन मी बघतो.''

नचिकेतनं झाडाच्या जखमी भागावर सफाईदारपणे करवत चालवली. बोटांनी त्याच्या पृष्ठभागावर चाचपून पाहिलं. हाताला तो गुळगुळीत लागला तेव्हा करवंटीतलं मिश्रण नव्यानं उघड्या पडलेल्या भागावर लावलं. दुसऱ्या झाडावर त्याचं काम चालू असताना रवीभाऊ त्याच्या जवळ येऊन त्याचं काम पाहू लागले. ज्या पध्दतीनं नचिकेत झाडावर करवत चालवत होता, जखमेवर जंतूनाशक द्रावण लावत होता ते पाहून रवीभाऊंना समाधान वाटल्याचं त्यांच्या चेहऱ्यावर वाचता आलं असतं. नचिकेतला ते समजलं. आता तरी ते आपल्याशी कौतुकानं काही बोलतील असं नचिकेतला वाटलं, पण तोंडातून कौतुकाचा एकही शब्द न काढता ते गप्प राहिले.

नंतर रवीभाऊंची पाळी आली. अलीकडे त्यांचे हात काम करताना थोडे थरथरायचे. पण तरीही इतक्या वर्षांची हाताची सवय आणि कसब यामुळे कोणतंही काम ते सफाईदारपणे करायचे. त्याचा प्रत्यय नचिकेतला अनेक वेळा आला होता. रवीभाऊंचं हस्तलाघव पाहून त्यांना लाडीगोडी लावण्यासाठी तो सहजपणे म्हणाला,

''आजोबा, तुमच्याइतकं सफाईदार काम मला अजून जमत नाही. तेवढं कसब अंगात यायला मला किती जन्म काढावे लागतील कोण जाणे!''

''राजा, त्यासाठी झाडाविषयी प्रेम असावं लागतं. आपल्या मुलाच्या जखमेवर मलमपट्टी करताना जितक्या काळजीपूर्वक, न दुखवता आपण काम करतो ना, तेवढ्या काळजीनं मग आपसुख आपले हात चालतात.''

''आजू, माझंही झाडांवर प्रेम आहे. कदाचित तुमच्याइतकं नसेल पण..''

''प्रेम आहे, पण मुलासारखं नाही. भाच्यासारखं, पुतण्यासारखं आहे. ते जेव्हा मुलासारखं होईल ना तेव्हा.. पण मी हे तुझ्याशी का बोलतोय? तुझ्या दृष्टीनं तुझा आजोबा आता कालबाह्य झालाय. त्याचे विचार खुळचटासारखे आहेत.''

''आजोबा, मला असं काहीच वाटत नाहीयै आणि हे तुम्हालासुध्दा माहीत आहे. तुमची

काही स्वप्नं होती, ती पूर्ण करताना तुम्हाला अनेकांनी वेड्यात काढलं. पण अखेर त्यांना तुमचं म्हणणं पटलं. मीही तुमचाच नातू आहे. माझ्या मनाला जे पटतंय ते करण्यासाठी मी धपडतोय. त्यासाठी तुमचे आशीर्वाद असावेत अशी माझी इच्छा होती. त्यानं माझी कामाची उभारी वाढली असती. पण तसं होणार नाहीसं दिसतंय. इट्स ओके. आपण आपापल्या वाटांनी जाऊया. पण माझं तुमच्यावरचं प्रेम कमी झालं, असा अर्थ मात्र तुम्ही काढू नका. तुम्ही तसा तो काढणार नाही याची मला खात्री आहे.'' असं बोलून नचिकेत रवीभाऊंच्या पायाशी वाकला.

अभावितपणे आशीर्वादासाठी रवीभाऊंचा कंप पावणारा हात त्याच्या डोक्यावर स्थिरावला. न कळत तोंडून शब्द बाहेर पडले, ''सुखी हो. यशस्वी हो.''

''आज जेवण करून मी जातोय. आम्हाला एका ट्रस्टने दीड एकराचा जमिनीचा तुकडा दिलाय. त्यावर आमच्या मनातलं शिवार उभारतोय. एका प्रसिध्द फार्मा कंपनीनं आम्हाला डिंग पुरवलंय. काल तेच सांगायसाठी सुनील, शिवलाल आणि मी आलो होतो. तुम्हाला न सांगता हे काम सुरू करणं मला शक्य नव्हतं. तुम्हाला दुखवल्याबद्दल मला क्षमा करा. पण माझाही नाइलाज आहे. माझ्या कामात यश मिळाल्यावरच मी परत येईन.''

नचिकेत मागे वळून न पाहता, झपझप पावलं टाकत घराकडे गेला. रवीभाऊ कितीतरी वेळ निरुद्देशपणे पराभूत मनाने वाडीत फिरत राहिले. त्या दिवशी त्यांना नचिकेत पुन्हा दिसला नाही. त्याच्या सामानाचा टेम्पो हालला त्याचा आवाज मात्र दूरवर जाईपर्यंत रवीभाऊंच्या कानावर पडत राहिला.

......

वनस्पतीच्या नैसर्गिक गुणधर्मांचा अभ्यास करून औषधं शोधली जातात. गाजरगवताचे गुणधर्म म्हणजे चिवटपणा आणि फोफावण्याचा वेग. या गुणधर्मांचा उपयोग करून घेता येईल का, याविषयी नचिकेतचं इंटरनेटवर वाचन चालूच होतं. गाजरगवताशी संकर करून एखाद्या पिकाची रोगप्रतिकारक शक्ती वाढवता येऊ शकेल, किंवा एखादं कीटकनाशक बनवता येईल का हेही नचिकेत तपासून पहात होता. संशोधन तीन अंगांनी होणं गरजेचं होतं, असं त्याच्या लक्षात आलं. एक म्हणजे गाजरगवतातल्या रसायनांचं पृथःकरण करणं. ते काम सुनीलनं सांभाळायचं होतं. दुसरं म्हणजे गाजरगवतामधे अंतर्भूत असलेल्या

जनुकांचं मॅपिंग करून निरुपद्रवी आणि उपद्रवी जनुकं शोधायची आणि उपद्रवी जनुकं सेग्रिगेट करता येतात का ते पाहणं. ती जबाबदारी शिवलालवर होती. तिसरं म्हणजे, अशा सुधारित गाजरगवताची उपयुक्तता तपासणं. हे काम नचिकेत करणार होता. त्याचा पायलट प्रोग्रॅम सुरू झाला.

एकदा का निरुपद्रवी सुधारित जात तयार करण्यात यश आलं, की सगळीकडे फोफावलेलं उपद्रवी गाजरगवत नष्ट करण्याची मोहीम उघडता आली असती. गाजरगवत उपद्रवी असूनही इतक्या वर्षांत त्याचं समूळ उच्चाटन होऊ शकलं नाही. कारण, हातांनी ते काढायचं तर बऱ्याच लोकांना त्याची ॲलर्जी आहे आणि प्रत्येक शेतकरी फक्त आपल्या शेतापुरतं कसंबसं गवताविरुध्द रान उठवतो. पुन्हा पुढच्या मोसमात बाहेरून त्याची बीजं शेतात येऊन पडतात. म्हणजेच, रस्त्याच्या कडेचं, माळरानावरचं आणि शेतांमधलं गाजरगवत एकाच वेळी नाहीसं केलं, तर त्याचं उच्चाटन होऊ शकेल. कुठल्याही गोष्टी समाजसेवा म्हणून करायची लोकांची वृत्ती नसते. त्यातून व्यक्तीला काहीतरी फायदा मिळाला, भरघोस फायदा मिळाला तर आणि तरच ती व्यक्ती मनापासून ते काम करते हे वास्तव आहे. थोडक्यात, गाजरगवताविरुध्द मोहीम उघडायची तर लोकांना मोटिव्हेशन मिळालं पाहिजे आणि यंत्राच्या साहाय्याने ते उपटायची मोठ्या प्रमाणावर काळजी घेतली पाहिजे. यांत्रिक, रासायनिक, आणि जैविक उपाययोजना एकाच वेळी राबवायला हव्यात. त्याला सांक्रृतिक आणि सामाजिक परिमाण द्यायला हवं.

जर गाजरगवताची उपयुक्तता पटली तर त्याचं व्यावसायिक मूल्य वाढेल. म्हणजेच त्यापासून काहीतरी उपयुक्त पदार्थ बनवला गेला पाहिजे. त्या पदार्थाच्या उत्पादनानंतर नफ्याची मार्जिन समाधानकारक असली पाहिजे. समजा उपटलेलं आणि जंतूविरहित केलेलं गाजरगवत कुजवून, किंवा रासायनिक कीटकनाशकांच्या वापराऐवजी त्यात कडुलिंबाच्या लिंबोण्यांसारखं नैसर्गिक जंतूनाशक मिसळून त्याचं खत केलं तर आणि त्याला बाजारभाव मिळतोय हे कळलं तर, एखादी ॲग्रोबेस्ड कंपनी त्यामधे रस घेईल. असं झालं तर उपद्रवी गाजरगवताचा नायनाट आणि सुधारित गाजरगवताची लागवड अशा दोन्ही गोष्टी साध्य होतील.

आपापल्या परीनं तिघं मित्र झटत होते. महिन्या-दोन महिन्यांनी एकत्र येऊन, चर्चा करत होते. प्रयोगातल्या चुकांचं परखडपणे विश्लेषण करत होते. कित्येकदा निराश होण्यासारखी

परिस्थिती निर्माण झाली. एकमेकांना धीर देत, चुचकारत त्यांची मार्गक्रमणा चालू होती.

नचिकेत गेला त्याला गेल्या महिन्यात अडीच वर्ष पूर्ण झाली. दिवाळीच्या वेळी किंवा घरच्या कार्याच्या वेळी तो घरी यायचा. गेल्या वर्षी त्यानं येताना आजोबांसाठी छानसा हूडवाला विंडचिटर आणला होता. त्यांना आवडतात म्हणून कंदी पेढे आणले होते. इतरांप्रमाणेच रवीभाऊ त्याच्या येण्याची वाट पाहात असायचे. पण न बोलता, मुकाट्यानं. त्याच्या प्रयोगाचं काय झालं, त्याला यश येतंय की नाही, तो निराश तर नाही ना झाला, असे विचार त्यांच्या मनात यायचे पण काहीच कळायला मार्ग नव्हता. त्याच्या वागण्यातून, देहबोलीतून काही समजतंय का हे चाचपायचा ते प्रयत्न करायचे. घरात कोणीच त्याच्या कामाविषयी रवीभाऊंशी बोलायचे नाहीत. अगदी रत्नाबाईही नचिकेतच्या कामाबाबत काही ताकास तूर लागू देत नव्हत्या. शशिकांताशी नचिचं कायम काहीतरी गुफ्तगु चालायचं. फोन यायचे, चर्चा व्हायच्या, पण रवीभाऊ आसपास दिसले की, शशिकांत घरगुती विषयांकडे वळायचा. पावसापाण्याच्या, क्रिकेट मॅचच्या नाहीतर राजकारणावरच्या गोष्टी सुरू व्हायच्या. कोणाला विचारावं तरी पंचाइत. रवीभाऊंनी स्वतःच्या हातांनीच ती संवादवाट बंद केली होती ना!

नचिकेतच्या खुशालीच्या बातम्या कोणाकडून तरी रवीभाऊंना कळायच्या. क्वचित कधीतरी त्यानं फोन केलेला असताना रवीभाऊ तिथे असले आणि त्यांनी बोलायची तयारी दाखवली तर त्यांच्याशी बोलायचाही. पण दोघंही घरगुती गप्पा मारून वेळ निभावायचे, जेवढ्यास तेवढं बोलायचे. 'आजो' 'आजो' असं संबोधन यायचं बोलण्यात. रवीभाऊही अनवधानाने 'सोन्या-राजा' म्हणून जायचे. पण गप्पांमधला पूर्वीचा मनमोकळेपणा, शेतीवरच्या पीकपाण्याच्या गप्पा आता थांबल्या होत्या.

आज सकाळी दुसरा चहा घेऊन रत्नाबाई आल्या तेव्हा रवीभाऊ शेतातली फेरी संपवून बंगल्याबाहेरच्या कोचावर टेकले होते.

रत्नाबाईंनी चहाचा ट्रे टीपॉयवर ठेवला आणि त्याही समोरच्या सोफ्यावर बसल्या. घरात दोन दोन कर्त्या सुना असून रत्नाबाई कधी सकाळी निवांतपणे चहा प्यायला बसलेल्या रवीभाऊंनी पाहिल्या नव्हत्या. ज्याअर्थी आज बाईसाहेब येऊन बसल्या आहेत, त्याअर्थी काहीतरी विशेष बोलायचं आहे याचा रवीभाऊंना अंदाज आला. प्रश्नार्थक मुद्रा करून त्यांनी रत्नाबाईंकडे पाहिलं. त्यांनी पतीची नजर चुकवली.

‘‘मी काय म्हणतेय, आता जरा सबुरीनं घ्या. आपले आता किती दिवस राहिलेत? कशाला वादविवाद आणि चर्चा करायच्या? आता आपण चार घास खायचे नि हरीहरी करत स्वस्थ बसायचं.’’ रत्नाबाईंनी संदिग्धपणे बोलणं सुरू केलं. काहीतरी गंभीर बाबीविषयी आता ही आपल्याला सांगणार आहे हे रवीभाऊंच्या लक्षात आलं. काल रात्री उशिरापर्यंत घरची मंडळी नचिकेतशी फोनवरून बोलत होती. त्याचे आवाज त्यांना अंथरूणावर पडल्या पडल्या ऐकू येत होते. ‘त्याच्याविषयीच नक्की काहीतरी असणारय. माझ्या मनाची तयारी करण्यासाठी ही धडपड दिसतेय.’ त्यांच्या मनात हे विचार क्षणार्धात येऊन गेले.

‘‘तू पाहते आहेस ना, मी अलीकडे कोणाशी जास्त बोलतो तरी का? चर्चा आणि वाद तर केव्हाच संपलेत. उगीच प्रस्तावना नको. काय विचारायचंय ते थेट विचारून टाक.’’ सावधपणे ते उद्गारले.

‘‘काल रात्री म्हणे नचिचा फोन आला होता.’’

‘‘म्हणे? कोण म्हणे? आणि काय ग, काल रात्री तू पण तिथेच होतीस ना?’’

‘‘ते महत्त्वाचं नाहीये. तुम्हाला कळणारच आज उद्या काय ते. मी फक्त आधी कानावर घालतेय.’’

‘‘ऐकतोय मी. बोल.’’

‘‘नचि आणि त्याचे ते मित्र काहीसं काम करत होते ना, ते पूर्ण झालंय. काल कोणी पेपरवाले त्यांच्याकडे गेले होते म्हणे विचारायला. कदाचित आज...’’

रत्नाबाई बोलत असतानाच वर्तमानपत्र आलं. वर्तमानपत्र टाकणारा पोऱ्या तोंडभरून हसला नि म्हणाला,

‘‘आजोबा, नचिदादानं नाव काढलं. फोटु आलाय पेप्रात.’’

पहिल्याच पानावरचा नचिकेतचा आणि त्याच्या मित्रांचा हसरा फोटो त्यानं रवीभाऊंना दाखवला. रत्नाबाई रवीभाऊंच्या शेजारी उभ्या राहून पेपरमधे डोकावल्या.

त्या फोटोखाली ठळक शब्दात बातमी होती.

गाजरगवतावर अखेर मात!

तीन मराठी मुलांना गाजरगवताची नवी उपयुक्त जात निर्माण करण्यात यश आलं आहे. औषधनिर्माण क्षेत्रात आणि शेतीक्षेत्रात त्यानं क्रांती होणार आहे असं तज्ज्ञांचं मत आहे. असंख्य नवी शेतीपयोगी आणि औषधोपयोगी उत्पादनं निर्माण करण्याची श‌क्यता या नव्या जातीमध्ये आहे. या नव्या जातीचं पेटंट घेण्यासाठी संबंधित आंतरराष्ट्रीय संस्थेकडे अर्ज केलेला आहे. प्रयोगशाळेत झालेल्या यशस्वी चाचण्यांनंतर, काही निवडक इच्छुक लोकांवर औषधांची चाचणी चालू आहे. ज्यांना चाचणी सँपलमधे सहभागी होण्याची इच्छा आहे त्यांनी खालील नंबरवर संपर्क करावा.

रवीभाऊंची काय प्रतिक्रिया असणार आहे या भीतीने रत्नाबाई त्यांच्याकडे पाहात होत्या.

रवीभाऊंनी ती बातमी तीनदा वाचली. नचिकेतच्या यशानं मोहरून गेलेलं त्यांचं पराभूत मन, त्यांच्या तत्त्वाच्या पायमल्लीनं कासावीस झालेलं रत्नाबाईंना जाणवलं. रवीभाऊंच्या खांद्यावर त्यांनी हलकेच हात ठेवला.

''अभिनंदन. आजीबाई अभिनंदन. नातवानं पेपरात नाव छापून येण्याइतका पराक्रम केलाय. या मुलाचं तोंड गोड करा.'' रवीभाऊंच्या बोलण्यात तिरकसपणा आहे का, रागेजला भाव आहे का हे पाहण्यासाठी रत्नाबाई सामोऱ्या आल्या. डोळ्यात विषाद, तोंडावर हसू आणि थरथरणारे ओठ...

रत्नाबाई पेपरवाल्या पोऱ्याच्या हातावर साखर ठेवण्यासाठी आतून साखर घेऊन आल्या. तो मुलगा गेल्यावर भाऊंच्या डावीकडच्या खुर्चीवर टेकल्या.

''मला माहीतै, तुम्हाला काय वाटतै ते. जिवाला त्रास करून घेऊ नका.''

''नाही ग. माझाही तो नातूच आहे. त्याच्या यशात मला आनंद आहे. जर तो अयशस्वी झाला असता, तर त्याची निराशा मला पाहवली नसती. तीन वर्षांमागे मी त्याच्यावर रागावलो, त्याला तोडून बोललो. पण आता माझ्या मनात त्याच्याविषयी राग नाही. तेव्हा माझंच चुकलं होतं. इतरांवर आपली तत्त्वं लादता येत नाहीत.''

''खरंय तुमचं. पाय पोळले म्हणून गावभर सतरंजी घालत फिरायचं नसतं, आपल्या पायात जोडे चढवायचे असतात.''

डोळ्यावर जमलेलं पाणी पुसण्यासाठी रवीभाऊंनी चष्मा काढला आणि आतल्या खोलीकडे तोंड करून जोरात हाक दिली,

''शशिकांत- शरयू सगळेजण बाहेर या. एक चांगली बातमी आहे.''

रवीभाऊंची हाक ऐकून आलेले शशिकांत, शरयू आणि नूपुर आश्चर्यचकित होऊन खोलीच्या दारातच थबकले.

६

ग्रँड 'मा'

अदिती जोशी

''काय कमी आहे तुला? का 'तिचा' शोध घ्यावासा वाटतो, सुख दुखतंय का?'' दिनेशभाई कडाडले.

''दादाजी, मला काही कमी नाही. पण तरी मला 'तिला' भेटायचे आहे.'' करुणा दबक्या आवाजात बोलली. तिच्या निळ्या डोळ्यातले आसू गोऱ्या गालावर ओघळले. आपले सोनेरी केस मागे सारत करुणा म्हणाली, डॅड असता तर मला नक्की घेऊन गेला असता.

दिनेशभाईंच्या तळपायाची आग मस्तकात गेली, ''डॅड असता तर त्याने काही तरी अजून नवी थेरं केली असती. तुझ्या आशादादीने फार लाडावला होता त्याला आणि तुझ्या बाबतीतही ती तसलीच चूक करत आहे.''आपला टॅबलेट उचलून वैतागलेले दिनेशभाई स्टडीरूममध्ये गेले.

आशाबेन चहा आणि कुकीज घेऊन आल्या तेव्हा करुणा मुसमुसत होती. रडताना लिझसारखेच करुणाचे नाक लाल होत असे. 'अगदी आईवर गेली आहे करुणा. आई-बापावेगळी पोर!' ह्या विचाराने आशाबेनला भरून आले - 'तळहातावरच्या फोडाप्रमाणे सांभाळली हिला. चार वर्षांपूर्वी कल्पेश - लिझच्या गाडीचा अपघात झाला तेव्हापासून

जास्तच. पण दिनेशभाई (दादाजी) जरा समजुतीने घेत नाहीत. ’ दुखणाऱ्या गुडघ्यांकडे लक्ष न देता आशाबेन कुकीज घेऊन रडणाऱ्या करुणा शेजारी कार्पेटवर बसून राहिली.

......

दुपारी दीक्षा-‘डी’ येणार म्हणून आशाबेनने घारी करायचा घाट घातला. सत्तरी जवळ आली तशी एवढ्या घाऱ्या बनवताना दमायला होत असे. पण डी, कल्पेशची क्लासमेट, लहानपणापासून घारीसाठी हटून बसायची. डी मेडिकलला गेली आणि कसल्या कसल्या अनेक डिग्र्या मिळवत राहिली. चाळिशी उलटली तरी संसाराच्या भानगडीत पडली नाही. डीची कल्पेश इतकीच आशाबेनशी पण गट्टी होती. कल्पेश नंतरही डी वेळात वेळ काढून आशाबेनकडे येत असे. स्पर्धेने भरलेल्या डी च्या जगात आशाबेनचे किचन ही हक्काची विसाव्याची जागा होती.

“मासी, तुझ्यासारखी घारी आमच्या घरी कुणी करत नाही.” डी म्हणाली.

“उगीच म्हणतेस. तुझ्या आईने एक वर्षी नवरात्रीला अख्ख्या गुजराती समाजासाटी घारी बनवल्या होत्या. तो काळच वेगळा बघ. तेव्हा न्यू जर्सीत फार गुजराती पदार्थ मिळत नसत.” डी पुढे चहा ठेवत आशाबेन म्हणाल्या.

“काय झालं मासी? तू जुन्या आठवणी सहसा काढत नाहीस. एव्हरीथिंग ओके?” डी ने आपल्या चष्म्याआडून नजर आशाबेनवर रोखत आश्चर्याने विचारले.

“ओके छे बेटा ओके! पण हल्ली करुणाने ‘डोनर’ ला भेटायचे आहे म्हणून हट्ट धरला आहे. म्हणजे हल्लीच्या टीनेजर मुलींसारखी ही उलट उत्तर ही देत नाही. नुसतीच घुम्यासारखी राहते, कधी बोललीच आणि आपण इतर काहीही बोलायला गेलं तरी गाडी शेवटी ह्याच विषयावर घसरते. नको वाटतं.”

“ती सोळा वर्षांची झाली ?”

“होईल पुढच्या महिन्यात. मग सेंटरला द्यावी लागेल तिला डोनरची माहिती. मला काहीच कळेनासे झाले आहे. ”

''काय कळेनासे झाले, मासी?''

''करुणा लिझ सारखीच दिसते, म्हणजे लिझचेच स्त्रीबीज असणार. मग डोनर का लागली लिझला? आधीच मला मेडिकल गोष्टी समजत नाहीत. त्यात तेव्हा दिनेशभाई इतके चिडले होते कल्पेशवर की मी कधी लिझ-कल्पेशकडे ह्या गोष्टीचा विषयही काढला नाही. ''

''मासी, अगं मला विचारायचं होतेस, इतकी वर्ष डोक्याला भुंगा लावून राहिलीस. कम्माल आहे तुझी. ''

''नाही गं, डोक्याला भुंगा-बिंगा नव्हता गं. जॉर्जच्या पाठीवर करुणा जगली ह्याचाच मला आनंद जास्त होता. त्यात लिझने तिचे नाव आपल्या इंडियन पद्धतीने ठेवले. करुणा मोठी होत गेली आणि करुणाबरोबर माझे विकेंडस् कसे गेले तेच कळले नाही. आता चार वर्षांपासून करुणा घरी राहायला आल्यावर तर मला इतके गुंतायला झाले की डोनर प्रकरण मी विसरूनच गेले. ''

''मासी, तुला आठवते करुणाच्या भावाला काय झाले होते?''

जॉर्जची आठवण आजही आशाबेनला कासावीस करायची. सात-आठ महिन्यांचा असताना अचानक त्याला गिळताना त्रास सुरू झाला. महिन्याभरात वजन वाढलेच नाही. हसरा रांगता बाळकृष्ण अचानक बसताना पडू लागला. त्याच्या स्नायूत जणू त्राण उरले नाही. हॉस्पिटलच्या वाऱ्या सुरू झाल्या. लिझला मदतीसाठी आशाबेन वारंवार जाऊ लागल्या. हळूहळू त्याला श्वास घ्यायला त्रास होऊ लागला. त्या अवघड दुखण्याशी चिमुकला जॉर्ज लढू नाही शकला.

''आठवते मला, त्याचे सगळे स्नायू, मांसपेशी कमजोर होऊन गेले.'' आशाबेन म्हणाली.

''हालचाल करण्यासाठी आपण खाल्लेल्या अन्नाचे ऊर्जेत रूपांतर करावे लागते आणि ती ऊर्जा मांसपेशीना मिळावी लागते. ती शक्ती निर्माण करण्यासाठी पेशीत मायटोकॉन्ड्रीया नावाचा भाग असतो. जॉर्जच्या मायटोकॉन्ड्रीया कुचकामी होत्या. त्याला मायटोकॉन्ड्रीयल डिसीज गटातील आजार झाला होता, मासी.'' डी ने खुलासा केला.

''काय गं एक एक नवे आजार! हा आनुवंशिक आहे का आजार? म्हणून लिझने डोनरचा निर्णय घेतला?''

''नवीन नाहीत गं हे आजार. हल्ली विज्ञानाच्या प्रगतीमुळे आपल्याला त्यांची कारणे अचूक कळतात एवढंच. लिझच्या घरी कुणाला हा आजार नव्हता. पण लिझच्या स्त्रीबीजात म्युटेशन घडले म्हणून पुढील पिढ्यात हा आजार येण्याची शक्यता होती.'' डी चे बोलणे आशाबेन ऐकत राहिली. ''लिझच्या मायटोकॉन्ड्रीयामधील डीएनए मध्ये दोष होता म्हणून स्त्रीबीज डोनर वापरावी लागली. ''

''तेच तर विचारते मी तुला आधीपासून जर डोनरचे स्त्रीबीज वापरले तर मग करुणा लिझसारखी कशी दिसते?'' स्त्रीबीज डोनरचे का लिझचे? आशाबेन गोंधळात पडली.

''दोघींचे!'' डी गंभीरपणे म्हणाली.

''कुणाचेही असू दे ग. शेवटी ती माझी नात आहे त्यामुळे माझी माया कमी नाही होणार पण नीट काय ते सांग. दोन स्त्रीबीजे असतील तर जुळे होईल ना.'' आशाबेन वैतागली.

''मासी, डोनरचे स्त्रीबीज घेतले पण त्याच्या केंद्रस्थानातील डीएनए काढून लिझच्या स्त्रीबीजातील केंद्रस्थानातील डीएनए त्यात घातले. संकरित असे एकच स्त्रीबीज वापरले. केंद्रस्थानातील डीएनए सगळ्यात महत्त्वाचा भाग, म्हणून लिझच खरी आई करुणाची आणि करुणा लिझसारखी दिसते. डोनरकडून करुणाला फक्त मायटोकॉन्ड्रीयामधील डीएनए मिळाले त्यामुळे तिच्यात जॉर्जसारखा मायटोकॉन्ड्रीया आजार आला नाही. त्याबाबतीत ती तिच्या डोनर आईसारखी आहे.'' डीने शक्य तितके सोपे करून सांगायचा प्रयत्न केला.

''म्हणजे करुणा दोन ऐवजी तीन पालकांची मुलगी आहे?'' आशाबेनच्या हातातील घारी चहात पडली.

''मासी, अंकल म्हणून तर इतके रागावले कल्पेशवर. दादाजींचा दत्तक घ्यायला विरोध नव्हता पण अशी प्रायोगिक, जोखमीची ट्रीटमेंट करून तीन व्यक्तींचे एक मूल होणे त्यांना पटत नव्हते. '' डीने सांगितले.

''दत्तक? ना ना! किती जोखीम पडली असेल लिझला? मी होते की दवाखान्यात मदतीला. मला कुणी सांगत नाही हे सगळं समजावून म्हणून अडाणी राहते मी. औषध-पाणी, बाकीची काळजी घेणं हे मला समजणारं तेवढं सगळं बरोबर सांभाळते मी.'' आशाबेन म्हणाली. आपल्याच घरातील एवढ्या मोठ्या घटना दिनेशभाईनी कधीच समजून सांगितल्या नाहीत ह्याबद्दल तिला खूप वाईट वाटले. नाजूक विषय म्हणून आपणही कधी कुणाला विचारले नाही - आपल्या स्वभावाचा मनोमन राग आला. आपल्याच घरात परक्यासारखी का वावरते मी!

''तसं नाही गं. लिझच्या जिवाला बरेवाईट होईल यापेक्षा करुणाची मुले कशी असतील ह्याचा तेव्हाच्या डॉक्टरांना अंदाज नव्हता. ही मोठी जोखीम होती. करुणाला मुले झाली तर ती इतरांसारखी असतील का त्यांच्यात काही अमानवीय बदल होतील हे कुणाला माहिती नाही. त्याकाळात करुणासारखी ५०-६० मुले जन्माला आली असतील मग सरकारने फार जोखमीची म्हणून ह्या पद्धतीवर बंदी घातली.'' डी ने खुलासा केला.

''ओ मारा रामजी!'' अशी फक्त पन्नास मुले ह्या पृथ्वीवर - आशाबेनला विचारानेच धक्का बसला. दिनेशभाईंचा विरोध बरोबरच होता म्हणायचा असा पुसटसा विचार मनात उमटलाच. दिवे लावता लावता त्यांनी डीला सांगितले, ''जेवूनच जा! मी कढी-खिचडी करते. दिक्षाबेन, एक सांग बरं, ही सगळी मुलं दुसऱ्या आईला - डोनरला भेटतात का? का हे करुणाचेच खूळ आहे?''

''नुकतीच ह्या ट्रीटमेंटवरची बंदी उठवली आहे. आता ट्रीटमेंट सुरू करतानाच बाळावरचा हक्क सोडायच्या करारावर सही करावी लागते. जसं ब्लड बँकमधून आपण रक्त स्वीकारले तरी त्या व्यक्तीशी आपले नाते नसते तसंच. करुणाच्या वेळी असा काही कायदा वगैरे नव्हता. पण अंकलचाच इतका विरोध आहे तर बाकीची मुलं भेटतात का नाही यानी काय फरक पडणार आहे, मासी?'' डी म्हणाली.

''असं म्हणून कसं चालेल? करुणाची आई ती पण आहे ना?'' आशाबेन पुटपुटली.

''मासी, टेंशन घेऊ नकोस. अग, असलीच आई तरी १०-२०% पेक्षा जास्त जेनेटिक मटेरियल नाही तिचे.''

''हं, अवघड आहे सारं. बरं, तू करुणा बरोबर एक शॉपिंग ट्रीप करशील? समर कॅम्पसाठी कपडे घ्यायला हवे तिला, पण माझ्याबरोबर मॉलमध्ये जायला राजी नसते.''

''शुअर! पुढच्या विकेंडला मी नेते तिला.'' डी म्हणाली.

......

''करुणा, लवकर ये. पोहे गरम आहेत तर खा. कढीपत्ता न घालता केले बघ.'' आशाबेन म्हणाली. करुणा आली आणि फ्रीजमधून पेप्सी काढले, ''मी पोटॅटो नगेट्स खाते.'' म्हणून मायक्रोवेव्हमध्ये तिने ते गरम करायला टाकले. आशाबेनच्या मनात आले डबाबंद खाण्याची ॲलर्जी होईल असा डीएनए तयार करून सगळ्या मुलांच्यात का नाही टाकत हे डॉक्टर लोक? पण हल्लीच्या आयाही तशा डीएनए ला नकोच म्हणतील ह्या विचाराने तिला हसूही आले. तिला हसताना बघून करूणा म्हणाली, ''यू लुक चीअरफुल टूडे. डी आली होती का?''

''हो, ती नेणार आहे तुला मॉलमध्ये. एकदा तुझी तू ड्राईव्ह करायला लागलीस की मी सुटले.'' आशाबेन उत्तरली.

''येस, मग मीच नेईन तुला तुझ्या इंडियन टेम्पल मधल्या क्लासला.'' करुणा म्हणाली. ''दादी, डी ला विचारू?'' करुणाने जरा बिचकतच विचारले, ''ती येईल डोनरचा शोध घ्यायला? दादाजी म्हणतात मॉमने दत्तक घ्यायला हवे होते. मी झाले हे आवडले नाही त्यांना?''

''वेडी का काय! अग, ती डोनरची पद्धत गुंतागुंतीची म्हणून नको म्हणत दादाजी. तू झालीस म्हणून आज आम्हाला जगावंसं तरी वाटतंय. नाहीतर आधी जॉर्ज, मग कल्पेश आणि लिझ... ह्या घरावर देवाची कृपा तुझ्या रूपाने आहे, बेटा!''

''दादी, डॅड असता तर मी कदाचित नसते शोधलं डोनरला. थ्री पॅरेंट किड म्हणून आधीच हायस्कूलमध्ये नकोसं करतात. मी वियर्ड असेन म्हणून माझ्याशी मैत्री करायला पण घाबरतात मुले.''

''वियर्ड काय! त्यांना शास्त्रं समजत नाहीत म्हणून बिचकतात. पण त्यांना कोण सांगते तू तीन पालकांची मुलगी आहेस?''

''माहिती नाही कोण सांगते. माझी बेस्ट फ्रेंड शर्ली - तिला माहिती आहे. पण हल्ली तिचे नि माझेही पटत नाही. ती सांगत असेल का गं?''

''उगीच तुझ्या मनाचे खेळ आहेत झालं. असं वागून कसं चालेल? तू सगळ्या प्रॉब्लेम्सना त्या डोनरपाशी जोडतेस. अगं, मैत्री करायला धड लोकं तरी आहेत का तुझ्या हायस्कूलात.'' जरा हसून आशाबेन म्हणाली. करुणाला फिसकन हसू आले. तिला हसतांना बघून आशाबेनने पोह्याचा बाउल हलकेच तिच्या पुढे सरकवला.

''पण दादी, मला खरचं भेटायचे आहे डोनरला. दत्तक गेलेली मुले पण आईला शोधतात. मग मी का नाही? डोनर मॉम कशी आहे ते बघायचे आहे मला.'' करुणा म्हणाली.

''करुणा, लिझ आई तुझी, डोनरचा वाटा काय १० टक्के होता.'' आशाबेन म्हणाली खरं पण तिच्याच शब्दांवर तिचा विश्वास नव्हता.

''दादी, मॉमला डोनरची मदत घेताना भीती नाही वाटली? मला तर मुलं होण्याचीच भीती वाटते.'' करुणाने पोहे खाता खाता विचारले.

''वाटली असेल भीती कदाचित. पण माझ्यापाशी कधी बोलली नाही. तुझी ही भीती योग्य वेळ आली की आपोआप जाईल. आणि नाही गेली तरी हल्ली तुम्हा मुलींचे काही अडत नाही.'' दादी म्हणाली आणि नेमके तेव्हा दादाजी आले.

''तू उगाच तिला भलते शिकवू नकोस. चांगली डॉक्टर हो आणि मस्त घर-संसार कर.''दादाजी म्हणाले.

करुणाने तोंड कसनुसे केले आणि म्हणाली, ''दादाजी मला डॅड सारखे बॉटनिस्ट व्हायचं आहे.''

दादाजी म्हणाले ''तुझा बाबा हुशार पण लाडावलेला होता. मेडिकल इतके मार्क नाही पडायचे त्याला. तुला मिळतात की चांगल्या ग्रेड्स, तू जाशील मेडस्कूलला.'' दादाजी म्हणाले.

आता नवीन वाद नको म्हणून दादीने दादाजींना, ''जरा पटकन बागेतून पोह्यासाठी एखाद दुसरं लिंबू आणता का?'' म्हणून बाहेर पाठवले.

......

त्या रात्री आशाबेनला झोप येईना, तिची विचारचक्रे फिरतच राहिल -आई होण्यात टक्केवारी कशी मांडणार? ती बोर्डाची परीक्षा थोडीच आहे. आईपण कुठे आणि कधी सुरू होते? स्त्रीबीज तयार होते तेव्हा, का गर्भ अलगद गर्भाशयात विसावतो तेव्हा, का रडण्याच्या सुराने पान्हा फुटतो तेव्हा?

आणि ते संपते तरी कधी - मुले स्वतंत्र राहू लागल्यावर, का मुलांना मुले होतात तेव्हा, का आपण मेल्यावर? आई होण्याची सुरुवात-शेवट असे हिशेब मांडणे म्हणजे जणू पाण्यात रेघा ओढणे, त्याने काय साधणार?

करुणाच्या घडणीत डोनरचा अगदी १०-२० टक्के वाटा असेल, पण ती पण आईच ना करुणाची. वाढवण्याचे कष्ट घेते ती आई महत्त्वाची, पण सुदृढ शरीर निरोगी आयुष्य जिच्यामुळे लाभले ती बाईपण आईच. दिनेशभाईनी भेट घडवून आणावी करुणा आणि डोनरची, उगीच का विरोध आता. पहाटे पहाटे आशाबेनचा डोळा लागला.

''डी आली होती. तिने मला करुणाच्या जन्माची प्रोसेस समजावली. काय एक एक ट्रीटमेंट असतात.'' रात्री जेवणानंतर आशाबेनने दिनेशभाईजवळ विषय काढला.

दिनेशभाई नुसते ''हं'' म्हणून पुस्तक वाचत राहिले.

''करुणाची एवढी इच्छा आहे तर भेटू या डोनरला. अगदी तासाभरापुरतेच जाऊ.'' आशाबेन म्हणाली.

आता मात्र दिनेशभाई वैतागले, ''तिला नाही अक्कल अजून, पण तू पण तिच्या वेडेपणात सामील होत आहेस. तीन माणसांची मुले सुखी होणार असती तर देवानेच तशी सोय केली असती. विचार कर जरा, काय परिस्थितीत डोनरने स्त्रीबीज दान केले असेल? म्हणजे पैश्यासाठीच केले असेल ना? अशी बाई सध्या काय परिस्थितीत असेल - ड्रग्ज बिग्ज करत असेल तर भेटू द्यायचे का करुणाला?''

''शिवाय जिवंत असेल का इथपासून आपल्याला काही माहिती नाही. नसेल तर पुन्हा एक पालक गेल्याचे दु:ख द्यायचे का करुणाला? असली जिवंत आणि तिला किंवा तिच्या कुटुंबाला, मुलांना नको असेल करुणा त्यांच्या आयुष्यात तर? आपली पोरगी सैरभैर होईल. उगाच करुणाच्या रडण्याने हळवी होऊ नकोस. डोनरच्या भेटीने जी काही परिस्थिती निर्माण होईल तिला तोंड देण्याचे बळ नाही आता आपल्यात - ना तुझ्या-माझ्यात, ना करुणाच्यात.'' दिनेशभाई म्हणाले.

आशाबेनला काय म्हणावे ते सुचेना. शेवटी मनाचा निश्चय करून म्हणाली, ''पटतंय मला. डोनरच्या भेटीने जी परिस्थिती निर्माण होईल ती सोसायचं बळ करुणाच्या अंगात नाही अजून. करुणाला अजून उमजत नाही की डोनरशी कदाचित संबंध जुळतील, कदाचित नाही. पण हातापायात आहोत तोवर हे प्रकरण नीट मार्गी लावायचा प्रयत्न तर करू. पुढे तिच्या एकटीच्याने कसे निभेल?''

दिनेशभाई विचारात पडले.

......

सवयीप्रमाणे आशाबेन पाठोपाठ डी किचनमध्ये आली तर दादाजी आणि करुणा टेबलाशी चहा घेत होते. डी म्हणाली, ''हाय अंकल, आज गोल्फ नाही? हे गर्ल, कसा झाला समर कॅम्प. आल्यावर फोन नाही केलास?''

''आय हेट यू!'' थरथरत करुणा म्हणाली.

''व्हॉट फॉर, डियर? इट्स अ स्ट्रॉंग वर्ड, बेटा!'' आश्चर्याने डी ने विचारले.

''आम्ही सेंटरवर जाऊन आलो, डी. दोन दिवसापूर्वी त्यांनी आम्हाला माहिती दिली.'' दादाजी थंडपणे म्हणाले.

दादीने डीपुढे चहा ठेवला व ती करुणाजवळ जाऊन बसली.

''ओह, आय सी!'' डी कपाशी खेळत राहिली.

''डी, सगळे इतके काळजीत होतो. तुला सांगावेसे नाही वाटले आम्हाला?'' दादाजींनी विचारले. त्यांना डीचा राग आला होता.

''यू नेव्हर वाँटेड मी.'' करुणा ओरडलीच.

''हे मात्र खरं नाही. मी काय फक्त मासीसाठी येते? मासी, तू आई होतीस, तू तरी सांग तिला.'' डी दुखावली हे आशाबेनला जाणवले.

''काय सांगू मी तिला? चार वर्ष का गप्प राहिलीस? तेव्हा नाही, निदान करुणाने शोधायचे मनावर घेतल्यावर बोलायचे.'' आशाबेन लिझ, कल्पेश, दादाजी, डी सगळ्यांवरच वैतागली. ''इतकी गुंतागुंत केली करुणाच्या आयुष्याची.''

''मासी, करुणाला जेव्हा हॉस्पिटलमध्ये पहिल्यांदा हातात धरले तेव्हा 'माझं बाळ' म्हणून माया दाटलीच, पण तो ठेवा कल्पेश-लिझचा होता हे आम्हा तिघांनाही पक्के माहिती होते. चार वर्षांपूर्वी माझ्या मनात खूप आलं, सांगावं आणि करुणाची कस्टडी पण घ्यावी. पण मासी, करूणा तुला बिलगली होती. तू जशी सहजपणे करुणाची आई झालीस ते मला नसते जमले.'' डी बोलत राहिली.

''अंकल, वडिलांच्या जबाबदारीने तुम्ही करुणाचे संगोपन करता, मी त्या जबाबदारीने कोलमडले असते. वाटले तुम्ही तिला डोनर शोधायला परवानगी देणार नाही कधीच आणि ही वेळही येणार नाही कधीच. पण म्हणून करुणा नकोशी नव्हती मला. माझ्यापरीने मी तिला आनंदी ठेवत होते आणि ठेवेनही.'' डीची घालमेल दादाजींनाही जाणवली.

डीच्या बोलण्याने करुणाला पहिल्यांदा जाणवले - डोनर किंवा मॉम नाही, आज माझी आई माझी आजी आहे. करुणासाठी तिढा सुटला होता - तिची दादी तिची मॉम झाली होती.

ती डीला म्हणाली, ''तू माझी फ्रेंड नाहीस. माझी कुणी नाहीस. हो, दादीच माझी ममा आहे.'' करुणा दादीच्या कुशीत शिरून रडत राहिली. डी त्या दोघींकडे बघत राहिली. करुणाच्या आयुष्यात परत जागा मिळेल ही आशा करणं एवढंच तिच्या हातात होतं.

आशाबेनला कुणाकुणाची आणि कशी समजूत काढावी हा प्रश्न पडला. दादी होण्याने आईपण संपत नाही!

७

वारस

डी. व्ही. कुलकर्णी

आपल्या मढ आयलंडवरील बंगल्यात टेरेसवर बसून परेश अग्रवाल बिअरचे घुटके घेत समोरचा समुद्रात बुडणारा सूर्य पाहात राहातात. धूसर होणाऱ्या प्रकाशात पाण्यात बुडणारे ते लाल प्रतिबिंब आणि होणाऱ्या लाटांवर हेलकावणारं त्याचं प्रतिरूप. भान हरपून ते पाहात राहातात. निवृत्ती नंतरचा हा एकांत त्यांना मनापासून आवडतो. अलीकडेच त्यांना वयाची ८० वर्षे पूर्ण झाली. अग्रवाल ग्रुपचा चार्ज आता त्यांच्या नातवाकडे. रोहितकडे आहे. आता दर मिनिटाला वाजणारा तो टेलिफोन नाही की, दर तासाच्या त्या अपॉइंमेंटस नाहीत. कोण्या इंडस्ट्रीशी जीवघेणी स्पर्धा नाही की कोण्या मिनीस्टरला आता मस्का मारणं नाही. तरीही आयुष्याची संध्याकाळ तृप्ततेने अनुभवतांना त्यांना अधिरता येते. गत आयुष्यातील घटना सतत दिसत राहातात. बिझिनेस इंडियातील निरनिराळया इंडस्ट्री टायकून्सचे इंटरव्हयू ते जेव्हा वाचतात, तेव्हा आजच्या कॉर्पोरेट जगात होत असलेलले बदल त्यांच्या लक्षात येतात. त्यांना क्षणभर वाटतं, ही मंडळी जागतिक स्पर्धे ला एवढी का घाबरतात? ही सीईओंची नवी गँग शिक्षणाने एमबीए आहे. परंतु त्यांच्या कडे दूर दृष्टी नाही. त्यांना मार्केट पोटेन्शिअलचा अंदाज नाही. मॅनपॉवर रिडक्शन शिवाय दुसरा कार्यक्रम यांच्याकडे नाही. कंपनीच्या ग्रोथकडे लक्ष द्यायला हवं. नवी क्षितिजं शोधायला हवीत. यू मस्ट डायव्हर्सिफाय.

आणि त्यांना तेच जमत नाही. त्यांना ग्राहकाची नस सापडलेली नाही. कारण सकारात्मक धोरण नाही. अग्रवाल स्वत:शीच हसले. मॅनेजमेंट सेमिनारमधे ते एक गोष्ट सांगत. एकदा एक चपला विकणारा मनुष्य एका गावात गेला. तिथे गेल्यानंतर त्याच्या लक्षात आलं की या गावात कोणीच चप्पल घालत नाही. तसाच एकही चप्पल न विकता निघून गेला. त्यानंतर तिथे दुसरा विक्रेता आला. त्या गावात अनवाणी फिरणाऱ्या माणसांना बघून तो अतिशय खूश झाला. म्हणाला 'अरे किती छान! या गावातला प्रत्येक माणूस माझा ग्राहक आहे. या अनवाणी फिरणाऱ्या गावात जितकी वस्ती तितक्या चप्पला मी विकू शकतो आहे.' दॅटस् द स्पिरीट. धंद्यात असा दृष्टिकोन हवा.

अग्रवाल मधेच उठतात. टेरेसच्या कठडयावर बिअरचा ग्लास ठेवतात. त्यांच्या नजरेसमोर हेलकावणाऱ्या अथांग सागराकडे एकटक पाहात राहातात आणि स्वत:शीच पुटपुटतात, 'समुद्र आहे हा समुद्र आहे अरे या देशात गरिबी असली तरी मध्यमवर्गाची संख्या मोठी आहे. खूप मोठं मार्केट आहे ते. तुम्हाला फक्त त्या मार्केटची नस पकडता आली पाहिजे. इथल्या मध्यमवर्गाच्या गरजा वाढवता आल्या पाहिजेत. मार्कस म्हणतो त्याप्रमाणे, माणसाच्या दोन गरजा असतात. एक मूलभूत गरजा आणि दुसऱ्या निर्माण केलेल्या गरजा. उद्योगपतींनी आपल्या फायद्यासाठी निर्माण केलेल्या गरजा. मोबाईल हे उत्तम उदाहरण. आज मोठ्या उद्योगपतीपासून ते भाजीवाल्यापर्यंत प्रत्येकाच्या हातात मोबाईल आहे. थोडक्यात, मध्यमवर्गाला छानछोकीच्या चैनीच्या सवयी लावल्या पाहिजे. दाढी केल्यानंतर खरं म्हणजे तुरटीने काम भागतं. पण आपण त्यांना आफ्टर शेव्हची सवय लावली पाहिजेत. परफ्यूमचा स्प्रे रोज त्यांनी शर्टवर मारायला हवा. आणि या सवयी लागण्यासाठी जाहिरातीच्या माध्यमातून प्रॉडक्ट त्यांच्या मनावर बिंबवलं पाहिजे. 'शाईन सोप्स'च्या मार्केटिंगसाठी रोहितने हेच तंत्र वापरलं होतं. रोहित हॅज डेव्हलप्ड वेल. त्याची वाढ अतिशय योग्यरीत्या झाली आहे.'

हेतुपूर्वक त्यांनी रोहितला त्यांच्या पद्धतीने नजरेसमोर वाढवलं आहे. सुरुवातीपासूनच त्याच्यावर मध्यमवर्गीय संस्कार होणार नाहीत, याची त्यांनी काळजी घेतली. रोहित लहानपणी पपूच्या अंगावर होता.

पण पुढे पपूच्या अकाली निधनानंतर.....

पपूच्या आठवणीने अग्रवाल व्याकूळ झाले. एक लहानसं अधुरं आयुष्य. तो धड असता तर हा सर्व उपद्व्याप करायची गरजच भासली नसती.

परेश अग्रवालांना आठवलं,

पपू जन्मापासूनच गतिमंद होता. स्लो स्टार्टर. या मुलांची प्रगती सामन्यांच्या तुलनेत कमी असते. त्यांचा आय क्यू ६५ होता. म्हणजे बॉडर लाइन गती मंद केस होती. परेश अग्रवालांनी पपूचं लग्न तर केलं, परंतु तो अग्रवालांना वारस द्यायला असमर्थ ठरला. अग्रवालांना हे असं काही घडेल, याचा अंदाज होताच.

आणि असं घडलं तर काय करायचं, याची निश्चित योजनादेखील त्यांच्या मनात तयार होती. व्हिजन.... दूरदृष्टी. उद्योगपतीकडे आवश्यक असलेली दूरदृष्टी. ती तर त्यांच्या रक्तातच होती. त्यांना माहिती होतं की, त्यांच्या प्रश्नाला उत्तर आधुनिक विज्ञानाकडे आहे. विज्ञानाच्या साहाय्याने त्यांच्या सुनेला मूल होऊ शकतं त्यांना हेदेखील माहिती होतं की, आय. व्ही. एफ च्या तंत्राने पपूच्या शुक्राणू वापरून त्यांची सून गर्भवती होऊ शकते. अगदी त्याचे काऊंटस कमी असले तरी!

परंतु...

त्यांचा आय. व्ही. एफ. पद्धतीवर विश्वास होता, तसा जेनेटिक सायन्सवरदेखील होता. उद्या ते मूल पपूसारखं जन्माला आलं तर अग्रवाल ग्रुप ऑफ कंपनीला त्याचा काय फायदा?... हा एवढा मोठा वृक्ष पेलायचा कोणी?.. त्यांना निव्वळ नातू नको आहे तर अग्रवाल ग्रुपला वारस हवा आहे.

परेश अग्रवाल शोध घेत होते. विज्ञानाकडे अपेक्षेने पाहत होते.

आणि एक दिवस त्यांना उत्तर सापडलं.

त्यांच्या प्रश्नाला उत्तर जेनेटिक सायन्सकडे होतं.

पूर्वसंचित... गोफ नात्यांचा

जे विज्ञान डॉलीला जन्म देतं, एका मेंढीचं प्रतिरूप जन्माला घालतं, ते अग्रवाल ग्रुपला वारसदेखील देऊ शकतं.

स्मृतीची पानं मागे गेली.... अगदी पार १९९६ सालापर्यंत.

......

दुपारचं ऊन आपले हात पाय पसरायला लागलं तशी वातावरणाला मरगळ आली. आता संध्याकाळी चारपर्यंत तरी घड्याळ हळूहळू चालणार होतं. भिंती अबोल होणार होत्या.

या अशा वातावरणात डॉ. महेश खूश होतात. त्यांची अभ्यासू वृत्ती उफाळून येते. ही दुपारची वेळ त्यांनी अभ्यासासाठी राखून ठेवली आहे.

डॉ. महेशच्या मते माणसांनी सतत अभ्यास करायला हवा. मग ते कोणत्याही क्षेत्रात असोत. कारण काळ बदलतो तशा नवीन नवीन प्रगतीच्या दिशा उघडत असतात. विशेषत: शास्त्रज्ञांनी तर ही गोष्ट ध्यानातच ठेवायला हवी. सायन्स हा एक प्रवाह आहे. सतत वाहणारा प्रवाह. या प्रवाहाचं भान संशोधन करताना ठेवायलाच हवं. वेळप्रसंगी मेडिकल इंजिनीअरींग या झपाट्याने वाढणाऱ्या शाखेशी संपर्क ठेवायला हवा. सतत मेडिकल जर्नल्स वाचायला हवीत. डॉक्टर्सनी निव्वळ हॉस्पिटल काढून उपयोगी नाही, तर आपला फावला वेळ संशोधनासाठीही द्यायला हवा. म्हणूनच दुपारच्या वेळी डॉ. महेश जर्नल्स वाचतात. त्यांच्या जेनेटिक सायन्सच्या संशोधनात काही उपयोग होतो का ते पाहातात.

अशाच एका दुपारी ते अभ्यासात गढून गेले असताना एक व्यक्ती अनाहुतपणे त्यांना भेटायला आली.

''गुड आफ्टरनून, डॉक्टर मी परेश अग्रवाल. अग्रवाल ग्रुप ऑफ इंडस्ट्रीजचा चेअरमन''

डॉ. महेशनी बसायची खूण केली. परेश अग्रवाल समोरच बसले.

''येस''

''डॉक्टर माझं तुमच्याकडे एक महत्त्वाचं काम होतं'' अग्रवाल थोडेसे घुटमळले.

''येस स्पीक. अगदी कोणताही आडपडदा न ठेवता नि:शंक बोला.''

''डॉक्टर, आमच्या अग्रवाल ग्रुपचा पसारा मोठा आहे. एका छोट्याशा गाळ्यात आमची कंपनी सुरू झाली. आणि बघता बघता एक मोठा वृक्ष उभा राहिला.''

''गुड'' डॉ. महेशनी कौतुकाने मान हलवली.

परेश अग्रवाल पुन्हा काहीसे थबकले. नंतर चाचरत म्हणाले,

''वेल... डॉक्टर, मला एक मुलगा आहे. माझ्या आयुष्यातला तो एक दुखरा कोपरा आहे. तो... ही इज अ-स्लो स्टार्टर''

डॉ. महेशनी अग्रवालांकडे नजर फिरवली. आणि मऊ स्वरात म्हणाले,

''आय अंडरस्टँड मि. अग्रवाल, आपलं कर्तृत्व आपल्या मुलात यावं असं प्रत्येक पित्याला वाटतं. परंतु काही वेळा निराशा पदरी पडते. नशीब एखाद्याचं, या पेक्षा काय ?..''

परेश अग्रवालांना डॉ. महेश यांच्या तोंडी हा असा दैववादी सूर पटला नाही. त्यांना वाटलं, हे ऐकण्यासाठीच का इथे आलो?.. आपली नाराजी त्यांच्या चेहऱ्यावर स्पष्ट उमटली. परेश अग्रवालांना जाणवलं, कदाचित डॉक्टरांचा गैरसमज झाला असावा.

''डॉक्टर, आय नो. त्याचं गतिमंदत्व दूर करण्याची ताकद जशी आजच्या मेडिकल सायन्स मधे नाही तशीच माझा हा पसारा सांभाळण्याची ताकत त्याच्यात नाही. एवढंच काय, अग्रवाल ग्रुपला वारस देण्याचीही त्याच्यात क्षमता नाही.''

डॉ. महेश रोखून पाहात म्हणाले, ''बॅड लक. होतं असं कधी कधी. निसर्गही कमतरता ठेवतो.''

परेश अग्रवालांनी मान हलवली. डॉक्टरांचा हा असा दैववादी सूर त्यांना मान्य झाला नाही.

''नो डॉक्टर, एका शास्त्रज्ञाची ही अशी रिॲक्शन असू शकत नाही. शास्त्रज्ञाने नशिबावर भरोसा न ठेवता सायन्सवरच भरवसा ठेवावा.''

डॉ. महेश स्वत:शीच हसले. त्यांना सांगावंसं वाटलं, सायन्सवरदेखील पूर्ण भरवसा नाही ठेवता येत. तिथेदेखील आजच्या गोष्टी उद्या नसतात. ज्या विटामिन सी. चा इतके दिवस आम्ही उदो उदो करीत होतो त्या विटामिन सी च्या अतिरिक्त सेवनाने काही जेनेटिक प्रश्न निर्माण होतात, असं अलीकडे लक्षात आलंय.

परेश अग्रवालानी आपला मुद्दा पुढे रेटला. ते म्हणाले,

''निव्वळ नशीब म्हणून मी गप्प बसायला तयार नाही. माणसाच्या कर्तबगारीवर माझा पूर्ण विश्वास आहे. येणारा मृत्यू जरी अटळ असला आणि तो केव्हा यावा हे जरी माणसाच्या हातात नसलं, तरी एक गोष्ट निश्चित की अनेक औषधांमुळे मेडिकल सायन्सच्या प्रगतीमुळे माणसाचे आयुर्मान वाढले आहे, भविष्यात येणारी स्टेम सेल थेरपी तर अनेक दृष्टीने क्रांतिकारक ठरणार आहे.''

डॉ. महेश किंचित हसले. त्यांना काहीसा आनंदही झाला. त्यांच्या समोर बसलेला माणूस संपूर्ण अभ्यास करून आला होता. एक निश्चित योजना त्याच्या डोक्यात होती. तुमच्या मुलाची शारीरिक तपासणी करून घ्या, असा साधा सल्ला देण्यात काही अर्थ नव्हता, कारण अशी तपासणी त्यांनी निश्चितच केली असणार.

डॉ. महेश नी अग्रवालांकडे रोखून पाहिलं. हा माणूस एखाद्या प्रसूतीरोग तज्ञाकडे का नाही जात?.... त्यांनी नंतर काहीसं थांबून विचारलं,

''मी काय करावं, अशी तुमची अपेक्षा आहे?''

''मनात आणलं तर बरंच काही'' त्यांच्या नजरेत नजर मिळवीत अग्रवाल म्हणाले.

''ठीक आहे. मि. अग्रवाल, सर्वप्रथम आपण तुमच्या मुलाची तपासणी...''

परेश अग्रवालांनी ब्रीफकेस उघडली. त्यातून एक फाईल काढली आणि ती डॉक्टरांच्या हातात दिली. डॉ. महेशनी फाईलमधले पेपर्स काळजीपूर्वक पाहिले. खरं होतं अग्रवालांचं

म्हणणं त्यांच्या मुलाला मूल होण्याची कोणतीही शक्यता नव्हती.

''ठीक आहे मि. अग्रवाल वुई वुईल ट्राय अवर बेस्ट. लीलावतीमध्ये माझ्या ओळखीचे एक डॉ. पानसे म्हणून आहेत. मिट हिम. ही मे सजेस्ट आंय व्ही एफ.''

अग्रवालांनी आपल्या चष्म्याची फ्रेम सारखी केली. दीर्घ श्वास घेतला आणि म्हणाले, ''डॉ. महेश, मला तो पर्याय नको आहे. मला माझ्यासारखा तडफदार वारस हवा आहे.''

''आय डोण्ट गेट यू?'',

''डॉ. महेश, मी एक बिझिनेसमन आहे. मी फक्त एवढंच जाणतो की, मला काय हवं आणि ते कसं मिळवायचं '

काय मिळवायचंय या माणसाला?... भल्या मोठ्या संपत्तीला वारस. जगात दर मिनिटाला एवढे जीव जन्माला येत आहेत. त्यातल्याच एकाला हा आपलं का नाही म्हणत? डॉ. महेश ना वाटलं हे सगळं या माणसाला सांगायला पाहिजे. परंतु ते काही बोलले नाहीत.

''डॉ महेश, मला वारस निश्चित हवा आहे. मग तो मुलगा किंवा मुलगी काहीही चालेल.''

''मि. अग्रवाल, तुम्ही एखादं मूल दत्तक घेऊ शकता.''

''नो डॉक्टर, मूल दत्तक घेण्याचा पर्याय मला मान्य नाही. कारण ते मूल सर्वार्थाने आपलं कधीच होत नाही. ते मूल आपल्या रक्तामासाचं नाही ही भावना सतत असते. शिवाय समाजही त्या मुलांकडे वेगळ्याच नजरेने पाहतो.'' अग्रवाल मधेच बोलायचे थांबले.

''वेल, डॉक्टर, माझा मुलगा आणि सून पती-पत्नी आहेत. त्यांची आयुष्यं एकमेकांना जोडली गेली आहेत.''

डॉ. महेशच्या मनात अनेक प्रश्न सहाजगत्या उमटले.

का जोडली गेली ही विजोड आयुष्यं?

एका गतिमंद माणसाशी आपलं आयुष्य जोडलं जातंय हे काय सुनेला कळलं नसेल?... असेलही परंतु.... एनी वे, जे काही कारण असेल त्याच्याशी त्यांचा संबंधच काय?

मनात आलेले सर्व प्रश्न डॉ. महेशनी झटकून टाकले. त्यांच्या चेहऱ्यावर व्यावसायिकता आली. अग्रवाल पुढे सांगत होते.

''माझ्या मुलातील कमतरतेचं ओझं माझ्या सुनेने का वाहावं?... मातृत्वाचं सुख तिच्या पासून दूर का असावं?... ती जर सक्षम असेल तर तिने आई का होऊ नये? विशेषत: आधुनिक वैद्यकशास्त्र एवढं प्रगत असतांना. वेल डॉक्टर, माझी सून आई होणार आहे आणि त्यासाठी लागेल ती किंमत मी मोजायला मी तयार आहे.''

अग्रवाल बोलायचे थांबले-खोलीमध्ये काही काळ शांतता पसरली. अग्रवालाच्या बोलण्यातलं एक निश्चित सूत्र पकडून डॉ. महेशनी त्यावर प्रतिवाद केला.

'तुमचं म्हणणं माझ्या लक्षात येतंय. परंतु सर,'

अग्रवालांनी मान जोराने हलवली.

''तुम्हाला नेमकं काय म्हणायचंय?'' त्यांना शंका आली, काहीतरी विचित्र तर मागणी अग्रवाल करीत नाहीत ?

अग्रवाल थोडेसे थांबले. नंतर आत्मविश्वासाने म्हणाले,

''डॉ. महेश, आधुनिक जैविकशास्त्राचा वापर करा. माझ्या सुनेच्या पोटी माझं प्रतिरूप जन्माला येऊ द्या. एका मेंढीच्या बाबतीत विज्ञानाला हे जमू शकतं, मग माणसाच्या बाबतीत का जमू नये?'

डॉ. महेशच्या लक्षात आलं की, क्लोनिंगच्या तंत्रासंबंधात अग्रवाल बोलत होते.

''मि. अग्रवाल तुमचं म्हणणं माझ्या लक्षात आलं. क्लोनिंगच्या तंत्राने माणसाने मेंढीचं प्रतिरूप तयार केलं. डॉली नावाच्या मेंढीचा जन्म झाला. परंतु माणसाच्या बाबतीत असा प्रयत्न केला गेला नाही.''

‘‘मग तो करा. प्राण्यांच्या बाबतीत वापरलेलं तंत्र तुम्ही माणसाच्या बाबतीत वापरा. तो प्रयोग माझ्यावर करा. युज मी अज अ गिनिपिग. माझं प्रतिरूप जन्माला येऊ द्या.’’

डॉ. महेश, थोडावेळ विचार करीत बसले. क्षणभर दगडासारखे स्तब्ध झाले. अग्रवाल ही अशी काहीतरी विचित्र कल्पना मांडतील असं त्यांना वाटलंच नव्हतं.

‘‘मि. अग्रवाल जन्माला येणारं प्रत्येक मूल ही नैसर्गिक देणगी असते. जन्माला आलेलं मूल भोवतालच्या परिस्थितीला तोंड देतं आणि त्यातून माणूस घडतो. मि. अग्रवाल येणारा जीव म्हणजे तुमच्या इंडस्ट्रीयल प्लानिंगप्रमाणे पूर्वनियोजित वस्तू नव्हे.’’

अग्रवालांचा चेहरा आक्रसला. त्यांनी खांदे उडवले. आणि काहीशा कुत्सित स्वरात म्हणाले,

‘‘डॉक्टर, तसं असेल तर सर्वच गोष्टी आपण निसर्गावर सोपवलेल्या बऱ्या. माणसाचं अनादी कालापासून निसर्गाशी सुरू असलेलं युध्द इथेच थांबवलेलं बरं.’’

अग्रवाल किंचित थांबले आणि विषादाने म्हणाले, ‘‘एवढंच कशाला निसर्ग नियमात लुडबुड करणाऱ्या तुमच्या त्या जेनेटिक सायन्सच्या प्रयोगशाळादेखील बंद करा.’’

डॉ. महेश अग्रवालांच्या बिनतोड युक्तिवादाकडे नि:शब्द होऊन पाहात राहिले. त्यांना अग्रवालांचं म्हणणं मनापासून पटत होतं. अंतर्मनात खोल कुठेतरी जाणिवा जागृत होत होत्या. अग्रवालांच्या विचारांचा अंकुर कुठे तरी जन्म घेत होता.

डॉ. महेश शांतपणे म्हणाले,

‘‘यू मे बी राईट मि. अग्रवाल, परंतु इथे एक गोष्ट लक्षात घ्या की जेनेटिक सायन्सचा अभ्यास हा प्रामुख्याने असाध्य रोगांवर विजय मिळवण्यासाठी आहे. माणसाचा क्लोन करणं हे नैतिकदृष्ट्या योग्य नाही, असंच जगातील विचारवंतांचं म्हणणं आहे. ज्यू धर्मोपदेशक रिचर्ड अड्रेसच्या मते तर अशा रितीने माणसाच्या जन्माचं औद्योगिकरण होईल.’’

अग्रवालांचा आवेश थोडा कमी झाला. आपण एवढे धारदार बोलूनही समोरचा माणूस शांत आहे, याचा थोडासा परिणाम त्यांच्यावर झाला. ते थोडेसे समजुतीच्या सुरात म्हणाले,

''डॉक्टर, धर्म मार्तंडानी नैतिकतेच्या नावावर प्रगतीला नेहमीच विरोध केला आहे. माणसाच्या विकासाला खीळ घालण्याचा उद्योग ही मंडळी नेहमीच करतात. परंतु माणसाची प्रगती थांबत नाही. ती थांबणारच नाही. मानव क्लोनिंगचं तंत्र विकसित करणारच आहे. आनुवंशिक आजारांसाठी जीन्समधे बदल करणार आहे. तसेच नेतृत्व, हुशारी, कल्पनाशक्तीसारख्या गुणांची वाढ करण्यासाठी निसर्ग नियमात लुडबुड करणार आहे. माईंड वेल माणसाचा क्लोन कोणीतरी करणारच आहे.''

डॉ. महेश ना खोल कुठेतरी अग्रवालांच्या बोलण्यात तथ्य आहे हे जाणवलं. ते गप्प झाले.

आपल्या या युक्तिवादावर डॉ. महेश विचारात पडले आहेत, हे लक्षात येताच अग्रवालांना हुरूप आला.

''नीट विचार करा. निव्वळ नैतिकतेचा आधार घेत वाटचाल करायची ठरवलं असतं तर माणसाची प्रगती झालीच नसती. आज मेडिकल सायन्समधील अनेक प्रयोग तुम्ही प्राण्यावर प्रथम करता त्यासाठी त्यांचा जीव घेता, जगभरच्या प्रयोगशाळांतून जे रिसर्च चालतं, त्यासाठी लागणारा पैसा हा काय निव्वळ नैतिकतेतून जमा होतो?... अमेरिका तर जगाला शस्त्र विकते आणि पैसा गोळा करते. एवढंच कशाला ज्या नोबेलच्या नावाने तुम्ही शांतता पारितोषिक देता तो नोबेल तर स्फोटके विकत होता, तेव्हा एकूणच नैतिकतेचा टेंभा मानवाने मिरवण्यात काही अर्थ नाही.''

डॉ. महेश अस्वस्थ झाले. त्यांना अग्रवालांचं प्रत्येक वाक्य पटत होतं. माणसाचा क्लोन करणं हे वैद्यकीय व्यावसायिक नीतिमूल्यांना धरून नाही असं अद्याप तरी कोणत्याही मेडिकल जर्नलने म्हटलेलं नव्हतं.

परेश अग्रवालांनी ब्रीफकेस उघडली. त्यातून चेकबुक काढलं.

''डॉक्टर, माणसाचा क्लोन करण्याची संधी मी तुम्हाला देतो आहे. माझं प्रतिरूप तयार करा. माझी तडफ, माझी हुशारी घेऊन जगात जन्माला येणारं ते मूल भविष्यात अग्रवाल ग्रुपला शिखरावर नेईल.''

डॉ. महेशने चेक स्वीकारला. परंतु चेक स्वीकारताना मनात एक प्रश्न सतत डोकावत होता. या सर्व खेळात अग्रवालांच्या सुनेची नेमकी भूमिका काय?... तिला मान्य आहे का हा प्रयोग?.... आपल्या सासऱ्याचं प्रतिरूप ती उदरात वाढवायला तयार आहे का?.... तिच्या सहकार्याशिवाय हा प्रयोग शक्यच नाही.

आणि... परेश अग्रवालांच्या पत्नीचं काय?... तिची प्रतिक्रिया काय?.. नात्यात होणारे बदल तिला मानवतील? त्या दोघींमधील आता नातं कोणतं? सासू-सुनेचं की सवतीचं?..

डॉ. महेशना जाणवलं की, खरोखरच कठीण आहे सारं. त्यांना क्षणभर वाटलं, की हे सगळं परेश अग्रवालाना सांगावं. त्यांना सांगावं की जन्माला येणारं मूल म्हणजे एखाद्या कारखान्यातील प्रॉडक्ट नव्हे. मूल जन्माला येतं ते माणसांचे भावबंध लेऊनच.

डॉ. महेश काही क्षण थबकले. मनातले विचार त्यांनी बाजूला सारले. व्यावसायिकता चेहऱ्यावर आणली आणि अग्रवालांना सावध करीत म्हणाले,

''मी अग्रवाल, एक लक्षात घ्या. तुमचं प्रतिरूप तुमचे गुण-अवगुण दोन्ही घेऊन जन्माला येणार असलं तरी त्याच्या व्यक्तिमत्त्वावर कोणत्या गुणाचा अथवा अवगुणाचा कसा प्रभाव पडेल, हे सांगता येणार नाही.. ते भोवतालच्या परिस्थितीवरदेखील अवलंबून असेल.''

आणि...

कार्यवाही सुरू झाली तेव्हा त्यांना त्यांच्या प्रश्नाचं उत्तर मिळालं. आता

अग्रवालांची सून घुघंटमध्ये होती. सतत खाली मान घालून उभी होती. अग्रवालांसमोर एकही शब्द बोलत नव्हती. जणू काही तिला तिचं अस्तित्वच नव्हतं.

डॉ. महेश ना वाटलं, एकीकडे आधुनिक विज्ञानाची कास धरणारा हा माणूस घरातल्या स्त्रीशी मात्र........

नेमकं काय खरं ?

माणसांची विज्ञाननिष्ठा खरी की स्वार्थ खरा?

प्रयोग सुरू झाला. डॉ. महेशच्या हातांना यश लाभलं.

अग्रवाल ग्रुपला वारस मिळाला.

आज २०२५ साली...

रोहित त्याचं प्रतिरूप अग्रवाल ग्रुपची धुरा सांभाळतो आहे. प्रगतीची नवी दिशा शोधतो आहे. आणि हे करताना जो मार्ग त्यांनी निवडला होता त्याच मार्गाने जातो आहे. एकच तत्त्व 'युद्धात, प्रेमात आणि धंद्यात काहीही क्षम्य असतं.' युद्ध जिंकणं महत्त्वाचं असतं तसंच धंद्यात नफा कमावणं गरजेचं असतं. बाकी सब झुठ. मग त्यासाठी.... तडजोड करायला हरकत नाही. कॉम्प्रमाइझ! compromise!.... किती छान शब्द आहे. भरल्यापोटी 'आदर्श वादाच्या गप्पा मारू आपण. पण बिझिनेस इज बिझिनेस.'

रोहितलादेखील हा मंत्र बरोबर समजला आहे.

अर्थात... त्याची वाढच तशी झाली आहे. नव्हे, परेश अग्रवाल यांनी हेतुपूर्वक त्याला तसं वाढवलं आहे.

रोहितला बारावीत म्हणे शास्त्रज्ञ व्हायचं होतं. भिकेचे डोहाळे.

त्यांनी त्याला समजावलं. थिंक बिग. शास्त्रज्ञ होऊन काय करणार?

ना पैसा ना नाव.

एक न्यूटन सोडला तर कोणाला नाव मिळालं?

हजारो शास्त्रज्ञ प्रचंड मेहनत करतात, तेव्हा कुठे एखादा शोध लागतो. त्यांच्या प्रयोग

शाळा अनेक वेळा उद्योगपतीच्या देणग्यां वर अवलंबून असतात.

तेव्हा उद्योजक हो. लर्न मॅनेजमेंट. अमोरिकेत जा. एम. बी. ए. कर.

त्यांना आठवलं...

तो शाळेत असताना, 'मुलींच्या फार मागे लागतो' अशी तक्रार आली होती. तेव्हा त्यांना कोण अभिमान वाटला होता. अरे, माझा नातू आहे नव्हे माझं प्रतिरूप आहे. माझ्यापेक्षा दोन पावलं पुढेच असणार. 'बाई' हा त्यांचाही वीक पॉईन्ट होताच.

कॉलेजमध्ये रोहित निव्वळ मुलींच्या मागे लागत नव्हता तर त्याही पुढे गेला. एकदा एका मुलीने नकार दिला म्हणून भर रस्त्यात त्याने तिच्या डोक्यावर कोकची बाटली रिकामी केली. ती मुलगी पोलिसात गेली. काही काळानंतर त्या मुलीच्या तोंडावर कोणीतरी ॲसिड फेकल्याची बातमी आली. कोणी?... हे मात्र कधीच उघडकीला आलं नाही.

अग्रवालांना घडलेली गोष्ट आवडली नव्हती. माणसाने शौक करावे पण गुन्हा कशासाठी?... ते बोलले नाहीत.... किंबहुना प्रकरण रोहितने एवढ्या शिताफीने हाताळलं की, त्यांच्या पर्यंत काही आलंच नाही.

रोहितने अग्रवाल ग्रुपचा चार्ज तसा लवकरच म्हणजे वयाच्या अवघ्या पंचविशीत घेतला. कारण परेश अग्रवालांना वयपरत्वे झेपेनासे झाले. परंतु त्याच्यात तडफ एवढी होती की, त्याचे काही अडले नाही. आपली तडफ आपल्या प्रतीरूपाने घेतली आहे याचा रास्त अभिमान परेश अग्रवालांना वाटत होता. फक्त उत्सुकता आणि काहीशी भीतीदेखील एकाच गोष्टीची वाटत होती की, हा किती आपल्या किती पुढे जाणार?...याच्या यशाचा घोडा किती काळ धावणार?...

मध्यंतरी घडलेल्या एका घटनेने मात्र ते चिंतीत झाले होते. त्यांच्या एका डिव्हिजनमध्ये संप सुरू होता. त्या संप काळात उपाययोजना म्हणून काही कामगारांना निलंबित करण्यात आले. प्रकरण चिघळले. त्यातल्या एकाने स्वतःला जाळून घेण्याची धमकी दिली.

आणि... अग्रवाल हाउससमोर त्याने जाळून घेतले.

जाळून घेतले की... त्याला जाळण्यात आले?

परेश अग्रवालांचे माहीतगार त्यांना वेगळीच बातमी देत होते. कामगारांच्या एका समूहाला हाताशी धरून हे हीन कृत्य करण्यात आले होते.

परेश अग्रवाल विचार करतात, तेव्हा त्यांना जाणवतं की, त्यांच्या काळात त्यांनीदेखील संप मोडण्यासाठी भल्या बुऱ्या मार्गाचा अवलंब केला होताच. युनियन्स फोडल्या होत्या. वर्कशॉपमध्ये मारामारी घडवून आणली होती. परंतु कामगाराला जाळणं?... काय हे अघोरी कृत्य!

त्यांचं प्रतिरूप निश्चितच त्यांच्या पेक्षाही दोन पावलं पुढे होतं.

परंतु... दोन पावलं म्हणजे नेमकं किती?

'रोहितचा....' आधुनिक वामनाचं एक पाऊल नेमकं किती मोठं आहे?

अग्रवालना हा प्रश्न जाळत होता.

आणि या अशा प्रकारच्या बातम्या येतच होत्या.

त्या दिवशी अशीच एक गोष्ट घडली आणि परेश अग्रवाल हादरून गेले.

दुपारी दोनच्या सुमाराला त्यांना एक फोन आला.

स्टीफन स्मिथ नावाचा एक भूगर्भ शास्त्रज्ञ त्यांची भेट मागत होता.

भूगर्भ शास्त्रज्ञाचं माझ्याकडे काय काम, असा प्रश्न त्यांना पडला.

दुसऱ्या दिवशी ठरल्याप्रमाणे स्टीफन स्मिथ भेटायला आले. अवघ्या पस्तिशीचा हा तरुण शास्त्रज्ञ परेश अग्रवालांना पाहता क्षणीच भावला. सुरुवातीचे जुजबी बोलणे झाल्यानंतर परेश अग्रवालांनी विचारलं,

''येस सायन्टीस्ट, मी तुम्हाला कोणती मदत करू शकतो?''

स्मिथनी अग्रवालाकडे रोखून पाहिलं, आणि शांतपणे म्हणाले,

''सर, मदत मला नको मानवतेला करा.''

''मी समजलो नाही.'' अग्रवालांनी गोंधळून पाहत विचारलं.

''सर, अग्रवाल ग्रुपमध्ये.....''

परेश अग्रवालांनी स्मिथना मधेच थांबवलं.

''सॉरी. पण.. अग्रवाल ग्रुपचा कारभार सध्या माझा नातू रोहित पाहतो. ही इज इन्चार्ज. मी त्यात हस्तक्षेप करीत नाही.''

स्मिथ हलकेच हसले. याउत्तराची त्यांनी अपेक्षा केलीच होती. तसे भाव त्यांच्या चेहऱ्यावर उमटलेदेखील.

''आय नो, परंतु अग्रवाल ग्रुपचे आपण संस्थापक आहात. संस्थापक म्हणून आपलं काही कर्तव्य आहे. माणसांच्या जगण्यालाच आव्हान देणाऱ्या अग्रवाल ग्रुपचा एक मोठा प्रोजेक्ट आपण थांबवावा, ही विनंती मी आपणास करतो आहे.''

''मी आपल्या मताचा आदर करतो. परंतु आपण म्हणता त्याप्रमाणे जर घडणार असेल तर आपण पोलिसांना संपर्क का करीत नाही?''

अग्रवालांच्या या प्रश्नाचे उत्तर देताना देखील स्मिथ फारसे गोंधळले नाहीत.

''आय नो. परंतु माझ्याकडे कोणताही पुरावा नाही. आणि जगातील सर्व मोठे मासे कायद्याच्या पळवाटा जाणतात. इथेही तेच असणार आहे. तेव्हा मला उगीचच या देशात अडकून पडायचे नाही. मी फक्त तुमच्यातील विवेकबुद्धीला आवाहन करणार आहे आणि माझ्या देशात निघून जाणार.''

परेश अग्रवालांनी मान हलवली.

''ओ. के. नेमकं काय सांगायचं आहे तुम्हाला?''

स्मिथने बोलायला सुरुवात केली.

'सर, भूगर्भ शास्त्रात माझे संशोधन सुरू आहे. पृथ्वीच्या पोटात असलेल्या ऊर्जेचा मानवतेच्या कल्याणासाठी उपयोग व्हावा या हेतूने मी हे संशोधन करीत आहे. अग्रवाल

ग्रुपने भूगर्भ शास्त्रज्ञ म्हणून माझी नेमणूक केली, तेव्हा मला खूपच आनंद झाला. हिंदी महासागरात असलेल्या ऑइल एक्सप्लोरेशन वेल्समध्ये माझ्या ज्ञानाचा उपयोग अग्रवाल ग्रुप करीत आहे, अशी माझी समजूत झाली. इथे आल्यानंतर मात्र अग्रवाल ऑईल एक्स्प्लोरेशन कंपनीचे उद्देश भलतेच आहेत असं माझ्या लक्षात आलं.'

परेश अग्रवाल गोंधळले. स्टीफन स्मिथच बोलणं त्यांच्याही आकलनापलीकडे होतं. अलीकडेच नव्याने उघडलेली ही डिव्हिजन.... जमिनीतून तेल काढण्याखेरीज अजून काय हेतू असू शकतो?

ते उत्सुकतेने पुढे ऐकू लागले.

''सर काल मला रोहित अग्रवालांनी केबिनमध्ये बोलावलं. आणि अग्रवाल ग्रुपतर्फे गोव्याच्या जवळ उभारण्यात येणाऱ्या एका ड्रीम सिटी प्रोजेक्टची माहिती द्यायला सुरुवात केली.''

परेश अग्रवालांना रोहितचा हा प्रोजेक्ट माहिती होता.

''ओह !... खूप छान प्रकल्प आहे तो .''

''सर, तो प्रोजेक्ट चांगला आहे. परंतु माझ्यासारख्या माणसाचं तिथे कामच काय?''

''यु आर राईट!''

''नेमका हाच प्रश्न मी रोहित सरांना विचारला. आणि त्यांनी जे उत्तर दिलं, त्याने माझ्या पायाखालची जमीनच हादरली. एस. जमीनच हादरवायला सांगत होते ते मला. ही आस्क्ड् मी टू क्रिएट त्सुनामी.''

''व्हॉट?... शक्य आहे ते?''

परेश अग्रवालांच्या प्रश्नाला उत्तर द्यावं की नाही या संभ्रमात स्टीव्ह स्मिथ सापडले.

''तो नंतरचा प्रश्न. बेसिकली आय ऑब्जेक्ट द थॉट प्रोसेस.' दिशेने विचार करणंदेखील चुकीचं आहे.''

परेश अग्रवाल चमकले. त्या ड्रीम सिटीसाठी लागणारी जमीन संपादन करताना अडचणी येत होत्या. तिथल्या मूळ गावकऱ्यांचा या प्रकल्पाला विरोध होता. त्यांना तिथून विस्थापित व्हायचे नव्हते. अर्थात त्यासाठी शक्कल लढवायची गरज होती.

त्यांना थोडे अधिक भरपाई देऊन, त्यांच्यात फूट पडून हा प्रश्न सोडवता आला असता. समुद्रात त्सुनामी लाट निर्माण करून संपूर्ण गाव उदूवस्त करणे, म्हणजे....

स्टीफन स्मिथ पुढे सांगत होते.

''मी. अग्रवाल. ते ड्रीम सिटी प्रोजेक्ट असेलही चांगलं, परंतु हजारो माणसं मारणाऱ्या या योजनेला माझा विरोध आहे. विज्ञानाचा उपयोग माणसांना प्रकाश दाखवण्या साठी व्हावा. या अशा प्रकारच्या प्रयोगांनी फळांनी, फुलांनी बहरलेल्या पृथ्वीचं अस्तित्वच धोक्यात येईल. तेव्हा अशा प्रकारची घटना घडू नये म्हणून तुम्ही अग्रवाल ग्रुपचे चेअरमन म्हणून तुमच्या अधिकाराचा वापर करा, ही विनंती करण्यासाठी मी आलो आहे.''

परेश अग्रवालांनी होकारार्थी मान डोलावली आणि स्टीफन स्मिथचा निरोप घेतला.

नंतर काही काळ शून्यात पाहत राहिले.

त्यांच्या नजरेसमोर मुरलीधरन आला. सावळ्या रंगाचा स्मार्ट छोकरा. अवघ्या तिशीत होता. सॉफ्टवेअर इंजिनिअर म्हणून कामाला लागला. बघता बघता अग्रवाल ग्रुपच्या आय. टी. डिव्हिजनचा हेड बनला.

आयुष्यात त्याने एकच चूक केली.

परेश अग्रवालांना 'नाही' म्हणाला.

एक महत्त्वाची असाइनमेंट हाती लागावी म्हणून त्याला वालिया ब्रदर्सचा संगणक हेक कर सांगितलं, तर नकार दिला. म्हणाला, ''सर मी इंजिनिअर आहे, चोर किंवा लुटारू नाही.''

खरं होतं त्याचं म्हणणं. अग्रवालांना एकदम पटलं होतं.

पण मग बिझिनेसचं काय?.... आम्ही जो लठ्ठ पगार, राहायला घर, दिमतीला गाडी हे सगळं देतो त्याचं काय?... बिझिनेस इज बिझिनेस. आणि अवर स्टाफ शुड नॉट आस्क क्वेश्चन.

मुरलीधरन... ऐकलं असतं तर यु. एस.ला गेला असता. बिच्चारा...! अपघातात मरण पावला. कोणीतरी त्याच्या गाडीला ठोकर दिली म्हणे.

परेश अग्रवालांना त्याचा चेहरा अगदी स्पष्ट दिसत होता.

इतक्यात काहीतरी आवाज आला. आता कानात कोणीतरी कुजबुजत होतं.

डॉ. महेशचा आवाज होता....

''एक लक्षात घ्या. तुमचं प्रतिरूप तुमचे गुण अवगुण दोन्ही घेऊन जन्माला येणार असलं, तरी त्याच्या व्यक्तिमत्त्वावर कोणत्या गुणाचा अथवा अवगुणाचा कसा प्रभाव पडेल, हे सांगता येणार नाही.. ते भोवतालच्या परिस्थितीवरदेखील अवलंबून असेल.''

परेश अग्रवालांनी डोळे मिटले.

त्यांच्या मिटल्या पापण्यासमोर टीव्ही स्क्रीन दिसत होता आणि त्यावर ब्रेकिंग न्यूज होती,

''सुप्रसिद्ध भूगर्भ शास्त्रज्ञ स्टीफन स्मिथ यांचे अपघाती निधन.''

८

अंत

स्मिता पोतनीस

शुभांगी कारमधून बाहेर बघत होती. बाहेर पावसाचा ओलावा अजुनी दिसत होता. किती वाजले? शुभांगीने घड्याळात पाहिलं आणि सुस्कारा सोडला. हं! ड्रायव्हर कार योग्य वेगानेच चालवतोय; पण, मनाला मात्र हा वेग; वेगच वाटत नाहीये. ते कधीच पद्मिनींजीपाशी पोचलंय.

काय झालं असेल पद्मिनिजींना? मी वेळेवर पोचेन न? आता त्यांनी तिथे राहायचं हे योग्य नाही. त्यांना सरळ घरी घेऊन जायला हवं. आता काही ऐकणार नाही मी! पण, त्या ऐकत असत्या तर मी तेव्हाच थांबवू शकले असते न! त्यांच्या मनात जी गोष्ट येईल ती करून पार होणाऱ्या आहेत त्या. त्यांचा कोणता निर्णय चुकलाय असंही म्हणता येणं कठीण असतं. निर्णय? या शब्दाशी शुभांगी थबकली.

......

शुभांगी क्षितिजशी लग्न होऊन या घरात आली. तिची लग्नाआधी मैत्री झाली ती पद्मिनिजींशी! तिने बोलायला सुरुवात केली तेव्हा क्षितिजच्या आईने तिला थांबवलं.

''शुभांगी, तू अगं तूगं नको म्हणूस यांना!'' क्षितिजची आई म्हणाली.

अगंबाई, म्हणजे या लोकांचा बिझनेस आहे तर अगदी खानदान की परंपरा, सरदारकीचा वारसा असल्यागत अहो जाहो असतं की काय? शुभांगीच्या मनात आलं. ही क्षितिजची बहीण त्याच्यापेक्षा म्हणजे माझ्यापेक्षाही लहान असणार. काहीशी लहानखुरी, निळसर डोळ्यांची, गोरीपान, गालांवर खळ्या पडणारी ही 'नणंद' असून मला चक्क आवडली. नाव काय हिचं? विचारलंच नाही. पण, आता काय लग्न झाल्यावर आपल्यालाही; 'अहो शुभांगीदेवी;' असं काही म्हणणार की काय? क्षितिजलाही अहो जाहो करायला लागणार? या विचाराने शुभांगीच्या ओठांवर हलकेच स्मित उमटलं. समोर क्षितिजची ती बहीण म्हणजे 'अहो बहीण'? मिस्कीलपणे बघत होती. 'अहो बहीण' हे स्वतःशीच म्हणूनही शुभांगीला हसू आवरेना. आता या खानदानी वातावरणात हसावं तरी पंचाईत आणि न हसावं तरी!

तेव्हढ्यात, क्षितिज आला. तिला हायसं वाटलं. तो बहिणीपाशी गेला आणि त्याने वाकून तिच्या पायाला हात लावला. हे पाहून मात्र शुभांगी थक्क झाली होती. ही कोणती रीत? म्हणजे मीही पाया पडायला हवं होत का? शुभांगीला काय करावं ते कळेना. पण, ती उठली. 'मीही पाया पडते' असं म्हणत तिनेही तिच्या पायाला हात लावला. हे नक्की काय आहे? ही खानदानची रीत आहे, की हिला देवत्व वगैरे दिलेलं नाही ना? हो बाई, काय काय ऐकलेलं असतं. पण, ते म्हणजे हिच्यावर अन्यायच. शुभांगीला काही सुचेना. ती काहीशी बेचैन झाली. हे असं काही असेल तर क्षितिजशी लग्न करायचं कि नाही? पण, लगेच असा निर्णय घेण योग्य नाही. नक्की काय प्रथा आहे ती पाहायला हवी. देवी वगैरे म्हणत नसणार तिला. नाहीतर तिने आधुनिक ड्रेस घातला नसता. मग? ती गप्प राहिली.

काही वेळाने क्षितिजची आई परत आली आणि तिने शुभांगीला पोहे दिले. ते पाहून क्षितिज हसला आणि म्हणाला, ''आई, वधूपरीक्षा नको म्हणून हॉटेलमध्ये भेटलो आम्ही. आता, तू सासुपरीक्षा देतेयस की काय?''

क्षितिजची आई हसली आणि तिने क्षितिजच्या पाठीवर हलकेच चापटी मारली.

''आगाऊपणा करू नकोस. चल, पोहे खा आणि तिला घेऊन फिरायला जा. पद्मिनीजी, तुम्हीही घ्या.''

''पोहे!'' क्षितिजची आई म्हणाली.

'ओहो , हिचं नाव पद्मिनी आहे होय? पद्मिनीजी? बापरे! पण, बाकी सगळे एकनेकांना नॉर्मल हाक मारताहेत. हे काय गौडबंगाल आहे?' शुभांगीला कळेना.

निघायच्या आधी जेव्हा शुभांगी क्षितिजच्या आईच्या पाया पडली तेव्हा ती म्हणाली, ''अग, माझ्या राहू दे. पद्मिनीजींच्या पाया पड.''

शुभांगीची नजर काहीशी चमत्कारिक झाली तेव्हा पद्मिनीजी म्हणाल्या, ''अगं शरयू, असू दे. कितीवेळा पाया पडेल? मघाशी पडलेय ती पाया.''

'शरयू? ही आईला नावाने हाक मारतेय? हे काय चाललंय काय?' शुभांगीच्या मनात आलं नि तिची मुद्रा प्रश्नार्थक झालीच. नकळत तिच्या तोंडून आलं; ''पद्मिनीजी म्हणजे क्षितिजची म्हणजे क्षितिजच्या धाकट्या बहीण न?''

आता पद्मिनीजीच हसून म्हणाल्या, ''गोंधळू नकोस शुभांगी. तुला मी क्षितिजची धाकटी बहीण वाटले तर तुझं आणि माझं नात तसंच छान मैत्रीचं ठेवायला माझी काहीच हरकत नाही. पण, मी त्याची बहीण नाही तर आजी आहे. माझं नाव पद्मिनी आहे. पद्मिनीजी म्हणजे पद्मिनीआजीचा शॉर्ट फॉर्म आहे.''

''काय आजी? सख्ख्या? खरंच?'' शुभांगीच्या नकळत तिचा स्वर काहीसा उंच झालाच आश्चर्याने!

''हं!'' पद्मिनीजी म्हणाल्या.

''अय्या! कसं शक्य आहे? अगबाई, किती छान हो! आई ग, माझ्यापेक्षा लहान दिसताय तुम्ही. आणि गोड ही! सॉरी सॉरी ! पण, खरंच, कसं काय?'' शुभांगीचं आश्चर्य तिच्या प्रत्येक उद्गारातून उमटत होतं.

''सांगीन. नक्की सांगीन.'' पद्मिनीजी म्हणाल्या.

लग्न झालं. शुभांगी रुळली त्या घरात. पद्मिनीजी त्यांची कंपनी सांभाळत होत्या. व्यस्ततेपायी तशी त्यांच्याकडे वेळेची कमीच होती. दोन्ही घरातून पसंती नक्की झाल्यावर शुभांगी

पहिल्यांदा आली तेव्हा खास वेळ काढून त्या घरी थांबल्या होत्या. त्यामुळे, त्यांना काही विचारायचा शुभांगीचा धीर झाला नाही आणि इतर कोणाला विचारावं असं का कोणास ठाऊक, तिला वाटलं नाही. तसा तिने क्षितिजला विचारायचा प्रयत्न एकदा केला तशी तो म्हणाला, ''ती सांगणार आहे नं तुला? मग, तिच्याकडूनच ऐक.''

....

शुभांगीचा मोबाइल वाजला. कोणाचा फोन? फोन घरून होता.

''हॅलो आजी, तू कुठे आहेस? आम्ही इथे आलोय.'' नातवाचा आवाज ऐकून शुभांगी सुखावली.

''अरे सोन्या, तू आलास होय? मी बाहेर गेलेय. तुझ्या बाबड्याला फोन देतोस?'' शुभांगी म्हणाली.

''हॅलो!'' पुढच्याच क्षणाला शिशिरचा आवाज आला.

''हॅलो बेटा, मी पद्मिनीजींना बघायला चाललेय. तिथून फोन आला होता. त्यांना बरं नाही असं सांगतानाच फोन बंद झाला. काळजी वाटते रे. साधना कशी आहे? नातीला बघायचेय पण. . !'' शुभांगी म्हणाली.

''हरकत नाही ग आई! मी साधनाला कळवतो. तू आलीस की जाऊ आपण.'' शिशिर म्हणाला.

शुभांगीने फोन बंद केला. तिला अचानक आठवलं ते परवा पद्मिनीजींना तिने कळवलं की शिशिरला मुलगी झालेय; तेव्हा त्यांचा आवाज काहीसा हताश वाटला. काय झालं असेल? तिथे काही त्रास होत असेल का? क्षितिजला म्हटलंही. तर म्हणाला, ''आजीला कसला त्रास होणार ग?'' शुभांगीने 'आजी' असं गमतीत स्वतःशी म्हणून पाहिलं. पद्मिनीजी आणि आजी? तिला हसू आलं. त्या आजी दिसायच्या नाहीतच पण, त्यांचे विचारही आजीचे नव्हते. आधुनिक विचार त्या कशा काय आपलेसे करून घेत असतील? हा प्रश्न नेहमी पडायचा.

......

‘‘अगं शुभांगी?’ बस. कशी काय आलीस?’’ पद्मिनीजींनी विचारलं.

‘‘तुम्ही घरी थांबलात म्हणून बोलायला आले. चालेल न तुम्हाला?’’ शुभांगीने दबकत विचारलं.

‘‘नक्कीच चालेल. तसंही माझ्याशी बोलावं असं कोणाला वाटत नाही.’’ त्यांचा स्वर काहीसा दुखरा वाटला तिला. का? हा प्रश्न खरंतर लगेच उद्भवला. त्या आजी असल्या तरी आजी वाटतात कुठे? मग, तरी त्यांना अस का वाटतंय?

‘‘एक विचारू?’’ शुभांगीने विचारलं.

‘‘एक नाही जितकं हवंय तितकं विचार. काय विचारायचं आहे तुला ते माहितेय मला. सांगणारच आहे मी! मला माहितेय, जी गोष्ट तुला तुझं लग्न झाल्यापासून विचारावीशी वाटतेय. त्या गोष्टीचं उत्तर हवंय तुला. हो न? तरी बराच धीर धरलास. मी क्षितिजची आजी आहे आणि तरी इतकी तरुण कशी? किती वर्ष झाली. आज माझं वय किती असेल असं वाटतंय तुला?’’ पद्मिनीजीनी विचारलं.

‘‘मी या घरी आले त्याला तीन वर्ष झाली. तुम्ही आहात तश्याच आहात. वय वर्ष पंचवीस? पण, हे कसं काय?’’ शुभांगी म्हणाली.

‘‘शुभांगी, हे सगळं एका ट्रीटमेंटमुळे झालंय.’’ पद्मिनीजी म्हणाल्या.

‘‘ट्रीटमेंट? कसली?’’ शुभांगीने कुतूहलाने विचारलं.

‘‘ह्यांना एका अशा ट्रीटमेंटबद्दल कळल की ज्यात तुमचं वय तसंच थांबून राहत. खरंतर त्या संशोधकाच्या म्हणण्यानुसार त्याला शरीराच्या वयाची गती कमी करायची होती. त्याच्या प्रयोगात काहीतरी गडबड झाली आणि त्याने केलेल्या ट्रीटमेंटने वय तिथेच थबकून राहावं असं झालं. जीन फ्रीज झाला. तो तशी ट्रीटमेंट ज्यांना हवी त्यांना देत होता. यांनी मला सांगितलं. ते म्हणाले, ‘मला तू अश्शीच राहायला हवी आहेस. ‘मीही मान्य केलं.’ तरुण, सुंदर राहाणं कोणाला आवडत नाही? मी मुळात तीन मुलं होऊनही तशीच राहिलेली होते. त्यानंतर, तर वय थबकलं.’ पद्मिनीजी सांगत होत्या.

''अशी ट्रीटमेंट असते? कसं शक्य आहे?'' शुभांगी बोलून गेली.

''माझ्यावर त्याचा जो परिणाम झालाय त्यावरून ते खरं आहे; अस मानायला काहीच हरकत नाही. नाही का? त्यांनी मला ट्रीटमेंट दिली तेव्हा असं सांगितलं होत की आपल्या डीएनएच्या शेवटी टेलोमरेज नावाचं आपल्या शरीरात बनणारं एक द्रव्य असतं. ते म्हणजे बुटाच्या लेसला शेवटी कसं प्लास्टिक असतं न, तसं शेपटासारखं असतं. आपल्या पेशींचं विभाजन होताना ते काही प्रमाणात नष्ट होतं याचा अर्थ असा असतो, की त्यामुळे आपल्या शरीराची; निर्माण करण्याची वा बरं होण्याची क्षमता नष्ट होत असते. तारुण्य, टवटवीतपणा टिकवण्यासाठी ते आवश्यक असतं. रोगाला अवरोध करणारी आणि वृद्धत्वाला प्रतिबंध करणारी जीन्स थेरपी त्यांनी मला दिली होती.'' पद्मिनीजी म्हणाल्या.

''आणखी कोणी घेतली होती ट्रीटमेंट?'' शुभांगीने विचारलं.

''हो तर! पण, आम्ही ही ट्रीटमेंट लंडनमध्ये असताना घेतली होती. तिथल्याच चार सहाजणांनी ही घेतली होती. पण, माझा कोणाशी संपर्क नाही. आणि समहाऊ, त्यांनीही कधी तसा प्रयत्न केला नाही. आणि माझ्या अंदाजाने माझ्यावर केलेली ट्रीटमेंट शेवटची होती. कारण, त्यानंतर त्या संशोधकाचा अपघात झाला. त्या संशोधनाबद्दलची पूर्ण माहिती त्याच्या टीमलाही नव्हती की आणखी काही प्रॉब्लेम होते; कोण जाणे?'' पद्मिनीजी म्हणाल्या.

''पण, मग तुमच्याबरोबर आजोबांनी का नाही घेतली ट्रीटमेंट?'' शुभांगीने विचारलं.

''नाही घेतली त्यांनी. मी ट्रीटमेंट घेतली; यावरच ते खुश होते.'' पद्मिनीजींचा स्वर थोडा मंदावला.

''खरंच मोठं मन लागत नै?'' शुभांगी आदराने म्हणाली.

''मोठ मन! हं! असेल किंवा तरुणपणाची झिंग असेल. हातात पैसा होताच. बायको अशीच राहावी असं वाटण्याची झिंग. ती साध्य करून घेता येणं शक्य होतं. केलं. पण, जसजशी वर्ष सरायला लागली; माझं वय, दिसणं तेच राहील. त्यांच्यावर वयाचा परिणाम दिसायला लागला. कधीकाळी माझं दिसणं - असणं यांना आवडत होतं; तेच दिसणं यांना

प्रचंड खटकायला लागलं. खूप चिडचिड करायचे. स्वाभाविक होत ते! पण, माझा त्यात काहीच दोष नव्हता. माझ्या मनाला फार त्रास व्हायचा. काहीतरी गंभीर गुन्हा केल्यासारखं वाटायचं. ते जेव्हा गेले तेव्हा तर मला खचून जायला झालं होतं. त्यावेळी, मला ओळखत नसलेल्या कोणीतरी बोललं की त्यांची मुलगी बघा बिचारी! किती वाईट वाटतंय तिला! तेव्हा तर मला तोंड कुठे लपवू असं झालं. किती दिवस त्यानंतर मी कोणाला तोंड दाखवत नव्हते.'' पद्मिनीजी सांगत असताना त्यांच्या डोळ्यात नकळत अश्रू आले.

अचानक झटक्याने कार थांबली. शुभांगीने घड्याळात पाहिलं. निघून दीड तास झालाय. अजून तेव्हढाच प्रवास आहे. पद्मिनीजी कशाला लांब गेल्यात इतक्या? पण, या विचारानेही ती दचकली. छे! लांब म्हणजे

''शुभांगी, बाकीच्च्यासारखी लांब लांब राहत नाहीस तू! तू आजीच्या प्रेमाने बोलायला येतेस. बरं वाटतं. तू खरी नात वाटतेस मला.'' पद्मिनीजी म्हणाल्या.

''मग, नात नाही का मी? सून जर मुलगी वाटू शकते तर नातसून नात होऊ शकत नाही? मला तर माझी ही आजी फार आवडते.'' शुभांगी म्हणाली.

पद्मिनीजी हसल्या. ''पण, बाकीच्यांना असं वाटत नाही. मी कायम असणार आहे इकडे. या विचाराने म्हण, माझं जे वय दिसतं त्यामुळे म्हण; पण, कोणीच सहज, स्वाभाविकपणे नाही बोलू शकत माझ्याशी. माझीच माणसं माझ्यापासून लांब गेल्यासारखी वाटतात ग.'' पद्मिनीजी एकदा सांगत होत्या.

''हे असं वय थांबणं; कसं वाटत हो पद्मिनीजी?'' शुभांगीने विचारलं.

''कधी अश्वत्थाम्यासारखं तर कधी भारद्वाजासारखं!'' पद्मिनीजी हसून बोलल्या.

''म्हणजे?'' शुभांगीला काही न कळून विचारलं.

''भारद्वाज ऋषी होते न; त्यांना वेद शिकायचे होते. त्यांनी ब्रह्मदेवाला तसं सांगितलं. त्याने त्यांना फक्त वेद दाखवले. त्यांना कळलं की आपल्या एका आयुष्यात हे शिकणं शक्य नाही. तेव्हा, त्यांना वाईट वाटलं. त्यानंतर, त्यांनी त्यांचा तो जन्म जेव्हढं शक्य होईल तेव्हढं शिकण्यात घालवला. तसं, आपल्याला शिकण्यासारखं खूप काही असतं.

तारुण्यामुळे उमेद टिकून आहे. उत्साह आहे. आयुष्य मिळालेलं आहे. जेव्हढं शक्य होईल तेव्हढं शिकावं असं माझं मत आहे. म्हणूनच, हे असताना यांच्याकडून कंपनी चालवण्याचे घेतलेले जुजबी धडे आणि मग शिक्षण घेतलं पुढचं. आता, मुलं इतर कंपन्या बघतात. पण, आपली मूळ कंपनी मी बघते आणि अजून ती उत्तम प्रॉफिटेबल आहे. कॉम्प्युटर शिकले. विविध गोष्टींचं ज्ञान मी अपडेट ठेवलं. नाही तर नुसती शरीराने तरुण राहीन. मला मनही तरुण ठेवायचं आहे.' पद्मिनीजी अलगद हसत म्हणाल्या. शुभांगीही हसली.

''आणि अश्वत्थाम्यासारखं म्हणजे?'' शुभांगीने विचारलं.

''तो चिरंजीव आहे; पण, त्याला मिळालेली जखम सतत त्याला व्याकूळ ठेवत असते. त्याच्यासाठी चिरंजीव असणं हा शाप आहे. हे गेले, क्षितिजचा काका सागर गेला. त्याच्या बायकोची शलाकाची नजर माझ्या शरीराला क्षतं करून जात होती. मी तरुण, सुंदर होते आणि ती! मुलगा गेल्यावरही माझं तारुण्य आणि सौंदर्य तसंच असताना मलाही फार त्रास झाला होता. त्याला मुलं नव्हती. शलाकाचं दुसरं लग्न करून द्यायला सांगितलं मी; तिच्या आईवडिलांना! खर्च माझा पण, इकडे नको म्हटलं. सागर तसा अकाली गेला. तिचं वय फार नव्हतं. हे सगळे धक्के पचवणं सोपं नसतं. आपली माणसं हेच खरंतर अमृत असतं. त्यांच्या दूर जाण्याचं विष प्राशन करताना तो शापच वाटणार न?'' पद्मिनीजी म्हणाल्या.

''पद्मिनीजी, एक विचारू? नको.'' शुभांगी विचारता विचारता थबकली.

''काय विचारायचं आहे शुभांगी? विचार.'' पद्मिनीजी म्हणाल्या.

''नाही. पण, म्हणजे तुम्ही तरुण आहात. तरुणपणातल्या भावना? त्याचा त्रास होत नाही?'' शुभांगीने धीर करून विचारलं.

''तारुण्याच्या भावना? हं! माझं शरीर तरुण आहे. मन मी तरुण ठेवते ते ज्ञानासाठी, कामासाठी. पण, मनातली आई असण्याची, आजी असण्याची भावना नष्ट कशी होईल? अशावेळी दुसरे विचार नाही येत. कदाचित, खर सांगायचं तर मी माझ्या माणसात राहते, त्यांच्याबद्दल माझ्या मनात प्रेम आहे, माया आहे म्हणून असेल. पण, तसं नाही वाटलं. तसं नसतं तर कदाचित वेगळं आयुष्य जगायला लागलेही असते. काय माहीत? आणि शेवटी ती

भावना कायमस्वरूपी माझ्या मनात राहिली तर माझं काय होईल? अग, मी कायम अशीच राहायची आहे. नाही का? कोणाला मी वेगळी भासू नये म्हणून आधुनिक कपडे घालते. मला 'पद्मिनीजी' म्हणायला सांगितलंय. कोणी 'आजी' ऐकलं तर त्यांना विचित्र वाटणार. ते सगळं टाळायचं असतं मला यांनी घ्यायला लावलेला वसा ते गेले तरी नीट पाळायला तर हवाच ना?'' पद्मिनीजींनी दिलेल्या मोकळ्या उत्तराने शुभांगी थक्क झाली. पण, तिला ते पटलं. ती मोकळं हसली आणि त्याही.

''पद्मिनीजी! मला आवडतं; तुमच्या देखणेपणाला साजेसं नाव आहे पद्मिनी. आणि आजी म्हटल्याचं सुखही आहे. पण, आजोबाही हवे होते न असेच?'' शुभांगी म्हणाली.

पद्मिनीजी खो खो हसायला लागल्या. म्हणाल्या, ''वेडी आहेस झालं. अगं, बायका हाच पती सात जन्म लाभू दे म्हणतात; पण, एकाच जन्मात सात जन्म सतत तो बरोबर राहणार असेल तर? बापरे! मला कल्पनाही करता येत नाहीये. कठीण असेल सहन करणं हे नक्की! हं! खरतर फक्त त्यांनीच ट्रीटमेंट घ्यायला हवी होती. तसाही पुरुष स्वच्छंदी असतो. त्याला वेगळं काही करायची गरज नाही. मी संशयाने, दु:खाने पिचून लवकर गेले तरी असते. अमर होण्यापेक्षा कदाचित ते सुखावह वाटलं असतं का? कोण जाणे? जे आपल्याकडे असतं त्यापेक्षा आपल्याला दुसरं काही अधिक आकर्षक वाटतं एवढंच.''

''पद्मिनीजी, पण, तुम्हाला ऑफिसमध्ये कधी काही?'' शुभांगीने विचारलं.

'अग, लोकांच्या नजरा असतात की! त्यांच्यापासून तसं काही लपत नाही. तरुण असलेले वयस्कर होतात. रिटायर होतात तरी मी जैसे थे! हे जाणवणारच की त्यांना. मी काहीच बोलत नाही. परस्पर कोणी उत्तरं देतात. कोणी म्हणतं, ब्यूटिपार्लरची किमया आहे. कंपनीची मालकीण आहे न! पैसा आहे. मग, तरुण न दिसायला काय झालं? सगळ्यात मला कोणी मैत्रीण मात्र करता आली नाही जिवाभावाची !''

''मला मैत्रीण मानत नाही का तुम्ही?'' शुभांगीने असं म्हटल्यावर पद्मिनीजींनी तिचा हात घट्ट धरला.

''बर, आता गप्पा पुरेशा झाल्या असतील तर मी कामाला लागू का? बरीच कामं पडल्येत. चालेल न?'' त्यांच्या ऋजू बोलण्याने शुभांगी नेहमीच भारावून जात होती. ती तिथून हसून लगेच उठली होती.

......

''बाईजी, उतरताय न? आपण आलो.'' ड्रायव्हर सांगत होता. शुभांगी विचारातून बाहेर आली आणि पटापट चालत ती बंगल्यात गेली. बंगल्यात काम करणारे दोघे रडत होते.

''काय झालं? जानकी, काय झालंय पद्मिनीजींना?'' शुभांगीने विचारलं.

''बाईजी, त्या त्या कायतरी'' जानकी सांगायला लागली. पण, अडखळली.

''अगं काय? त्यांना बर नाहीये? पण, कसं शक्य आहे?'' बोलता बोलता शुभांगी पद्मिनीजींच्या बेडरूमच्या दिशेने चालायला लागली.

पद्मिनीजी बेडवर क्लांत होऊन पडल्या होत्या.

''काय झालं पद्मिनीजी?'' शुभांगीने घाबऱ्याघुबऱ्या स्वरात विचारलं.

पद्मिनीजींनी डोळे उघडले.

''अग शुभांगी तू? तू कशी आलीस? आणि एवढ्यात?'' पद्मिनीजींनी विचारलं.

''जी म्याच बोलीवलं. तुमी रडत होतासा. आनी बोलावलं तेबी बरंच झालं नव्हं? तुमचा कारचा आक्सीडन झालाच ना? बाईजी, त्या रडीत होत्या. मंग कारने भाईर गेल्या. थोड्या येलात दादू यानला घिवून आला. गाडी आपटली म्हनला. तो होता तितं आनी त्याने बघितलं म्हून बरं झालं. थोडक्यात निबावलं. आनी आता तुमीबी आलायसा.'' मागून आलेली जानकी म्हणाली.

''जानकी, बर झालं तू बोलवलस ते! जा आता जरा चहा करून आण.'' शुभांगी म्हणाली.

जानकी गेल्यावर शुभांगी पद्मिनीजींना म्हणाली, ''पद्मिनीजी, तुमच्या हातून अपघात तोही कारचा? शक्य नाही. तुम्ही उत्तम कार चालवता. कारला काही कोणी करून ठेवलं होतं का? काही घातपाताचा प्रकार?''

''नाही ग! असंच!'' पद्मिनीजी बोलायचा प्रयत्न करत म्हणाल्या.

''पद्मिनीजी? याचा अर्थ? नाही पद्मिनीजी, तुमच्याकडून माझी ही अपेक्षा नव्हती.'' शुभांगीला बोलता बोलता रडू कोसळलं.

''वेडी आहेस शुभांगी! तुला कंटाळा आला नाही का ग अजून माझा?'' पद्मिनीजी म्हणाल्या.

''तुम्ही असं का केलंत?'' शुभांगीने विचारलं.

पद्मिनीजींचे डोळे तोवर जडावले होते.

शुभांगी घाबरली. ''पद्मिनीजी. पद्मिनीजी'' ती हाका मारायला लागली. तेव्हढ्यात, तिथे चहा घेऊन जानकी आली. ''बाईजी, म्या डागदरनी सांगितलेली गोळी दिलेली हाय. म्हून झोप लागली आसल.''

शुभांगीने बघितलं तर खरंच पद्मिनीजी शांतपणे झोपल्या होत्या.

परवाच बोलणं झालं क्षितिजशी. आणि आता हे?

......

''क्षितिज, काय झालं रे? तू इतका का अस्वस्थ आहेस?'' शुभांगीने बेडवरची चादर नीट करताना विचारलं.

''काही नाही. आजीचा विचार करत होतो.'' क्षितीज म्हणाला.

''आजीचा? आता पद्मिनीजी तिकडे गेल्यापासून तू आजीच म्हणायला लागलायस.'' शुभांगी म्हणाली.

''ती आजीच आहे की माझी! ती वाटत नसली तरी आजीच आहे. इतर आज्या नातवंडांचे लाड करत बसतात तसा तिला वेळ नव्हता लाड करायला. पण, म्हणून तिची माया नाही आमच्यावर असं नाहीये.'' क्षितिज म्हणाला.

''आज त्यांची आठवण येतेय का तुला खूप?'' शुभांगीने विचारलं.

''हो. खरंय. तसं बघायला गेलं तर मीच तिचा सगळ्यात लाडका होतो. तिने जसे शिशिरचे लाड केलेत न; तसेच माझेही लाड करायची ती! तिला जसा वेळ मिळायचा तसा वेळ काढून. कंपनी सांभाळते ग ती! कौतुक आहे आम्हाला तिचं. मला, बाबांनाही कौतुक होतं. काकालाही होतं. पण, आपल्याकडच्या मुलींना मात्र नाही वाटत कौतुक. त्या स्वतःतच मग्न असतात. एक मुलगी आजीसारखी झाली नाही. त्या नेहमी आजोबांच्या पार्टीत असायच्या.'' क्षितिज सांगत होता.

''म्हणजे?'' शुभांगीने विचारलं.

''आजोबा तसे स्वभावाने वाईट नव्हते ग. पण, ते वयस्कर व्हायला लागले. आजी कायम पंचविशीची राहिली. दिसायला देखणी तर होतीच. पण, तिने नव्या जमान्यानुसार स्वतःत बदल केला. ती अधिक उठून दिसायला लागली. त्यामुळे, आजोबांना उगीचच हीन वाटायला लागलं. खरंतर आजीचं खूप प्रेम होतं आजोबांवर. ते दिसूनही यायचं. ती किती काळजी घ्यायची त्यांची. आधी आजोबांनीच आजीला कंपनीचा व्यवहार शिकवला. मग, आजीने स्वतःने स्वतःची प्रगती करून घेतली. आजोबांना ते डाचायला लागलं. त्यांना तिचा राग यायला लागला विनाकारणच! मग, ते आजीची टिंगल करायचे. तिला नावं ठेवायचे. त्यात सोनल आत्या आणि क्षिप्राही सामील असायची. आधी क्षिप्राला आजी आवडायची. आजीही क्षिप्राचे लाड करायची. पण, काही गोष्टी अशा घडल्या की, त्यात त्या दोघींचाही दोष नाही आणि आजीचाही दोष नाही.'' क्षितिज म्हणाला.

''म्हणजे?'' शुभांगीने विचारलं.

''तुला आजी कधी काही बोलली नाही का? तशी तूच आजीच्या जवळची झाल्येस. आमच्या आईला का कोण जाणे, पण, आजीशी सलगी करताच आली नाही. अशी दबल्यासारखी असायची. सासू म्हणून की आजीचं दिसणं म्हणून, ते नाही सांगता येत. खरं तर आजी आधुनिक विचारांची! त्यामुळे, आईला मैत्रिणीसारखी वाटू शकायला काहीच

हरकत नव्हती. पण, ती नाही तशी जवळ आली. आणि एकंदरीत आजीचं व्यक्तिमत्त्व, तिचं काम, आईचं घरात राहाणं यामुळे असेल. किंवा आईचं आत्याशी पटायचं म्हणून असेल.'' क्षितिज म्हणाला.

''पण, आत्या तर आजींची मुलगी न? मग?'' शुभांगीने विचारलं.

''आत्याच्या लग्न व्हायच्या वेळी! तिला बघायला यायला लागले तेव्हा पहिल्या एकदोन स्थळांनी आजीलाच मुलगी समजून आम्हाला ही मुलगी पसंत आहे असं सांगितलं. त्यानंतर, आत्याला कोणी बघायला यायचं तर आजी; तिची आई असून बाहेर यायचीच नाही. आत्याला तो तिचा अपमान वाटला होता. तेव्हापासून ती आजीला टोचून बोलायला लागली. आजीला तिचं मन कळायचं. तिला एकदा आजोबांपाशी रडताना पाहिलं होतं मी. बराच लहान होतो. पण, आजी रडत बोलत होती म्हणून ते बोलणं नीट ऐकलं. तेव्हा त्याचा अर्थ लागला नाही. पण, मनावर कोरलं गेलं होतं; म्हणून, नंतर मोठा झाल्यावर ते उलगडलं. ती म्हणत होती, तुम्ही चुकीचा निर्णय घेतलात आणि माझं आयुष्य विचित्र करून टाकलत. त्यावर, आजोबा म्हणाले, 'एवढं वाटतं तर आपल्या राहणीमानात बदल करावा. वयानुसार राहावं.' आजीला राग आला होता. ती म्हणाली, 'वयानुसार? कोणतं वय? कोणत्या वयाच्या गोष्टी करताय? माझं वय पंचविशीच्या पुढे सरत नाही हेच तर दुःख आहे.' मग, आजोबा काही बोलले नाहीत. त्यांना वाटत होतं की आजीने या नाही तर तिचं वय तेव्हा जितकं असतं; त्यानुसार राहावं.'' क्षितिज म्हणाला.

''म्हणजे नक्की कसं राहायचं? त्या काही अति अत्याधुनिक कपडे घालत नाहीत. पण, जे घालतात ते त्यांच्यावर उठून दिसतात खरंतर!'' शुभांगी म्हणाली.

''तेच तर! आजीची कोंडी करून टाकली त्यांनी! पण, आजी त्या गोष्टीला बधली नाही. मग, आत्या आजोबांच्या साथीने तिला नावं ठेवायला लागली. काका होता; तो आम्हाला एकदा म्हणाला होता. बाबांनी आमची आईच हरवून टाकली. बाबांनी आणि काकाने कधीच आजीला नावं ठेवली नाहीत. त्या दोघांनाही तिचं कौतुक होतं. आत्याचं लग्न ठरल्यावरही आधी सुरुवातीला आई शक्यतो त्या लोकांना भेटायची नाही. तसं, आत्यानेच तिला सांगितलं होतं. पण, मग बाबा आणि काका आत्याला खूप बोलले. तुला त्या

माणसावर विश्वास नसेल तर लग्न करू नकोस. पण, आईवर आमचा विश्वास आहे. तुझाही असायला हवा. मुळात तूही देखणी आहेस. तुझा तुझ्यावर विश्वास असायला हवा. तेव्हा, मग तिने आजीशी सगळ्यांची ओळख करून दिली.'' क्षितिज म्हणाला.

''बापरे! पण, 'बाबत पद्मिनीजी मला एका अक्षरानेही काही बोलल्या नाहीत.'' शुभांगी म्हणाली.

''अशीच आहे आजी!'' क्षितिज म्हणाला.

''पण, क्षिप्राताईंचं काय झालं? त्या स्वतः दिसायला देखण्या आहेत. आधुनिक आहेत. मग?'' शुभांगीने विचारलं.

''तिचं तिने लग्न ठरवलं होतं. त्यामुळे, आत्यासारखा काही प्रश्न आला नव्हता. पण, एकदा तो तिच्याबरोबर आलेला असताना आजीशी त्याची ओळख झाली. आजीला बघून तो थक्क झाला. कोणीही होतोच. तो तिला गमतीत एवढंच म्हणाला, आपण भेटण्याआधी तुझी आजी भेटली असती आणि माहीत नसतं की ती तुझी आजी आहे, तर तिच्याशीच पहिलं फ्लर्ट केलं असतं. किती देखणी आहे तुझी आजी! तू खरंच सांगत्येस; ती तुझी आजी आहे म्हणून? इतकी तरुण पत्नी मिळाली तुझ्या आजोबांना? खरंच, तुफान आहे यार!'झालं! क्षिप्राने लहानपणापासून आत्याकडून ऐकलेलं तिच्या डोक्यात भ्रमायला लागलं असणार. ती त्याला भडकून म्हणाली, 'तुला आजीने थारा दिला नसताच; पण, आता मीही देणार नाहीये. मला तुझ्याशी लग्न करण्यात काडीमात्र रस नाही.' तो चांगला मुलगा होता. पण, क्षिप्रा ऐकायला तयार नाही. आईही आजीला दोष द्यायला लागली होती. बाबा गप्पच बसले. तेव्हा, मी बोललो होतो त्यांना. मग, क्षिप्रा परदेशात गेली शिकायला. तिथेच एका मुलाशी जमलं तिचं. ती इथे त्याला घेऊन कधीच आली नाही. आली तर एकटी येऊन भेटून जाते. पण, आजीला नाही.'' क्षितिज म्हणाला.

''आई ग, बिचाऱ्या पद्मिनीजी! नशीब, मुलगे तरी त्यांना समजून घेत होते.'' शुभांगी कळवळली.

"काका म्हणाला होता लहानपण आईवडिलांपाशी जपलेलं असतं न रे आपलं. इथे आमची आईच लहान राहिली. आम्हाला हक्काने, प्रेमाने आईपाशी जावं. तिच्या मांडीवर डोकं ठेवून निजावं असं करताच आलं नाही. तिला वाटलं नाही तरी आम्हाला तिच्यापाशी जाताना कसं जायचं असा प्रश्न पडायचा. आपण मोठे होतो तसे आईवडीलही मोठे होत जातात. त्या त्या वयाचा तो तो आब असतो. इथे ते झालंच नाही. बिचारी आमची आई! पण, ती हुशार आहे म्हणून निव्वळ तग धरून आहे." क्षितिज म्हणाला.

"खरंच रे! तारुण्य चिरंजीव राहिलं तर इतकं कठीण होऊ शकतं? खरंतर अमरत्वच एकप्रकारे! स्वाभाविक आहे न रे! निसर्गाच्या विरोधातलं आहे हे. नाहीतर किती जणांनी अमरत्व मिळावं म्हणून प्रयत्न केले. नाही सफल झाले. देव दैत्यात अमरत्व देणाऱ्या अमृतासाठीच वैर निर्माण झालं. ते अमरत्व संभाळणं किती कठीण असेल! नैसर्गिक नाही न ते!" शुभांगी म्हणाली.

"छे छे! असं कोणी सांगितलं तुला? निसर्गात जेली फिश, टर्टल सारख्यांच्या वयाची घड्याळं बंद तरी असावीत किंवा उलट तरी फिरत असतील." क्षितिज म्हणाला.

"काय सांगतोस?" शुभांगी उद्गारली.

"हं! ते खरोखरचं अमरत्व नाही. पण, आजार नाही आणि शरीराचं तारुण्य अबाधित राहिल्याने याला आपण जैविक अमरत्व म्हणू शकतो. नैसर्गिक किंवा अनैसर्गिक हे मानण्यावर आहे. आजोबांचा निर्णय धाडसी होता. पण, त्यांनी तो विचारपूर्वक घेतला नाही. म्हणजे त्यासाठी त्यांच्यात स्वतःतही काय बदल करायला हवेत हे त्यांनी विचारात घेतलं नाही. पत्नीवरचं प्रेम एवढंच त्यावेळी त्यामागे होतं. पण, आजी मात्र खरोखर कौतुकास्पद वागतेय. किती मानसिक त्रास झाला तरी ती तिच्या मार्गावर अढळपणे उभी आहे." हे बोलताना क्षितिजच्या चेहऱ्यावर आजीचं कौतुक उमटलं होतं.

"खरं आहे. पण, तुला अस्वस्थ का वाटत होतं मग? कधी नाहीसं, पहिल्यांदा आजीबद्दल सगळं सांगतोयस." शुभांगी पुन्हा मूळ प्रश्नाकडे वळत म्हणाली.

"काही खास असं नाही ग! आपल्याला मुलगी नाही. पण, आता शिशिरला मुलगी झाली." क्षितिज म्हणाला.

''मग? त्यात काय मोठंसं? तिच्यावर संस्कार जसे घातले जातील तशीच ती होईल. ती पद्मिनीजींशी नाही भांडायची.'' शुभांगी म्हणाली.

''संस्कार दिले तरी तारुण्यातलीही काही चढाओढ असते. आजी कधीच म्हातारी होणार नाहीये. तिला सांगायला आत्या आणि क्षिप्राही आहेत. आई आजीच्या बाजूची कधीच नव्हती. आजी आणि मुलीत बाजू घ्यायची तर साधना मुलीचीच बाजू घेणार. ती आपली मुलगी नाही तर साधनाची आहे. तिला सांगणं आपल्या हातात असेल?'' क्षितिज म्हणाला.

''छे ! फार पुढचा विचार करतोयस तू!'' शुभांगी म्हणाली.

''नात्यांचा विचित्र गुंता झालाय. बाबा गेल्यावर आजी का दुसरीकडे राहायला गेली असं वाटतंय तुला?'' क्षितीजने विचारलं.

''का? मी त्यांना विचारलं होतं. त्या म्हणाल्या; इथे कंटाळल्यात. शांतपणे एकांतात राहायचं आहे म्हणून!'' शुभांगी म्हणाली.

''मी ही बोललो नाही. सगळं काम तुझ्यावरच पडल्याने तू कामात गुंतली होतीस. तुला तेव्हा आमच्यात काय झालं ते माहीतच नाही. बाबा गेले तेव्हा आत्या आणि क्षिप्रा आल्या होत्या.

आत्या आजीला म्हणाली, 'तू कशाला रडत्येस? तुला कोणी आलं काय आणि गेलं काय? तू तुझ्यात मग्न असणार आहेस.'

''माझ्या पोटचा पोरगा होता तो! मला वाईट वाटणार नाही? सागर गेला आणि आता तनय गेला.'' आजी म्हणाली.

''आता मी राहिलेय. मी गेल्यावर अशी रडशील की सुटशील?'' आत्याने विचारलं.

''अग काय बोलतेस तू हे? तूही पोटची पोर आहेस माझ्या! का असं बोलतेस ग? हे सगळं तुझ्या वडिलांच्या सांगण्यानुसार केलं होत न?'' आजी म्हणाली.

''काय माहीत; तूच मागे लागलेली असायचीस. आणि समजा, त्यांनी सांगितलं आणि तू केलंस. पण, माणसाला बदलता येतं न? कधी वाटत नाही की आपण इतकं आधुनिक राहू नये. रहा की साधी. पण, तुला तुझ्या तारुण्याचा टेंभा मिरवायचा असतो न. मुलगी, नात यांच्यापेक्षाही मी बघा कशी दिसते असं दाखवायला लाज वाटायला हवी.'' आत्या कडाडून बोलली.

''अगं, कंपनी सांभाळताना माझी किती जणांशी भेट होते, बोलणं होतं त्यावेळी मी कशी राहायला हवी असं तुला वाटतं?'' आजी तरीही शांतपणा न सोडता म्हणाली.

''मीही परदेशात माझ्या नवऱ्याला बिझनेसमध्ये मदत करते. पण, मीही इतकी आधुनिक राहात नाही. वयानुसार राहते.'' क्षिप्रा म्हणाली.

''तुझं वय वाढतंय. तू त्यानुसार राहतेस असं वाटत नाही तुला? सध्या तू किती वयाची आहेस? माझं वय किती दिसतंय?'' आजी म्हणाली.

''तेच तर न! जे दिसतंय ते आपण अधिक दाखवायचं. आता सगळं मुलांच्या हातात सोपवून हरी हरी करत बसलं, तर असं राहायला लागणार नाही. लाज वाटते आम्हाला दरवेळी असं सांगायला.'' आई म्हणाली.

''आई कसली लाज वाटते ग? उगीच काय? आजीबद्दल अभिमान बाळगावा अशी आहे ती! कसं असं म्हणू शकतेस तू?'' मी म्हटलं.

''हे बघ क्षितिज , तुला मुलगी नाही आणि तुझ्या बायकोशी फार गुळपीठ आहे हिचं. म्हणून तू असं म्हणतो आहेस. तुला मुलगी असती तर तू हे असं बोलला नसतास. सम जलास न? आम्हाला हिच्या अस्तित्वाची जाणीवही नकोशी झालेय. अपमानास्पद वाटतं हिच्याकडे बघून!'' क्षिप्रा म्हणाली.

''किती विष आहे तुमच्या मनात!'' मी म्हटलं.

‘‘आजीच्या डोळ्यात पाणी तरळलं. आजी तिथून उठून गेली. बाबा आणि काका हे दोघेही गेले आजीची बाजू घेणारे. मी या सगळ्यांना कसा उलटून बोलणार? आता शिशिरच्या मुलीची आई साधना आहे म्हणून मला काळजी वाटतेय.’’ क्षितिज म्हणाला.

‘‘मग, त्यावर उपाय काय?’’ शुभांगीने विचारलं.

‘‘उपाय काय? आजोबांनी एक विज्ञान प्रयोग तिच्यावर करवला. आता दुसरा आपण करवायला सांगितला तर?’’ क्षितिजने विचारलं.

‘‘म्हणजे? त्यांचं तारुण्य जाईल असा?’’ शुभांगीला ते विचारतानाही वाईट वाटतं होतं.

‘‘नाही. ते शक्य होईल असं नाही वाटत. तो परिणाम कायमस्वरूपी झालाय. इथे या कुटुंबात तिला असा त्रास सहन करायला लागतोय. तर तिला तिचं दुसरं स्वतःचं कुटुंब दिलं तर?’’ क्षितिजने विचारलं.

‘‘मग हे कोणाचं कुटुंब आहे? मला नाही वाटतं; त्या दुसरं लग्न करायला तयार होतील. त्यांची ती मानसिकता नाहीये. आणि त्यात विज्ञानाचा कसला प्रयोग?’’ शुभांगीने विचारलं.

‘‘तिचं वेगळं आयुष्य जगण्यासाठी तिने आधीची नाती विसरली पाहिजेत. तिचं खरं वय विसरल्याशिवाय ती कोणाशी कशी लग्न करू शकेल? तिची ती मेमरी पुसून टाकली तर?’’ क्षितिजने विचारलं.

‘‘असं करता येतं? पण, त्या जे काही शिकल्यात तेही सगळं पुसलं जाईल.’’ शुभांगी म्हणाली.

‘‘नाही. सगळं नाही ग. जेव्हढा भाग आपल्याला पुसावासा वाटेल तो आणि तेव्हढाच!’’ क्षितिज म्हणाला.

‘‘हं! नाही पण नको. आता आणखी त्यांच्यावर प्रयोग नको. आणि नाहीतर पद्मिनीजींना विचारून काय ते करायला हवं.’’ शुभांगी म्हणाली.

''उपाय सुचवला पण, माझी आजी मला हवेय. ती परकी झाल्याची कल्पना मलाही नाही आवडत आहे.'' क्षितिज म्हणाला.

शुभांगीने स्वतः स्वैपाक करून पद्मिनीजींना वाढलं.

''पद्मिनीजी, आवडलं? आणि आता तुम्ही इथे येण्यामागे काहीही कारण असलं तरी आता मी ऐकणार नाही. तुम्ही माझ्याबरोबर परत यायचंय. तुम्हाला एकटं ठेवून तिथे माझा जीव लागत नाही.'' शुभांगी म्हणाली.

''कशाला काळजी करतेस शुभांगी? वेडे, तुझं वय राहिलं नाही आता हे टेन्शन घ्यायचं. माझी काळजी करावी अशी खरंच आहे का मी?'' पद्मिनीजी म्हणाल्या.

''पद्मिनीजी, काय झालंय इतकं टोकाचं? माझं वय तुमच्यापेक्षा जास्त आहे न? मग, मी तुमची आई आहे असं समजून मला कारण सांगा. नेहमीइतक्याच मोकळेपणी!'' शुभांगी म्हणाली. पद्मिनीजींच्या डोळ्यात टचकन पाणी आलं.

शुभांगीने त्यांना जवळ घेतलं.

त्या पटकन म्हणाल्या, ''खरंय ग, आईची गरज आहे मला. शुभांगी, शिशिरला मुलगी झाली म्हटल्यावर मला क्षिप्रा आठवली. पुन्हा तसंच होईल अशी भीती वाटली. आता नाही ग सोसत. वय पंचवीस दिसायला आहे. मन हळवं झालंय त्याचं काय? त्यात इकडे नवीन डॉक्टर आलाय. त्याने मला म्हणे बघितलं. मागणी घालायला आला. घरी कोणी नाही का आईवडिलांशी बोलायचंय म्हणत होता. आता काय सांगू त्याला की त्याच्या आईवडिलांपेक्षा मी मोठी आहे ते?'' पद्मिनीजी म्हणाल्या.

''हो. पण, तसं तुमचं वय, शारीरिक स्थिती पंचीविशीची आहे तर'' शुभांगी बोलताना अडखळली.

''वेडी आहेस का तू शुभांगी? मी कोण आहे, काय आहे हे मी नाही विसरू शकत. आणि विसरून मी लग्न केलं तरी माझं वय वाढणार नाही. त्यामुळे, पुन्हा तेच भोग भोगावे लागणार तर कशाला हवाय सगळा हव्यास? आणि मला नाही ग करायचं असं काही.

माझ्या मुलीला मी तिची आई वाटावी; ही इच्छा आहे ग माझी फक्त! तो सगळा दुरावा मी नाही सहन करू शकत. ती बोलते. पण, मी तिला कशी दोष देऊ?तिला जे वाटतंय ते मी तिच्या जागी असते तर मलाही तेच वाटलं असतं. मीच तुला म्हटलं होतं न की हे आयुष्य कधी शाप तर कधी वरदान असतं. शिकण्याचं भारद्वाजाचं स्वप्न आपणही साकार करायला जातो तेव्हा ते वरदान असतं. पण, जेव्हा असहायता, हतबलता येते तो अश्वत्थाम्यासारखा शाप ठरतो. आता मी मनातून थकलेय ग! आता हा शाप वाटतोय. काही वर्षांनी जेव्हा तुझं आणि क्षितिजचं वय होऊन तुम्ही तन्मय, सागरच्या वाटेने जाल तेही मी बघावं का? नाही. मला नाही ते बघायचं. मला माझा निर्णय घ्यायला हवा.'' पद्मिनीजी म्हणाल्या.

शुभांगीला सगळं कळत होतं, पण वळत नव्हतं. तेव्हाच, क्षितिजचे शब्द आठवले, ''मला आजी हवेय ग !''

काय होईल याचा अंत?

९

‘ऋणा’नुबंध

प्रिया पाळंदे

ग्रॅनी, ‘मला गोष्ट सांग ना’ नरीस म्हणाली.

आत्ता कोणी जनरल किराला पाहिलं असतं तर-अल्फा स्टेशन १४ सारखं मोठं, टॅक्टिकली मोक्याच्या ठिकाणी असलेलं आणि वर्दळीचं स्पेस स्टेशन सांभाळणारी करारी बाई ती हीच हे सांगूनही पटलं नसतं! नातीला झोपवायचा प्रयत्न करणारी फक्त एक आजी होती ती आत्ता.

‘‘नरीस, तुला काय सांगितलं होतं ग्रॅनीला त्रास द्यायचा नाही...’’ नरीसची आजी केको ओनील नातीला शिस्त लावायला आलीच. जनरल किराला लहान मुलांची फारशी सवय नाही याची जाणीव होती केकोला. शिवाय स्टेशनचं काम, वयोमानाने तिच्या तब्येतीच्या बारीक-सारीक कुरबुरी हे होतंच.

‘‘असू दे, केको! एरवी असे हट्ट करायला कोण असतं माझ्याजवळ? तसंही सध्या सगळं शांत आहे, त्यामुळे मलाच सगळं बघावं लागतं असंही नाही. कोणती गोष्ट हवी माझ्या बाळाला?’’

‘‘डॅडच्या जन्माची’’ नरीसचं उत्तर तयार होतं.

"नरीस, किती वेळा ऐकणार आहेस ते?" केकोनी नातीला विचारलं. "किरा, तुला कल्पना नाही! तिकडे घरीही तिला बहुतेक वेळा हेच ऐकायचं असतं झोपताना... आमच्या कोणाच्या सांगण्यात एखादा शब्द इकडचा तिकडे झाला तरी बाई ओरडतात लगेच!"

"बट ग्रँडमा, आय वॉण्ट टू हिअर इट फ्रॉम ग्रॅनी!"

किराला दोन दिवसांपूर्वीची आठवण झाली.

"जनरल, तुमच्यासाठी पृथ्वीवरून प्रायव्हेट कम्युनिकेशन आहे."

"ठीक आहे, मला माझ्या ऑफिसमध्ये जोडून दे." असं म्हणून जनरल किरा आपल्या ऑफिसमध्ये पोहोचत नाही तोच कॉम लिंकवर कॉनाल ओनील दिसूही लागला होता.

"जनरल किरा नरीस! बाप रे! किती भारदस्त वाटतं ऐकायला! तुझ्यापेक्षा तुझं नाव जास्त लांब आहे... पण खरंच, किती दिवस झाले भेट होऊन! केको तुझी सारखी आठवण काढत असते. कशी आहेस? आणि हे काय? तू कॅप्टनचं ऑफिस नाही वापरत?"

"चीफ, इज दॅट रिअली यू? इतक्या वर्षांनी आज आठवण आली आमची? आणि ऑफिसचं म्हणशील तर, नाही रे, कॅप्टनच्या ऑफिसमध्ये पाऊलच ठेवावंसं वाटत नाही! किती आठवणी जोडलेल्या आहेत त्या ऑफिसशी... त्यापेक्षा मला हे ओडेनचं ऑफिस बरं वाटतं. अजूनही तो अवती-भवती, माझ्या अगदी जवळ आहे असं वाटतं. शिवाय प्रॉमेनाडवर असल्यामुळे बाहेरची वर्दळ बरी वाटते. तेवढाच एकटेपणा कमी जाणवतो. पण माझं जाऊ दे! तू बोल, आज एकदम माझी आठवण कशी झाली? आणि काय हे! किती पांढरे झाले रे केस तुझे? आणि उगीच हे केकोवर ढकलू नकोस. हाऊ आर यू... चीफ प्राफेसर एमिरॅटस? आणि केको, मायरा, आणि मुख्य म्हणजे माझं पिल्लू, योशी कसे आहेत?"

"आम्ही सगळे मजेत आहोत. पण खरं सांगू? पृथ्वीवर परत यायचं हा केकोचा हट्ट होता आणि इकडे परत आल्यापासून जास्त कटकट तिचीच असते! आम्ही सगळेच स्टेशन खूप मिस् करतो, पण त्यापेक्षा जास्त आम्ही तुम्हाला सगळ्यांना मिस् करतो! नाही चैन पडत इथे आम्हांला दोघांनाही. केको पुष्कळ वेळा म्हणते, तेव्हा उगीच हट्ट केला परत येण्याचा..."

''वी मिस यू! ज्युलियनच्या लग्नानंतर तुम्ही पुन्हा आलाच नाहीत.''

''तेच सांगतोय. यू नो योशी हॅज हिज ओन कमांड नाऊ आणि त्याचं शिप उद्याच पृथ्वीवरून निघतंय. गेस व्हॉट! त्याच्या शिपमधून आम्ही पण येतोय आणि तुझ्यासाठी एक मोठ्ठं सरप्राईज घेऊन येतो आहोत! त्यामुळे त्याच्या मिशनवर जाण्याआधी योशी एक डिटुअर घेऊन आम्हाला स्पेस स्टेशनवर सोडेल आणि मग पुढे जाईल. मायरा मात्र नाही येऊ शकणार आमच्याबरोबर. आता तिला तिचा संसार, तिचं एक्झोबॅटनिस्टचं काम यात वेळ कसा जातो तेच कळत नाही. ज्युलियन आहे ना अजून स्टेशनवर?''

''आहे आणि काळजी करू नकोस, मी नाही सांगणार त्याला. बरं, तुम्हांला किती दिवस लागतील इथे पोहोचायला? तुमच्या आधीच्या क्वार्टर्समध्येच तुमची सोय करते.''

''थँक्स, नरीस! आणि हो, योशीचं शिप वॉर्प बारापर्यंत जातं, त्यामुळे पूर्वीपेक्षा लवकर येऊ आम्ही. सो, आता फक्त दोन दिवस! नाइस टू सी यू नरीस... टेक केअर!'

ऑफिसमधून बाहेर आलेली जनरल वेगळीच होती. कडक शिस्तीच्या जनरल किराचा लवलेशही तिच्या चेहऱ्यावर दिसत नव्हता. बाहेर आल्या-आल्या लगेचच ती वैयक्तिक कामासाठी जात असल्याचं सांगून गेली. जनरलला वैयक्तिक कामच काय, पण आयुष्यही असल्याचं माहित असलेले स्टेशनवर फारसे कोणी उरले नव्हते!

अपेक्षेप्रमाणे दोन दिवसांनी USS Benu स्टेशनला डॉक झालं तेव्हा स्वागतासाठी जनरल किरा केव्हाच येऊन वाट पाहात होती. शिपवरून एक-एक पॅसेंजर उतरायला लागले तशी तिची उत्कंठा शिगेला पोहोचायला लागली. मात्र हळू-हळू तिचा उत्साह मावळू लागला, कारण कॉनाल, केको किंवा योशी कोणीच दिसेना. आता तर शिपवरून कोणी उतरतही नव्हतं. हिरमुसुन किरा वळली आणि तिकडून जाणार इतक्यात मागून कोणीतरी तिला मिठी मारली. मिठी मारणारे हात इवलेसे होते आणि डोकं तिच्या कमरेलाही टेकत नव्हतं! अचानक पावसाची झड येऊन आभाळ स्वच्छ व्हावं तशी तिची निराशा पळून गेली. पण एकच क्षण... हे एवढेसे हात कुणाचे? बरं त्यांनी इतकं घट्ट धरलं होतं की तिला ती नाजूक मिठी सोडवून वळावंसंही वाटेना! काय करावं? तेवढ्यात तिचा प्रश्न सुटला. तिच्यासमोर चक्क कॉनाल आणि केको ओनील उभे होते. आपल्या दोन्ही हातांनी त्या दोघांना आपल्या मिठीत घेताना मधली सगळी वर्षं गळून गेली. तिघांच्याही डोळ्यांत खरं तर पाणी होतं, पण

नेहमीप्रमाणे कॉनाल ते लपवायचा प्रयत्न करत होता. काही झालं तरी आयरीश पुरुषाच्या डोळ्यांत पाणी कसं शोभेल?

''कॉनाल, केको - किती वाट पहायला लावावी! मी खूप मिस् करते तुम्हांला. अँड व्हेअर इज माय बेबी? आणि माझं सरप्राईज?''

''नरीस, तू ज्याला बेबी म्हणते आहेस अजून त्याला पाहिलंस तर पुन्हा त्याला 'बेबी' म्हणणार नाहीस - असा उंच, धिप्पाड झालाय!'' केकोनी आठवण करून दिली.

''माझ्यासाठी तो अजूनही बेबीच आहे''

''तो येतोय शिप लॉग्ज वगैरे फॉरमॅलिटीज पूर्ण करून. आणि तुझ्या सरप्राईजनी तुला केव्हाचं पकडून ठेवलंय - पहा तरी!'' कॉनालच्या या म्हणण्यावर किरानी तिला मागून धरणारे ते छोटेसे हात हळू ऽ च सोडवले आणि मागे वळून पाहिलं तर एक ५-६ वर्षांची बाहुली होती.

''अरे, ही कोण बाहुली?''

''ग्रॅनी, गॉट यू! मी बाहुली नाही काही, मी नरीस आहे''

गोंधळून किरानी कॉनाल आणि केकोकडे पाहिलं तर ते दोघेही हसत होते.

''कसं वाटलं सरप्राईज? नरीस, मीट नरीस - तुझ्या योशीची मुलगी.''

''थहरीं!!! इतकी मोठी गोष्ट इतके वर्षं तुम्ही लपवून ठेवलीत? थांबा, तुमच्या क्वार्टरमध्ये जाऊ, इथे गोंधळ नको. आणि योशीला तर येऊच दे!'' किराच्या बोलण्यातला राग लटका आहे हे तिच्या फुललेल्या चेहऱ्याकडे पाहून कुणाच्याही लक्षात आलं असतं.

''ग्रॅनी, गोष्ट!'' आठवणींत हरवलेली किरा भानावर आली.

''किरा, तुझी काही आज सुटका होईल असं वाटत नाही. आणि वैताग म्हणजे ते सगळं सांगून होईपर्यंत झोपतही नाही. दुसरी एखादी गोष्ट ऐकताना केव्हा डोळे बंद होतात कळतही नाही, पण योशीच्या जन्माची गोष्ट ऐकताना मात्र संपेपर्यंत टक्क जागी असते.''

“इट्स ओके केको! आज तरी मला झोप लागणं अशक्य आहे; मला माझ्या या बाहुलीबरोबर बेळ घालवायचा आहे! मला कोणी ‘आजी’ म्हणेल असं आहे तरी कोण? खरं तर तुझे आणि कॉनालचे आभार मानायला पाहिजेत मला इतका मोटा मान दिल्याबद्दल! मला नुसती नातच नाही दिलीत... तुम्ही, तर तिला माझं नावही दिलंत. खरंच, त्यावरून लक्षात आलं, मगापासून तू मला किरा का म्हणते आहेस? पूर्वीसारखं नावानी हाक मार की!”

“पूर्वी तू एकटीच नरीस होतीस! त्यातून ही इतकी आगाऊ आहे ना, की मी तुझ्याशी बोलत असले तरी मधे-मधे करेल तेव्हा म्हटलं ती अवती-भवती असताना तरी तुला किरा म्हणावं म्हणजे गोंधळ नको! आणि नावाचं म्हणशील तर त्याचं क्रेडिट तुझ्या मुलाला दे तू. मुलगी होणार कळल्यापासूनच त्याचं ठरलं होतं तिचं नाव नरीस ठेवायचं. या बाबतीत त्यानी आपल्या बायकोलासुद्धा विचारलं नाही! तसंही आमच्याकडे पद्धत आहेच नातवंडाचं नाव आजी-आजोबांवरून ठेवण्याची.”

“आणि मुलगा झाला असता तर?”

“तर मग ज्युलियन!” केकोनी इतक्या सहजपणे सांगितलं की जणू हा प्रश्नच कसा पडू शकतो!

“किती छोटा होता योशी तुम्ही इकडून परत गेलात तेव्हा! नरीसपेक्षाही लहान होता तरी इतकी अटॅचमेंट!” किराचे डोळे भरून आले पण सवयीने तिने ते लपवलं... तसंही तिला आपल्या भावना चारचौघात व्यक्त करणं आवडतहि नसे आणी कदाचित त्यामुळे-कधिच जमतही नसे.

“आम्ही परत गेलो, पण तिकडे गेल्यावर तिथल्या सोसायटीत जुळवून घेणं कठीणच गेलं. आणि सगळ्यांत जास्त त्रास मला झाला... इथून परत गेल्यावर काय-काय मोलाचं मागे सोडलंय हे समजलं. अर्थात आम्हीच पृथ्वीपासून किती वर्षं दूर राहिलो होतो... त्यामुळे घरी सतत आपल्या या स्टेशनबद्दल आणि तुमच्या सगळ्यांबद्दलच बोलणं होतं आमचं; अजूनही!”

"ग्रँडमा! तू जा झोपायला! मला ग्रॅनीकडून गोष्ट ऐकायची आहे. तुम्ही उद्या गप्पा मारा..."

नरीसनीच फर्मान काढल्यावर केको उठली आणि झोपायला गेली. कॉनालसाठी थांबण्यात काही अर्थ नव्हता, तिला माहीत होतं. आज इतक्या वर्षांनी एस् १४ वर परत आल्यावर कॉनाल आणि ज्युलियन हॉलोस्विटमध्ये कुठलंतरी ऐतिहासिक युद्ध करायला गेले असणार - बहुधा बॅटल ऑफ अलेमोच असेल; कारण त्यांनी एस् १४ सोडलं तेव्हा त्यांचा तो बेत अर्धवट राहिला होता.

ग्रँडमा गेली तशी लग्गेच नरीस उठली आणि किराच्या मांडीवर डोकं ठेवून गोष्ट ऐकायला तयार.

"ग्रॅनी, सांग ना डॅडच्या जन्माची गोष्ट!"

"मी तुला दुसरी गोष्ट सांगू? ग्रँडमा म्हणाली ना की तुला तर ती गोष्ट पाठ आहे! मी तुला बेनु - माझ्या ग्रहाची गोष्ट सांगू?"

"ती उद्या आज मला डॅडचीच गोष्ट ऐकायची आहे तुझ्याकडून."

किरा नरीसचा आता मात्र नाईलाज झाला. तिनी प्रेमानी नरीसला जवळ घेतलं आणि तिच्या कपाळाचा पापा घेऊन सांगायला लागली.

"तुला माहिती आहे ना की आपल्या आकाशगंगेचे आपण सोयीसाठी चार भाग केलेत? म्हणजे पिझ्झा किंवा पायचे चार भाग केले तर कसं दिसेल, तसे. आपण राहतो तो अल्फा क्वाड्रंट. आणि आत्ता आपण जिथे आहोत तो भाग अल्फा आणि गॅमा क्वाड्रंटना जोडतो.

तर झालं असं की तुझी ग्रँडमा, मी आणि ग्रँडपा ज्युलियन, गॅमा क्वाड्रंटमधल्या एका ग्रहावर गेलो होतो. तुझ्या ग्रँडमाला तिकडे काही अजब, वेगळ्याच वनस्पती असल्याचं कळलं होतं आणि तुला तर माहिती आहे तुझी ग्रँडमा एक्झॉबॉटनिस्ट आहे."

"म्हणजे आँट मायरासारखी ना?"

“बरोब्बर! आम्ही निघालो तेव्हा तुझा डॅड ग्रँडमाच्या टमीमध्ये होता. तुझे ग्रँडपा तर तयारच नव्हते तिला जाऊ द्यायला. शेवटी आमच्या स्टेशनचे कॅप्टन मधे पडले आणि स्टेशनचे मुख्य डॉक्टर असलेल्या ग्रँडपा ज्युलियनना बरोबर पाठवलं. मी बरोबर गेले ती शटल चालवण्यासाठी आणि वाटेत कोणी आम्हांला त्रास द्यायला आलं तर मारामारी करायला गेले होते. त्या काळात गॅमा क्वाड्रंटमधल्या एका रेसबरोबर आमची लढाई सुरू होती ना!”

“ग्रॅनी, तुला मारामारी करता येते? खरी-खरी?”

“हो तर! पण आवडत नाही. कुणाला तरी मारणं वाईट असतं की नाही? तर ननूक नावाच्या त्या ग्रहावरचं आमचं काम संपवून आम्ही परत निघालो. येताना मध्ये एक छोट्या-छोट्या ग्रहांचा भाग लागतो. त्यातले काही ग्रह तर दगडाइतके छोटुकले असतात. पण शटलवर त्यातला छोटा तुकडा जरी आपटला तरी शटलचं नुकसान होतं. त्यादिवशी नेमकं तसंच झालं. मी आमचं शटल त्या छोट्या ग्रहांच्या भागातून जवळपास बाहेर काढलंच होतं आणि तितक्यात एक तुकडा आमच्या शटलवर येऊन आपटला.”

“ग्रॅनी, तुला भीती नाही वाटली?”

“वाटली ना! पण मला भीती वाटली ती तुझ्या ग्रँडमासाठी कारण तिला काही झालं तर तुझ्या डॅडला पण काहीतरी झालं असतं. मी शटल कसंतरी सरळ केलं आणि तेवढ्यात तुझी ग्रँडमा तिच्या सीटमधून पडली, गडगडत गेली आणि तिचं डोकं जोरात आपटलं. मी पण माझ्या खुर्चीतून पडले.”

“बाप रे! मग?”

“मग ग्रँडपा ज्युलियन आधी तुझ्या ग्रँडमाकडे गेले आणि तिला तपासलं. तिच्या डोक्याला लागलं होतं ना? शिवाय दोन रिब्ज पण मोडल्या होत्या. त्यामुळे ती बेशुद्ध झाली होती. त्यांनी मला सांगितलं की तिच्या टमीतल्या बेबीला त्रास होतोय.”

“पण डॅड तर ग्रँडमाच्या टमीत होता ना? मग त्याला कसं लागलं?”

“टमीत असलं बाळ तरी आईला खूप लागलं तर बाळालापण त्रास होतो.”

“मग काय झालं?”

“मग ग्रँडपा ज्युलियननी मला लागलं होतं ते पटकन ट्रीट केलं आणि मला विचारलं की ग्रँडमाच्या टमीतल्या बेबीला माझ्या टमीत ठेवायचं का? मला तर काहीच माहिती नव्हतं! मी विचारलं की बाळाला त्रास नाही ना होणार तसं करताना? आणि केकोला? कारण मी बेनन आहे आणि केको ह्युमन, शिवाय माझ्या टमीत त्याआधी कधी बेबी नव्हतं. त्यामुळे मलापण भीती वाटत होती.”

“मग?” नरीस अगदी पहिल्यांदा ऐकल्याच्या उत्साहात ऐकत होती!

गोष्ट सांगता-सांगता किरा कितीतरी वर्षं मागे गेली. त्या सगळ्या आठवणी उफाळून वर आल्या. परतीच्या प्रवासात तो ॲस्टरॉईड बेल्ट तिने जवळपास पार केला होता. पण इतके ॲस्टरॉईड चुकवता-चुकवता शटलचं डिफ्लेक्टर फिल्ड तापलं होतं आणि नेमका तेवढ्यात एक ॲस्टरॉईड येऊन शटलवर धडकला. एका फ्युएल पॉडचा स्फोट झाला आणि केको त्या धक्क्यांनी फेकली गेली. कन्कशन, थोड्या बरगड्या मोडलेल्या आणि शरीरात भरपूर प्रमाणात अंतर्गत रक्तस्त्राव - तिच्या परिस्थितीत हे सगळं फार भयानक आणि वाईट होतं; तिच्यासाठी आणि बाळासाठीही. ज्युलियननी तिला स्टेबिलाईज तर केलं पण बाळाची ऑटोनॉमिक फंक्शन्स फेल व्हायला लागली. त्यामुळे बाळाला ताबडतोब आईच्या गर्भाशयातून काढून दुसऱ्या गर्भाशयात हलवायला हवं होतं. साहजिकच शटलमध्ये असलेली दुसरी ह्युमनॉईड स्त्री, म्हणजे मेजर किरा हा एकच पर्याय होता. तसं तिलाही लागलं होतंच पण समोर उभ्या असलेल्या परिस्थितीच्या मानाने ते विशेष नव्हतं. शिवाय किरा स्वतः सैन्यात असल्यामुळे अश्या छोट्या-मोठ्या जखमांनी घाबरणाऱ्यातली नव्हती. सुदैवाने बेनन लोकांची शरीररचना बरीचशी मानवासारखीच असते, नाहीतर आयत्या वेळी काय केलं असतं या प्रश्नाचा ज्युलियनला विचारही करावासा वाटेना.

स्पेस स्टेशनचा चीफ मेडिकल ऑफिसर असल्यामुळे स्टेशनवर राहणाऱ्या सगळ्यांचीच मेडिकल हिस्टरी ज्युलियनला कायम उपलब्ध असायची. त्यामुळे तो ताबडतोब कामाला लागला. किरा बेनन असल्याने तिच्यातलं एस्ट्रोजेन आणि प्रोजेस्टेरॉनचं प्रमाण बऱ्याच प्रमाणात वाढवायला लागलं. ते एकीकडे वाढेपर्यंत तिला टेक्सोकाईनची इंजेक्शन्सही दिली कारण आता बाळाला लागणारा सगळा रक्त, प्राणवायु, पाणी, अन्नाचा पुरवठा किराच्या शरीरातून, तिच्या खाण्या-पिण्यातून होणार होता. एरवी गर्भधारणेपासून आईच्या शरीरात हळूहळू बदल होत राहतात आणि बाळाच्या वाढत्या गरजा आईचं शरीर पूर्ण करू शकतं.

पण इथे सगळं इतकं अचानक आणि अनपेक्षितरीत्या घडलं की भराभर इंजेक्शन्स आणि ट्रीटमेंट देऊनच किराचं गर्भाशय तयार करण्याशिवाय पर्याय नव्हता - हाताशी असलेल वेळ वाळुसारखा मिनिटा-मिनिटानी निसटत होता. शेवटी तो परीक्षेचा क्षण आला. ज्युलियनचं सगळं वैद्यकीय ज्ञान आज पणाला लागणार होतं. असं ऑपरेशन आजवर प्रयोग शाळेतही झालं नसावं... शस्त्रक्रिया पार पडून बाळ जेव्हा केकोच्या गर्भाशयातून अलगद किराच्या गर्भाशयात विसावलं, सगळ्या नलिका नीटपणे जोडल्या गेल्या आणि बाळाच्या हृदयाचे ठोके त्याच्या नव्या घरातून नेहमीसारखे शांत ऐकू यायला लागले तोवर ज्युलियन घामाने निथळत होता आणि एक निष्णात डॉक्टर असूनही त्याच्या हृदयाचे ठोके मात्र मोजण्याच्या पलीकडे गेले होते. तीन जिवांचा प्रश्न होता, मदतीला नर्सच काय - कोणीच नव्हतं आणि अगदी बारीकशी चूकही न सुधारण्याइतकी महागात पडली असती! हे सगळं जेमतेम उरकतंय तोवर सुदैवाने शटल स्पेस स्टेशनच्या जवळ पोहोचलं होतं. ज्युलियननी ताबडतोब मेडिकल इमर्जन्सी असून इनफर्मरीमध्ये दोन बेडस् आणि ऑपरेशनची तयारी ठेवायला सांगितली. शटलची अवस्था पाहूनच स्टेशनच्या ब्रीजवरच्या सगळ्यांच्या काळजाचा ठोका चुकला. शटलवरच्या तिघांनाही सरळ इनफर्मरीमध्ये बीम केलं गेलं आणि ट्रॅकिंग बीम वापरून शटल स्टेशनवर आणलं.

‘‘ग्रॅनी! तुला झोप आली?’’ नरीसच्या प्रश्नानी किरा पुन्हा वर्तमानात आली आणि ‘गोष्ट’ सांगू लागली.‘‘मग मला ज्युलियननी बरीच इंजेक्शन दिली. आपल्याला झोपताना कसा बेड मऊ लागतो, तशी माझी टमी बाळाला ठेवायला मऊ-मऊ करायला लागली. शिवाय टमीत असताना बाळाला मॉम जेवते त्यातूनच त्याचं फूड मिळतं. पण माझं फूड वेगळं असतं आणि तुझ्या ग्रॅंडमाचं फूड वेगळं असतं. त्यामुळे माझ्या फूडमधून पण बाळाला त्याचं सगळं फूड मिळावं म्हणून आणखी इंजेक्शन दिली. आणि मग तुझ्या डॅडला ग्रॅंडमाच्या टमीतून काढून माझ्या टमीत ठेवलं.’’

‘‘मग काय झालं?’’

‘‘एवढं सगळं ग्रॅंडपा ज्युलियननी एकट्यानी करेपर्यंत आमचं शटल इथे पोहोचलं होतं. त्यामुळे ग्रॅंडमाला आणि मला शटलमधून एकदम इनफर्मरीमध्ये बीम केलं. मी तशी ठीक होते पण ग्रॅंडमावर ऑपरेशन करायचं होतं अजून. तोवर तुझ्या ग्रॅंडपांना कळलं होतं त्यामुळे ते धावत इनफर्मरीमध्ये आले. त्यांना ग्रॅंडमा कुठेच दिसेना! तेवढ्यात मला बेडवर झोप्लेलं पाहिलं आणि लगेच माझ्याकडे आले. त्यांना इतकं घाबरलेलं पाहून मग मीच त्यांना

सांगितलं की ग्रँडमाचं ऑपरेशन सुरूआहे पण ती बरी होईल नक्की. तर ते म्हणाले बाळ कसं आहे? मला कळतंच नव्हतं त्यांना कसं सांगावं की बाळ आता माझ्या टमीत आहे. आणि त्यांना वाटलं मी बाळाबद्दल बोलले नाही म्हणजे बाळाला काय झालं? तेव्हा मग मी त्यांना माझी टमी दाखवली आणि सांगितलं की त्यांचं बाळ छान आहे फक्त आता वेगळ्या टमीत आहे.''

''ग्रँडपा रागवले?''

''नाही गं, बाळा! तुझे ग्रँडपा फक्त घाबरले होते आणि हे सगळं त्यांना नीट समजतच नव्हतं. ज्युलियननी त्यांना सगळं नीट समजावून सांगितलं. केको दोन दिवसांत एकदम बरी होईल म्हणून पण सांगितलं. तेव्हा कुठे चीफना थोडा धीर आला.''

''चीफ?''

''अरे! तुला माहीत नाही? आम्ही सगळे तुझ्या ग्रँडपांना 'चीफ' म्हणायचो. क्वचित कधी 'कॉनाल' म्हणायचो. फक्त ज्युलियन आणि ते एकमेकांना नावानी हाक मारायचे. दोघं बेस्ट फ्रेंडस् आहेत ना''

''असं होय!'' नरीस एखाद्या मोठ्या माणसाची नक्कल करावी तसं म्हणाली. तशी किरानी तिचं अपरं नाक चिमटीत पकडलं आणि म्हणाली, ''हो, तसंच आहे बरं का आजीबाई!''

''तू मला चिडवतेस!'' गोबरे गाल आणखीच फुलवत नरीसनी आपली नाराजी व्यक्त केली.

''माझी शोनुली गं ती!'' म्हणत किरानी तिला घट्ट छातीशी धरलं. ओडेनची साथ सुटल्यापासून इतकं शांत आणि समाधानी पहिल्यांदाच वाटलं असेल तिला.

''ग्रॅनी, झोपू नको! पुढे सांग'' तिला हलवत नरीस म्हणाली तशी किराचं मन पुन्हा भूतकाळात गेलं. अर्थात पुढचं सगळं तिला नंतर कळलं कारण तेव्हा तिला स्वतःलाच विश्रांतीची प्रचंड गरज होती आणि उठण्यासाठी कणभरही शक्ती तिच्यात शिल्लक नव्हती.

गेल्या काही तासातल्या घटना इतक्या वेगाने घडत होत्या की तिला स्वतःला करूनलाच विचारही करायला मिळाला नव्हता. त्यात तिच्या शरीरात इतके बदल अगदी थोड्या वेळात झाले होते, विशेषतः तिच्या गर्भात आता एक बाळ होतं - यातलं काहीच अजून तिच्या आतपर्यंत नीट पोहोचलं नव्हतं. ज्युलियनला तेव्हा भराभर इतके वेगवेगळे हॉर्मोन्स तिच्या शरीरात घालावे लागले होते की शरीराला आता त्याची थोडी जाणीव व्हायला लागली होती.

केकोची सर्जरी व्यवस्थित पार पडल्यावर अत्यंत दमलेल्या अवस्थेतही ज्युलियन आपल्या मित्राला धीर देत होता, झालेल्या घटना समजावून सांगत होता. आत्तापर्यंत काय आणि कुठल्या परिस्थितीत झालं ते कॉनालला समजलं पण त्याच्या पुढच्या प्रश्नानी ज्युलियनला एका नव्या संकटात टाकलं, कारण तो जे सांगणार होता ते इतकं अनपेक्षित होतं की ते पचवणं कॉनालला कठीण जाणार होतं. कॉनालनी विचारलं, ''मग केकोला कधीपर्यंत बरं वाटेल म्हणजे बाळाला पुन्हा तिच्या गर्भाशयात ट्रान्सफर करता येईल?''

''केको तशी दोन-तीन दिवसांत बरी होईल. पण बाळाला मात्र मेजर किराच्याच गर्भाशयात ठेवावं लागेल आणि किरालाच बाळाला जन्म द्यावा लागेल.'' ज्युलियनला हे सांगताना काही कारण नसताना उगाच अपराधी असल्यासारखं वाटत होतं. ''चीफ, बेनन लोकांची शरीररचना आपल्यासारखीच असली, तरी स्त्रियांचा गर्भधारणेचा काळ पाच महिन्यांहूनही कमी असतो. त्यामुळे आईची आणि बाळाची नाळ जोडणं असं आपण ज्याला म्हणतो, थोडक्यात आई आणि बाळ यांच्यात विविध नलिकांद्वारे जी देवाण-घेवाण होते, बाळाला त्याचं अन्न, पाणी, जीवनरस, वगैरे मिळतं, ते सगळं अर्थातच आपल्यासारख्या मानवांपेक्षा खूप जास्त वेगाने होतं. तुम्ही म्हणताय तसं जर बाळ पुन्हा केकोच्या गर्भाशयात ठेवायचं असेल तर मेजरच्यात आणि बाळाच्यात हे तयार झालेलं शारीरिक एकीकरण आहे ते मला तोडावं लागेल. ते करताना किराला तर जिवावर बेतणारा अंतर्गत रक्तस्राव होईलच, बट इट ऑल्सो कॉज सिव्हिअर रेस्पिरेटरी ट्रॉमा फॉर द बेबी. आज मेडिकल शास्त्र इतके पुढे गेलेलं अजूनही, अगदी हाताशी डॉक्टरांचा ताफा असला, सगळ्या मेडिकल सोयी आणि साधनं मिळाली तरी ही शस्त्रक्रिया करणं - मला नाही वाटत तिघांपैकी कोणाच्याही जीवाला धोका न पोहोचवता करणं शक्य आहे म्हणून. इतक्या लगेच अजुन जन्मालाही न आलेल्या जिवाला या सगळ्यातून जाऊ देणं हे एक डॉक्टर म्हणून मलाच पटत नाही. शिवाय आयत्या वेळी केकोचा आणि बाळाचा जीव वाचावा म्हणून क्षणाचाही विचार न करता या सगळ्या

प्रोसिजरमधून जाणाऱ्या मेजरच्या जिवाशी खेळणं तुम्हालाही पटणार नाही, चीफ! आय नो यू क्वाइट वेल, कॉनाल यू आर व्हेरी डीसेण्ट मॅन''

''ग्रॅनी, तू सारखी-सारखी कुठे हरवतेस?'' तिला हलवत नरीस म्हणाली.

''नाही रे बाळा, मी झोपले पण नाहिये आणि हरवले पण नाहिये. पण तुला गोष्ट सांगताना तेव्हाचं सगळं इतक्या वर्षांनी पुन्हा आठवलं ना, त्यामुळे तुझ्या डॅडची आठवण येतेय. तर, ग्रँडपा ज्युलियननी कॉनालला सांगितलं की केको जरी बरी झाली तरी बाळाला माझ्याच टमीत ठेवावं लागेल. तुझ्या ग्रँडपांना कळेना की एकदा जर बेबीला ग्रँडमाच्या टमीतून माझ्या टमीत ठेवलं तर ग्रँडमाला पूर्ण बरं वाटल्यावर बेबीला पुन्हा ग्रँडमाच्या टमीत का नाही ठेवायचं?''

''मग! ग्रॅनी, ग्रँडपांचं बरोबर आहे ना! डॅड म्हणजे त्यांची बेबी मग ती ग्रँडमाच्या टमीतच पाहिजे ना?''

''अरे बाप रे! एक मुलगी आपल्या ग्रँडपांची बाजूपण घेतेय आणि मला ग्रॅनीपण म्हणतेय! असं कसं बरं?''

''तसंच आहे. तू माझी ग्रॅनी आहेसच! पण पुढे काय झालं सांग आधी''

''ग्रँडपा ज्युलियननी तुझ्या ग्रँडपांना मग समजाऊन सांगितलं की आमच्यात बाळ टमीत जन्माच्या आधी पाच महिने पण नसतं आणि तुमच्यात, म्हणजे ह्युमन्समध्ये ते नऊ महिने असतं. आणि आमच्या टमीत इतका कमी वेळ बाळ असतं त्यामुळे ते मॉमच्या बॉडीशी लवकर जोडलं जातं. तेव्हा बाळाला जर परत ग्रँडमाच्या टमीत ठेवायचं असलं तर परत आमचं दोघींचं खूप मोठ्ठं आणि कठीण ऑपरेशन करावं लागेल. मग तुझ्या ग्रँडपांना पटलं की बाळाला पुन्हा त्रास नको द्यायला.

मी जेव्हा जमेल तेव्हा जमेल तितका वेळ तुझ्या ग्रँडमाबरोबर घालवायची - बाळ तिचं होतं ना! हळूहळू आम्ही एकदम बेस्ट फ्रेंडस् झालो. इतक्या बेस्ट की तुझ्या ग्रँडमा आणि ग्रँडपानी मला त्यांच्याबरोबर रहायला बोलावलं. माझी खूप काळजी घेतली. अगदी तुझा डॅडचा जन्मही त्यांच्याच घरात झाला!''

''वॉव! कित्ती वेगळी गोष्ट आहे तुमची! राजा-राणी-प्रिन्सेस-राक्षस यांच्यापेक्षा मस्त! ए ग्रॅनी, पण डॅडचा जन्म झाल्यावर मग तू काय करायचीस? तुला एकदम एकटं वाटलं असेल ना?''

खूप वर्षांनी एखाद्या दुखऱ्या नसेवर कुणीतरी बोट ठेवावं तसं वाटलं किराला. योशीच्या जन्माधीपासूनच मनावर दगड ठेवून ती त्याच्यात जास्त गुंतली नव्हती. पण तीन महिने आपल्या पोटात वाढवून जन्म दिल्यावर तिच्यासारख्या सैनिकी पेशातल्या स्त्रीचं मनही आतल्या आत आक्रोशत होतं योशीला केको आणि कॉनालच्या हातात देताना. जरी पहिल्यापसून ती आपल्या मनाला समजावत असली की हे बाळ आपलं नाही, वरवर जरी कितीही मुखवटा चढवला, तरी एकटी असताना योशीची आठवण यायचीच. सुदैवानी केको खूपच समजूतदार आणि संवेदनाशील होती. किरानी जे केलं ते किती अवघड होतं याची तिला जाणीव होती. मायरामुळे बाळाला जन्म देण्याचा अनुभव, बाळाशी आई किती जोडलेली असते हे सगळं तिला माहीत होतं. त्यामुळे ती काही ना काही निमित्त काढून योशीला किराकडे सोपवत असे.

''हो गं, थोडे दिवस वाटायचं वेगळं पण मला माझं खूप काम होतं आणि तुझी ग्रँडमा बऱ्याचदा योशीला माझ्याकडे संध्याकाळी सोडायची. तुझा डॅडपण एकदम लबाड होता! कितीही रडत असला तरी मी घेतलं की लग्गेच थांबायचा! तुझे ग्रँडपा, ग्रँडमा, आँट मायरा आणि तुझा डॅड पृथ्वीवर परत गेले तेव्हा योशी अजून छोटा होता, तुझ्यापेक्षाही छोटा मध्ये एकदाच ग्रँडपा सगळ्यांना घेऊन स्पेस स्टेशनवर आले होते, त्यानंतर आत्ता माझ्यासाठी हे गोडुलं सरप्राईज घेऊन आले!''

''ग्रॅनी, पण मी तुला फोटोमधे आणि हॉलोग्राममधे पाहिलंय. तुला माहितिये, डॅडनी म ाझ्यासाठी ग्रँडपांच्या मदतीनी तुझा हॉलोग्राम बनवलाय. मी तिकडे घरी तुझ्याशी रोज खेळते, गप्पा मारते डॅड म्हणतो ग्रॅनी नसती तर तो पण नसता आणि मी पण! म्हणून तर माझं नाव त्यानी नरीस ठेवलं. माझ्या फ्रेंडस्‌ ना कळतंच नाही माझं नाव असं का ते वेडेच आहेत! ग्रॅनी, इकडे यायच्या आधी ना मी ग्रँडमा, ग्रँडपा आणि डॅडचं बोलणं ऐकलं हळूच. डॅड म्हणाला की तुम्ही ग्रॅनीला तुमच्याबरोबर घेऊनच जा. कित्ती मज्जा! आता मला हॉलोग्रामशी नाही खेळायला लागणार!''

नरीसचं बोलणं इतकं अनपेक्षित होतं की किराला काय प्रतिक्रिया द्यावी तेच सुचेना. शेवटी तिनी नरीसला आपल्या मिठीत घट्ट धरलं आणि तिला थोपटवत झोपवू लागली. ग्रॅनीच्या कुशीत नरीस केव्हाच झोपली पण किराला काही झोप येईना. शेवटी, नरीसची झोपमोड होणार नाही अश्या अलगदपणे तिला बेडवर झोपवून किरा उठली. रोज रात्री आपल्या देवाची प्रार्थना करायची, मेडिटेशन करायची जुनी सवय होती तिची. पण आज तेही जमत नव्हतं. एके काळी वाट पाहण्याचं ओडेनला दिलेलं वचन आणि अचानक हाती लागलेलं हे आजी होण्याचं सुख - अशी काहीतरी निवड करावी लागेल याची कधी कल्पनाच केली नव्हती तिने. योशीमुळे तिला अनपेक्षितपणे मुलाला जन्म देण्याचा अनुभव मिळाला आणि त्याच योशीमुळे आज आजी होण्याचाही. कॉनाल आणि केको आयत्या वेळी तिनी केलेली अनमोल मदत आजतागायत विसरले नव्हते. आज नरीसला भेटल्यावर नक्की कोण कोणाच्या ऋणात आहे तेच कळेनासे झाले होते. ऋणानुबंधाच्या नाजूक गाठी सोडवायचा प्रयत्न करू नये हेच खरं...

१०

दुधावरील साय

सौ. भाग्यश्री नुलकर

मालतीबाईंचे घड्याळाकडे लक्ष गेले. सव्वा अकरा वाजले होते, रेडिओ वर मुंबई 'ब' वर बातम्या संपून मराठी गाणी सुरू झाली होती.

"सुमा क्लासमधून कशी आली नाही?" असे पुटपुटत ग्यालरीत येरझारा घालू लागल्या. तेवढ्यात सुमाच्या सायकलीचा आवाज आला. मालतीबाई स्वयंपाक घरात गेल्या. गॅसवर कुकर ठेवला. बेल वाजली.

"अगं, सुमा येते! कितीवेळा बजावले, जरा हळू बेल दाब" असे म्हणत, दरवाजा उघडायला गेल्या.

"आज का उशीर?"

"आज? जरा थांब. दारात पाय ठेवला नाहीतर, चालू केली प्रश्नांची जंत्री!" सुमा बडबडली.

"रोज साडेदहा वाजता येतेस!"

"बाईंनी परवा सुट्टी दिली होती ना, ते तास भरून काढण्यासाठी जास्त वेळ घेतले."

"तसे मला आधी सांगायचे नाही का?"

"विसरली मी सांगायला! एवढी काळजी काय करतेस! मोठी झाले आहे मी आता!"

"म्हणूनच भीती वाटत!"

टेबलावर मालतीबाईंनी ताट वाढले. सुमाला गरम वाफेचा भात आवडतो म्हणून, ती यायच्या वेळेला त्या कुकर गरम करायच्या, हा रोजचा नेम असे.

"आजी, आज शाळा सुटली की मी चिन्मयीकडे नाचाच्या प्रॅक्टिसला जाणार आहे. संध्याकाळी उशीर होईल. तू आईला सांग."

"सकाळी आईला का बोलली नाहीस, प्रत्येक गोष्ट कशी विसरते?"

"तू आईला ऑफिसमधून आल्यावर सांग. सकाळी सांगून काय फरक पडणार होता!"

"सुमा ह्या वर्षी ठीक आहे. पुढच्या वर्षी चालणार नाही. दहावीचे वर्ष आहे!"

"असू दे पुढचं, पुढच्या वर्षी!" सुमा फुरगुटून म्हणाली.

"सारखा कसा राग येतो गं तुला?"

"मग तुम्ही सारे सारखे हे करायचे नाही, ते करायचे नाही असे सांगत असता.. तू का माझी आई आहेस, एवढे हक्काने सांगायला? माझी आई आणि मी बघून घेईन. तुझा काय संबंध!"

मालतीबाईंच्या डोळ्यात टचकन पाणी आले. "बरोबर आहे! तू आता मोठी झालीस!"

दप्तर पाठंगुळीला अडकवून सुमा, धाडकन दार आपटवून निघून गेली. सुमा गेली की, घरात जरा फुरसत मिळे. मग मालतीबाई निवांत टीव्ही बघत जेवायला बसत. साधारण १ वाजता सुनेत्रा फोन करत असे. आई दुपारी एकटी असते, तेवढेच आईला बरे वाटावे! फोनची रिंग घणघणली. मालतीबाईंनी फोन उचलला.

"गेली का सुमा शाळेत?" पलीकडून आवाज आला.

''हो, संध्याकाळी उशीर होईल असे म्हणत होती.''

''सकाळी तुला सांगायचे राहिले! केबलवाल्याचे पैसे फ्रीजवर ठेवले आहेत.''

''बरं, केबलवाला अजून आला नाही नेमका दुपारी झोपायच्या वेळेला येईल.''

''बरं ठेवते फोन! जरा आज काम आहे असे म्हणत सुनेत्राने फोन ठेवला.

मालतीबाईंनीही ठेवला. फोनच्या बाजूच्या भिंतीचा रंग उडाला होता. रंग लावायला हवा. गेली ५० वर्षे त्या या वास्तूत राहत आहेत, दादरमध्ये शिवाजीपार्क सारख्या म ोक्याच्या ठिकाणची जागा! कोणाचेही मन धजावणार नाही अशी जागा विकायला! सुनेत्राचा नुकताच जन्म झाला, तेव्हा माधवराव व त्या येथे राहावयास आल्या. चंदू आत्याची जागा! ती बिचारी निपुत्रिकच मरण पावली. जाता जाता आपला भाचा माधवच्या नावे करून गेली. सासरचे तिला कुणी नाही. सुनेत्राचे सारे शिक्षण येथेच झाले. ती २० वर्षांची असताना माधवराव यांना जबरदस्त हार्ट ॲटॅक आला, त्यातच त्यांचे निधन झाले. परंतु परमेश्वरास सर्व काळजी असते, असे म्हंटले तर खोटे ठरणार नाही. जावई अगदी घरी चालत आला. सुहासने सुनेत्राला मागणी घातली. बाजूच्या बिल्डिंगमध्ये सुहासने कम्प्युटर इन्स्टिट्यूट कम ऑफिस थाटले होते. येता जाता सुनेत्राची गाठ पडत असे. सुनेत्रालाही त्याचा उमदा, धडाडीचा स्वभाव आवडला. त्याचे आई वडील सांगलीला स्थायिक होते. तसा त्याचाही मुंबईत राहण्याचा मोठा प्रश्न होताच. लग्नानंतर तो ही सुटला. काही दिवसात त्याला मोठ्या कंपनीतून ऑफर आली. त्याने इन्स्टिट्यूट बंद केली.

इतक्यात दारावरील बेल वाजली. मालतीबाईंची विचारांची तंद्री भंग पावली. त्यांनी दार उघडले. केबलवाला पैसे घेऊन गेला. जरा पडावे म्हणून मालतीबाई पलंगावर लवंडल्या परंतु झोप काही येईना. हल्ली सुमा फार चिडचिड करायला लागली आहे. फार आपल्याशी तुटक तुटक वागते ह्या विचाराने त्या अस्वस्थ झाल्या. एकुलत्या एक लेकीची मुलगी, दुधावरची साय! प्रत्येक गोष्ट तिच्या तोंडातून बाहेर पडायच्या आत हजर! आई वडील दोघेही दिवसभर बाहेर म्हणून आपण किती जपतो? प्रत्येक हट्ट पुरवतो. सुनेत्रा तिला रागावू नये म्हणून काही सांगत नाही, पण हल्ली फारच विचित्र वागायला लागली आहे. सारखी शेजारील जोशी काकूंकडे जाऊन बसते. ३० वर्षांपासूनचा शेजार! त्यांना बोलणार तरी

कसे? एकदा सुनेत्राजवळ या संबंधी बोलले पाहिजे, अशी मनाची समजूत करत त्या झोपी गेल्या.

मालतीबाई दचकून जाग्या झाल्या. बेलचा आवाज ऐकला. घड्याळाकडे बघितले. ६ वाजले होते. आज चांगलाच डोळा लागला. सुनेत्रा आली असणार. दार उघडले. सुनेत्रा आली होती.

''आई, आत्ता उठलीस? बरं वाटत नाही का?'' चपला काढत सुनेत्राने विचारले.

''नाही ग! विचार करत झोप लागली.''

''कसला एवढा विचार करतेस? सुमा त्रास देते का?''

''नाही ग! पण तुला कधीचे सांगीन म्हणते, तू रागावू नकोस! हल्ली सुमा विचित्र बोलयला लागली आहे. त्या शेजारच्या जोशी काकूंकडे सारखी जाते. जाऊ नको म्हटले की तिला राग येतो!

''काय बोलत होती तुला? खरे ते सांग. तुझे माझ्यावर अनंत उपकार आहेत. तू केवळ माझा नाही तर, माझ्या आपत्याचा ही ९ महिने भार सांभाळला आहेस. व मला अपत्यसुख मिळवून दिले आहेस.''

''असे, सारखे म्हणू नकोस गं! तू माझीच मुलगी ना? १५ वर्षापूर्वीचे दिवस अजूनही आठवतात. अपत्यसुखासाठी ती तुझी तगमग! मला आई म्हणून यातना होत नसतील का? मी उलट परमेश्वराचे आभार मानले. तुझे हे दुःख दूर करण्याची परमेश्वराने मला संधी दिली. प्रत्येक आजी आपल्या नातवाला मांडीवर खेळवतेच. मी फक्त गर्भ अवस्थेपासून खेळवलं एवढंच!''

''जाऊ दे गं! सुमाचे अजून अपरिपक्व वय आहे. मला फक्त जोशीकाकूंची भीती वाटते. त्या काळ्या मनाच्या आहेत. सुमाला उलट सुलट सांगतील. तिच्या कोवळ्या मनावर आघात व्हायचा व कायमचा मनात आकस धरेल.

''आई, तू काळजी करू नकोस. मी सुमाशी बोलेन''

''रागावू नको हं! तशी ती भाबडी आहे. समज येईल हळू हळू!''

इतक्यात फोन घणघणला. सुनेत्राने उचलला. पलीकडून सुहासचा आवाज आला.

''सुनेत्रा, माझी जेवणासाठी वाट बघू नको मला उशीर होईल.''

सुनेत्राने ठरवून टाकले. सुमाशी आजच बोलायचे.

सुमा चिन्मयीकडून साडेसात वाजता आली. सुनेत्राने तिच्या आवडीचे अलुपराठे केल्याने ती खुश झाली.

''सुमा, हल्ली तू जोशीकाकूंकडे सतत जातेस.''

''काही नाही गं! कुठे जाते मी त्यांच्या कडे! तुला आजीने सांगितले का?''

''आजीने कशाला सांगायला पाहिजे! मागच्या आठवड्यात मी दोनदा ऑफिस मधून फोन केला तेव्हा तू जोशी काकूंकडे गेली होतीस. एवढे काय बोलते गं त्यांच्याशी?''

''अं! काही नाही गं!''

''मला पण सांगणार नाहीस का?''

''नाही गं! तसे काही नाही.''

''मग सांग की काय गप्पा करतेस, मी पण येत जाईन! हल्ली, त्यांच्याकडे जाऊन आल्यावर अस्वस्थ असतेस!''

सुनेत्राच्या बोलण्याचा सुमावर हळू हळू परिणाम होऊ लागला. तिच्या डोळ्यातून घळा घळा पाणी येऊ लागले. ''आई, तू रागावणार नाहीस ना?''

''अग, मी आई आहे तुझी! तुझ्या मनातील चलबिचल मला नाहीतर कुणाला कळणार!''

''आई, जोशीकाकू म्हणत होत्या तुझी आई ही तुझी आई नाही. तर तुझी आजी तुझी आई आहे.''

सुनेत्राने दीर्घ श्वास सोडला.

''मला वाटलंच होते असे काहीसं घडणार! तुला पूर्वीच मी या सर्व गोष्टी सांगणार होते. तू जरा मोठी होण्याची मी वाट बघत होते.जोशीकाकूंनी सांगितल्यावर तू मला लगेच का नाही विचारले? तुला मी आणि आजी इतक्या परक्या वाटू लागलो?''

''तसे नाही गं! रागावू नकोस!''

''बरं, आता मी सांगते ते ऐक आणि मग तुझे तू ठरव! तुझ्या बाबांशी लग्न झाल्यावर आम्ही इथे आजीकडे दादरला राहायला आलो. लग्नानंतर प्रत्येक स्त्रीला सुखाची आस असते. सुहासचं आणि माझं एखादं प्रेमाचं प्रतीक असावं असे वाटू लागलं. माझ्यातील उणिवांची थोडीफार मला जाणीव होती. तुझ्या बाबांना मी ती कल्पना दिली होती. पण तुझ्या बाबांचे माझ्यावर खरोखर प्रेम होतं. त्यांनी ते स्वीकारले होतं. आम्ही दोघांनी वैद्यकीय तपासणी केली. त्यात डॉक्टरांच्या असं लक्षात आलं की माझ्या शरीरात स्त्रीबीजं तयार होतात पण गर्भाशयच नाही. त्यामुळे गर्भाची वाढ कशी होणार? हे ऐकून आम्ही तिघेही सुन्न झालो. त्यादिवशी मी आजीच्या कुशीत शिरून अखंड रात्रभर रडत होते. म्हणजे मला माझ्या रक्तामासाचं मूल पाहणं नशिबी नाही तर! परंतु तुझी आजी धीराची! ती सारखी समजूत घालत होती. अग, काहीतरी मार्ग सापडेल. कितीतरी वैज्ञानिक शोध लागले आहेत.''

दुसऱ्या दिवशी आम्ही स्त्रीरोग तज्ञ डॉ. संतांकडे गेलो. सुनेत्राने सुमाकडे पहिले. आपली नुकतीच उमलू पाहणारी कळी, लेक, तिच्या चेहऱ्यावर प्रचंड औत्सुक्य जाणवत होते. आपल्या जन्माचे रहस्य ऐकण्यास ती आतुर झाली होती.

''संतांनी माझी पूर्ण केस समजावून सांगितली. अशा केसला Mayer-Rokitansky-Knster-Hauser syndrome (MRKH),मेयर- रोकिटान्सकी-नॅस्टर-हॉसर सिण्ड्रोम (एम आरं के एचं) म्हटलं जातं. दहा हजार स्त्रियांमध्ये एखादी केस असते. काही स्त्रियांना गर्भाशय असते. परंतु गर्भ वाढवण्याइतपत क्षमता नसते. अशा केसेसवर एकच उपाय आहे. स्त्रीबीज व पुरुषबीजाचे टेस्ट ट्यूबमध्ये फलन करून एखाद्या सक्षम स्त्रीच्या गर्भाशयात तो गर्भ सोडून त्याची ९ महिने वाढ करवायची व त्या स्त्रीने मुलास जन्म द्यायचा सरोगेट मदर व्हायचे.''

सुमाला राहवले नाही, ''म्हणजे माझा जन्म असाच झाला का? हल्ली वर्तमानपत्रात सरोगसी बद्दल बातम्या येतात. नेट वर पण वाचलं. पण, माझा जन्म असा झाला असेल असं मला स्वप्नातदेखील वाटलं नाही.''

''हो. पुढे ऐक तर! डॉक्टरांनी असं सांगितल्यावर आम्ही तिघेही विचारात पडलो. अशी कोणती स्त्री दुसऱ्याचं मूल पोटात वाढवायला तयार होईल? पैश्यासाठी कुणी तयार झाले तर तेवढा पैसा देणेही शक्य नव्हते. डॉक्टर उपाय सुचवून, आशेचा किरण देऊन मोकळे झाले. या जगात आईशिवाय मला कोणीही नव्हते आणि आईला माझ्यशिवाय कोणीही नव्हते. आम्ही निराश मनाने परत आलो. सुहास तर सारखा सांगत होता सोडून दे नाद! जगात कितीतरी जोडपी अशी असतात, त्यांना मूल बाळ नसतं तरी ते सुखाने रहातात. काही लोकांना मुले असतात पण ती बेताल वागतात, की नको ते अपत्य असे म्हणावयाची वेळ आणतात.

''असेच दिवस जात होते. दुसऱ्या बायकांच्या कडेवर मूल दिसलं की, मी निराश होई. माझ्या जिवाची तगमग आईला जाणवत होती.''

''मग पुढे काय झाले गं आई?'' सुमाने मध्येच विचारले.

''एक दिवस मी आणि तुझे बाबा घरी आलो, तर घराला कुलूप! आजीला अशी न सांगता जाण्याची सवय नव्हती. आम्हाला आश्चर्य वाटले. शेजारच्या जोशीकाकूंकडून चावी घेतली व आम्ही घरात आलो. बऱ्याच वेळाने आजी आली. तिचा चेहरा प्रफुल्लित झाला होता. काहीतरी गवसल्याचा आनंद तिच्या चेहऱ्यावर लपत नव्हता.

''अग, आई कुठे गेली होतीस आम्हाला न सांगता?'' मी विचारले.

''काही नाही. आधी देवाच्या पाया पड. उपाय सापडला. मी डॉ. संतांकडे जाऊन आले,'' आई म्हणाली.

''तू डॉ. संतांकडे आणि ते कशाला?'' मी विचारले.

''ते नंतर सांगते. परंतु तू आणि सुहास दोघे देवासमोर वचन द्या, मी सांगते ते ऐकणार!'' आईचे उर धपापात होते तरी ती बोलत होती.

''बरं दिलं वचन. आता तरी सांग'' आम्ही दोघे एकमेकांकडे बघत बोललो.

''तर मग ऐका, मी तुमच्या दोघांच्या मुलाची सरोगेट मदर होणार तुमच्या बाळाचं मी माझ्या ओटीत संगोपन करणार, तसं डॉ. संतांना सांगून आले आहे. त्यांनी पण कबुली दिली आहे माझ्या शरीरात थोडेसे बदल घडवून हे शक्य होईल असं ते म्हणाले. माझे कौतुक देखील केलं. आहे की नाही आनंदाची बातमी!... ''एखाद्या निरागस मुलीने सांगावं इतक्या निष्पापपणे आई सांगत होती.

आमच्या दोघांच्या डोळ्यात चटकन पाणी आले.

''अग आई, मला नऊ महिने वाढविलेस, आता माझ्या बाळाच्या प्रसूती वेदनाही सहन करणार आहेस या वयात? नाही आई माझ्या मुलापेक्षा तू महत्त्वाची आहेस. यात तुला आणि होणाऱ्या जिवालाही धोका आहे. अपत्यसुखापेक्षा आईचा सहवास, प्रेम मला मोलाचा वाटतो. बाबांच्या मृत्यूनंतर माझे संगोपन केलेस, आता या वयात तुझी मी काळजी घेणार. मी मुलाचे विचार डोक्यातून काढून टाकले आहेत.''

''सुनेत्रा आता माघार घेऊ नकोस. तू देवासमोर मला वचन दिले आहेस. अगं मुलांचं सुख तेच आईचे सुख.'' आई.

''आई आमच्या दोघांचे बोलणेच ऐकायला तयार नव्हती. केवळ एका ध्येयाने प्रेरित झाली होती. वय वर्ष ५६, रक्तदाब, रक्तवाहिन्यांचे काठिन्य, वाढत्या वयानुसार शरीरात झालेले बदल, या वयात जन्माला येणारे मूल निरोगी असेल की नाही व हार्मोन्स बदलाचा शरीरावर पुढे कायमस्वरूपी राहणारा त्रास या साऱ्या अडथळ्यावर मात करण्याची जबरदस्त इच्छाशक्ती!

आईजवळ होती. या वयात हार्मोन रिप्लेसमेंट तंत्राद्वारे प्रथम गर्भाशयाचा विकास करण्यात आला व टेस्ट ट्यूबबेबीमध्ये तयार झालेला गर्भ आजीच्या गर्भाशयात सोडण्यात आला. डॉ. संतांनी तुझ्या आजीचे भरभरून कौतुक केलं. तुझ्या आजीच्या रूपात जगाला एका अनोख्या मातेचे दर्शन घडले आहे, अशा शब्दात डॉक्टर कौतुक करत होते. पण समाजात? जसे महिने जाऊ लागले तसे तिचे गर्भारपण लपवणे शक्य नव्हते. लोक काहीही

बोलू लागले. शेजारचेही कुजबूज करत.'' सुनेत्राला पुढे बोलवेचना. तिचे उर भरून आले होते.

सुमाचीही तीच अवस्था होती.

''पण तुझी आजी धीराची! लोकांच्या निंदा नालस्तीची तिने पर्वा केली नाही. फक्त एका ध्येयाने प्रेरित झाली होती! माझ्या नातवंडाचे संगोपन!''

सुमाच्या मन:चक्षू वर लख्ख चित्र उभे राहिले. १५ वर्षापूर्वी आजीने केलेली हिम्मत! गर्भवती आजी! लोक आपल्या आजीला किती कुत्सित बोलले असतील! शिवाय ५६ वर्षी शारीरिक वेदना! त्यानंतर या सर्व बदलामुळे अजूनही तिला शारीरिक त्रास होतात केवळ आपल्यासाठी आजीने सारे सहन केले आणि करत आहे! आपण जोशी काकूंचे काहोबाही ऐकून आजीविषयी मनात आकस धरला.

तिने आईच्या गळ्याला घट्ट मिठी मारली. ''आई, मी चुकले गं! बाहेरच्या लोकांवर विश्वास ठेवून आजीशी विचित्र वागले. आजी मला कधीच क्षमा करणार नाही. मी तिला तोंड तरी कसं दाखवू? मी किती नशीबवान आहे! अशी हिम्मतवाली आजी मला लाभली. आणि जन्मदात्री आई व सरोगेट आई या दोघांचे ही प्रेम मला लाभत आहे. सुमा बोलू लागली.

सुनेत्राच्या चेहऱ्यावर कौतुकाचे भाव उमटले. तिला एकदम हलके हलके झाल्यासारखे वाटले. तिने सुमाच्या कपाळावर ओठ टेकवले.

''बरोबर बोललीस सुमा!, सरोगेट आई बाळाला ९ महिने आपल्या उदरात वाढवते, बाळाच्या स्पंदनाशी एकरूप होते, तिच्या मनाचा ही विचार करायला हवा, तसेच घरातील एखाद्या स्त्रीला मातृत्वासाठी सरोगेट आईची गरज असेल, तर घरातीलच एखाद्या स्त्री ने ही सरोगासी स्वीकारण्याचा आदर्शच जणू तुझ्या आजीने घालून दिला. सुमाताई, खऱ्याअर्थाने तुम्ही मोठ्या झाल्या! मन शांत ठेव. फार विचार करू नकोस या गोष्टीवर! आजी ही आजीच असते. आणि आता पूर्वीसारखी आजीशी मनमोकळेपणाने वाग. तिचं मन जप.''

सुमा दाराकडे वळू लागली. समोर बघते तर आजी बेडरूमच्या दाराशी उभी होती. सुमा आजीकडे धावत गेली. ''आजी मी चुकले गं, तुझ्याशी मी विचित्र वागले.'' माय ग्रेट ग्रँडमा!

''अगं, पण झालं तरी असं काय? सुनेत्रा तू हिला काही बोललीस का?'' सुनेत्राने मानेनेच नकार दिला.''

''सुमा मग जा बघू झोपायला', उद्या क्लास आहे ना सकाळी?''

''अगं बाई दूध उतू गेलं वाटतं. दुधापेक्षा दुधावरील सायीलाच जपायला हवं'' असे म्हणत मालतीबाई स्वयंपाकघरात गेल्या.

११

नातीपरीक्षा

आशिष महाबळ

या वयात जरा कठीणच असतं. लहानपणात थोडं परावलंबी. बाल्यावस्था आणि वृद्धत्व या दरम्यान जर तुम्ही स्वावलंबी असाल तर ते जास्तच टोकतं, टोचतं. आता पहाना, घसरल्याचं निमित्त झालं आणि पाय मोडला. म्हणजे तसा मोडला-बिडला नाही, पण प्लॅस्टर आलंच. लगेच डॉक्टरांनी मला कशाला करावा ना फोन? तुळसाबाईंनी आणि मी पाहून घेतलं असतं. रमाने लगेच नरेशला म्हंटलं असणार की अरे जा, पहा कशी आहे आई. त्याने यायची गरज नाही असं कितीही समजावलं फोनवर तरी ऐकणार कुठे ते? इतका लांबचा प्रवास. त्यात पुन्हा आजकालची पोरं मध्ये कुठे थांबून काही पाहणार-विहणार नाही.

आता हट्टही थेट करता येत नाहीत. काही मागून घ्यायचं असेल तर आडून-आडून प्रयत्न करावे लागतात. या दुखण्यामुळे आता थोडे जास्त फोन होतील. त्याचा वापर करून रमाबरोबर टॅबू खेळत पाहुया हवं ते मिळवता येतं का.

''तुळसाबाई, जरा पुस्तकं आवरून ठेवा. जावईबापू येतीलच इतक्यात. सांगितल्याप्रमाणे स्वयंपाक झालाय नं''?

''जी, बाई.''

''आणि तेवढं ते किंडल द्या इकडे. केंव्हा एकदा आधीसारखं चालणं सुरू होतं आहे असं झालंय.''

......

''बाई, साहेब आलेत.''

''येतेच मी''.

''आई, उठू नका, त्रास होईल.''

''त्रास कसला, जेवायला यायचंच आहे. तुलाच जास्त झाला असणार बसून नुस्तं. बारीक झालास. रमा काही खाऊ घालत नाही का.''

''माझ्या निओ-डायट्रसपाई तिने तो नाद कधीच सोडला आहे''.

''तुझ्यासाठी खास काल्र्यांची भाजी आणि किनवाची धिरडी तयार आहेत.''

जेवण करताना माझे हाल आणि त्यांचे हवाल अशा गप्पा रंगल्या. रमाचा फोन पण आला आणि कोण कोणाची काळजी घेणार वगैरे नेहमीचे विनोद करून झाले. नंतर कॉफी पीत स्टडीमध्ये बसलो असतांना नरेशची अपेक्षित असलेली कॉमेण्ट आलीच.

''घर छान आवरलेलं दिसतंय.''

''पसारा करायला मला वादळासारखं नाहीना हिंडता येत सध्या. क्वचित कधी असंही घर चालतं''.

''तुम्ही आमच्या बरोबर का नाही येत लंडनला?''

''आणि या स्वातंत्र्याला मुकायचं?''

''आम्ही कुठे तुम्हाला बंदिस्त करून ठेवणार आहोत?''

''अरे, पण ते तिथले रेस्ट्रिक्शन्स!''

'पण तिथे बरोबर राह्यला आवडणार नाही?

'बोलावतायात सगळं आलं. मी म्हणते का तुम्हाला तुमचं सगळं सोडून या इथे म्हणून? बरोबर राह्यला नक्कीच आवडलं असतं. खास करून कोणी आजूबाजूला खेळत-बागडत असेल तर जास्तच. अरे, अरे, वर बघ. तुळसाबाई, पाणी द्या पटकन. काय झालं ठसका लागायला'?

खरं तर माझी ती सगळी वाक्य तयारच होती. एक-दोनदा घोकली पण होती, फेक बरोबर येण्यासाठी. हा विषय टॅबु होता. आम्ही अनेक वर्षात त्याबद्दल बोललो नव्हतो. आणि या अचानक झालेल्या उल्लेखामुळे नरेशला ठसका लागणार हे माहीतच होतं. ठसका कमी होईपर्यंत एखादा मिनिट शांततेत गेला.

''आई, नकानं काढू तो विषय.''

''सॉरी. बरं रात्रीच्या जेवणाला काय हवं ते सांगून ठेव. तुला हवे असलेले काही पदार्थ घरी नसतील तर तेही सांगून ठेव. आणि आराम कर जरा म्हणजे जेटलॅग येणार नाही.''

''मी उद्याच निघणार आहे.''

''इतक्या लगेच? अरे आला नसतास तरी चाललं असतं, पण आल्यासरशी ...''

''जायलाच हवं. आणि तुमची तब्येत पाह्यला नाही येणार असं कसं होईल?''

''ते सोबतीचं खरंच म्हणत होते बाय द वे. पुस्तकं असतात माझी, इंटरनेटही असतं, पण ''

......

किती शिरलं असेल त्याच्या डोक्यात कुणास ठाऊक. रमा असती तर थोडी तरी शक्यता होती. करेलच दोन दिवसात फोन. आजकाल तिचंही काही सांगता येत नाही. आधी

कोड्यांप्रमाणे बरोब्बर क्ल्यु घ्यायची. आता त्या आठ ते आठच्या नोकरीमुळे मेंदू बोथट झालाय तिचा पण.

......

नरेशबरोबर रात्री पुन्हा गप्पा झाल्या. त्यांच्या व्यवसायाबद्दल सांगत होता. माझ्यापेक्षा तेच जास्त एकेकटे असतात. मी पण त्याला माझ्या जुनाट रास्पबेरी पायवरील नव्या वेबसाईट बद्दल सांगितलं. तर म्हणतो कसा, 'इथे बसल्या-बसल्या चांगला बिझनेस करू शकाल', त्यावरील माझ्या 'आणि कोणासाठी तो? ' या प्रश्नावर काहीच बोलला नाही.

त्याची आवडती चकली, तिखट-मिठाच्या पुऱ्या, आणि हल्दिरामची पाकिटं घेऊन गेला तो दुसऱ्या दिवशी. नुस्तं येण्या-जाण्यात पैसे गेले असणार. तेवढ्या पैशात नवा मॅक आला असता एक!

......

दोन दिवसांनी जेवण करून उठले आणि रमाचा फोन आला.

''कसा आहे पाय? नरेशशी बोलून काळजी वाटली तुझी. मीच यायला हवं होतं. तुला डिप्रेस्ड नाहीना वाटत? डॉ. धनकरांना भेट गरज पडल्यास.''

या सरबत्तीतून बोलायची संधी मिळताच मी म्हणाले, ''पिके४''.

''डि५. पण सांगना''.

''पिक्युबि३''.

''जि६. पण ते जाऊ दे गं''

फोनवर दोघीच असलो की कधी-कधी आम्ही असंच मेट्रिक-ब्रिटिश करत उंट-घोडे दामटायचो. पण तेही होणं नव्हे.

''ठीक, बोल, काय म्हणतेस?''

''ए, ऐकनं, नरेश म्हणाला की तुला इ क्विन ट्रीटमेण्ट देऊया.''

''एक क्वीन? राणीसारखी? सगळंच तर मिळतंय मला. अजून काय बाकी आहे?''

''राणीसारखं नाही गं''

''पण आत्ताच तर तू म्हणालीस.''

वेड पांघरतो तेंव्हा आवाजात जे बदल करता येतात ते जास्त परिणामकारक असतात.

''तू आहेसच आमची क्वीन, पण मी म्हणत होते इक्विन, इक्वेस्टेरीयन सारख.''

'काय? घोड्यासारखी? की घोड्याचं शिंग वगैरे उगाळून देण्यातला हा प्रकार आहे? ते तुम्हीच करायला हवं'.

''आई! अगं ऐकतर. घोड्यांच्या सानिध्याने म्हणे एकटेपणा जातो.''

''भलतंच काहीतरी. ऑटिस्टीक लोकांसाठी असेल ते. मला म्हातारीला काय त्याचं. काही झालेलं नाही मला.''

अशी मुळातच कुऱ्हाड घातल्यावर तिने तात्पुरती माघार घेतली.

चार दिवसांनी प्लॅस्टर निघालं, जरा मोकळेपणानी फिरता येऊ लागलं. आणि पुन्हा आला रमाचा फोन.

''निघालं प्लॅस्टर'! कितीही स्थितप्रज्ञ राह्यचं म्हटलं तरी असे छोटे आनंद लपत नाहीत.

'मस्त. मी काय म्हणत होते, कुत्रा चालेल का तुला?''

''हे काय पिल्लू मधेच? प्लॅस्टर निघायचा आनंद जिरण्याआधीच मला पळापळ करायला लावणार?''

''अगं, लगेच नाही. डॉग इज मॅन्स बेस्ट फ्रेण्ड.''

''मी मॅन कुठाय?''

“आई, तू पण ना!”

“लोक कुत्री का पाळतात माहीत आहे नं?”

“कारण ती मोठी होत नाहीत.”

“म्हणजे?”

“कुत्री लहान बाळंच राहतात. मुलं मोठी होतात, त्यांना शिंग फुटतात. त्यापेक्षा कुत्रीच बरी.”

पुढची फेरी लवकरच होणार हे माहीत होतंच. पण दुसऱ्याच दिवशी होईल असं नव्हतं वाटलं.

“मांजर ...”

“छ्या. मला कसं कुणी डायनॅमिक हवं आहे. मांजर काय नुस्ती चुलीपाशी बसून राहील. आता तर चूल पण नाही.”

घोडा, कुत्रा, मांजर झाले. अजून काय बाकी आहे कुणास ठाऊक. मासा, कासव, डुक्कर पण येऊ लागले तर त्या शेषशाहीचाच धावा करावा लागणार.

रमा अणि नरेशने बरंच आधी ठरवलं होतं की त्यांना मूल नको. दोघांनी मिळून ते ठरवलं होतं. विचारणारे अर्थातच काही बाही विचारायचे. ‘त्याला प्रॉब्लेम आहे की तिला’? काहीतर सरळ पण द्यायचे ‘ही पोथी वाचा’, ‘त्या बाबांना भेटा’, ‘या नदीचं सोल्युशन प्या’ (अर्थात ते तीर्थ म्हणायचे), ‘गेंड्याच शिंग उगाळून वापरा’, एक ना अनेक. रमाची कातडी कोड्यांपासून दूर राहिल्यामुळे खरंच गेंड्याची बनत चालली होती. घोड्याच्या शिंगाबद्दलच्या माझ्या विनोदावरती ‘नॉट फनी’ एवढं पण म्हणाली नव्हती.

प्रॉब्लेम त्यांना नसून इतर लोकांनी वसुंधरेवर लादलेला भार कमी करायचा त्यांचा प्रयत्न आहे, हे मी इतरांना सांगायचा प्रयत्न करायचे. आमच्यावेळी पण नाही का आमच्यासारखे अनेक लोक एकावरच थांबले. रमाप्रमाणेच नरेशही एकटा होता. स्वतःचा DNA- पूर्णपणे

खंडित करणं योग्य की नाही ते सांगणं कठीण. पण स्वत:चे निर्णय स्वत: घ्यायचा अधिकार त्यांचाच होता. हेच तर शिकवायचा प्रयत्न आम्ही केला होता. स्वार्थी नका बनू, पण इतरांमुळे अगतिक पण नका होऊ. त्यामुळे त्यांचा निर्णय आम्हाला मान्यच होता.

मला तरी या वयात एखाद्या छोट्या बाळाला सांभाळणं कुठे जमलं असतं? आजकालचे किशोर-कुमार आपल्या ई-डिव्हायसेसमध्ये इतके मग्न असतात की कदाचित ते ट्युरिंग टेस्ट पण पास करू शकणार नाहीत. त्याउलट यांत्रिक बुद्धिमत्ता इतकी प्रगत आणि प्रगल्भ झाली आहे की यंत्र आता मानव म्हणून ती टेस्ट उत्तीर्ण होऊ लागले आहेत. एखादा आज्ञाधारक टिन-एजर गेम्स खेळायला वगैरे येऊन राहू शकला तर धमाल होईल. पण ते त्यांच्या शिरात शिरवायचं कसं? किती खेळ्या लागणार आणखी टॅबूच्या? मुख्य शब्द उच्चारता कामा नये.

......

दोन दिवसांनी तुळसाबाई फोन घेऊन आल्या.

''बाई, फोन.''

''कोणाचा आहे?''

''रमाबाईचा.''

''करते म्हणा मी पाच मिनिटात.''

सहाव्या मिनिटाला पुन्हा फोन.

''अगं, करणारच होते मी.''

''मगाशी का नाही घेतला? वेगळी वागलीस की काळजी वाटते तुझी.''

''असं काय करतेस? ड्रोन्सबद्दल एक कार्यक्रम सुरू होता. संपतच आला होता.''

''ड्रोन्स म्हणजे ती युद्धात वापरायची चालकविरहित विमानं?''

''ती पण ड्रोन्सच. ही कॅलिफोर्नियातल्या हौशी लोकांची खेळणी. मध्यंतरी त्यांच्यामुळे फ्रिवेवरची एक आग विझवण्यात बाधा आली म्हणून त्याबद्दल एन नवीन कायदा येणार

आहे. बरं ते जाऊ दे, नरेश काय म्हणतो?''

''नाव नको काढू त्याचं. भांडण झालं आमचं.''

''पुन्हा? नेहमीसारखंच ना? यावेळी कशावरून?''

''तुझ्यावरून.''

''माझ्यावरून? मी काय घोडं मारलं.''

पुन्हा आला घोडा.

''आधी फक्त तो तुझ्या एकटेपणाबद्दल बोलला होता, पण आज म्हणाला की तुला नातू हवा आहे. मी म्हटलं शक्यच नाही.''

चांगली संधी आहे.

''हो.''

''काऽय'?

''किंचाळतेस काय? असे कुठे खंडीभर मागतेय मी'?

''आई, आपलं सगळं बोलणं झालंय ना आधी? तुम्हीच म्हणाले होते ना की तुमचे निर्णय तुम्ही घ्या. तुला कारण पण चांगलं माहीत आहे.''

''एकाने काय फरक पडणार. थेंब अस्सा मिळून जाईल समुद्रात'?

''एकेका थेंबांनीच तर समुद्र बनतो.''

''मी पण जाते - तेवढाच भार कमी होईल.''

''भलतंच काय बोलते? पाहते मी काय करायचं ते.''

आणखी एक आठवडा उलटला. पाय पूर्ण बरा झाला होता. रमाचा फोन आला तेंव्हा संगणकाबरोबर चेसचा एक डाव सुरू होता. चेसमध्ये कसं दोन्ही पक्ष एक-एक खेळी

करतात. रमाचा आजचा मूड मात्र चेकर्सचा होता. त्याच पटावर त्याच सोंगट्यांनी खेळता येणाऱ्या या खेळाचं स्वरूप अगदीच वेगळं आहे. एका गोटीवरून उडी मारल्यावर दुसरी उडी मारता येणार असेल तर मारायची, मग तिसरी, चौथी पण. थकेपर्यंत चालू द्यायचं.

''आज आम्ही दत्तक घेण्याबद्दल बोललो.''

''हं.''

''मीच विचारलं दत्तक घ्यायचा का मुलगा म्हणून, तर तो म्हणाला ''मुलगी!' आणि मग तोच म्हणाला ''मला स्वत:ची चालेल एक वेळ पण दत्तक नको.'' मी म्हटलं की काय हरकत आहे? नेचरप्रमाणेच नर्चरपण महत्त्वाचं - कोण कसं बनेल ते ठरवण्यात. तर तो म्हणाला की त्याचा आक्षेप संभाव्य जेनेटिक आजारांमुळे आहे. मग मी म्हटलं की आता तर या सर्व गोष्टींसाठी स्क्रि' निंग करता येतं कितीतरी प्रकारचं. तर तो शेवटी म्हणाला की ठिकाय, काढ माहिती.''

संपली खेळी. मलाही मास्टरचालीची गरज पडू शकते. पण अजून नाही.

''हं.''

''ए, चल मला तयार होऊन जायला हवं आता.''

त्यानंतरच्या आठवड्यात चेकर्सच्या ऐवजी स्पेकटॅटरचेस होता. म्हणजे त्यांनी फोन केला, दोन डिव्हायसेस वापरून दोघं आळी पाळीनं बोलत होते, आणि मी ऐकत होते.

''जेनेटक स्क्रि' नींग होतं, पण सेंटर्स फक्त ॲडॉप्शनसाठी वेगळ्या चाचण्या करू देत नाहीत, कारण तसं करणं डिसक्रि' मिनेटींग असतं.''

''लग्न करणं हा जसा जुगार असतो, तसंच थोडंफार. सिरीयस कंडिशन्स असतील तर ते स्वत:च नाही मूल दत्तक जाऊ देत.''

''आम्हाला मोठीच मुलगी घ्यावी लागेल.''

''त्यासाठी तिच्या बरोबर महिनाभर तुमच्याकडे येऊन रहावे लागेल.''

''मी करीन ते.''

''अजून महिन्याभरात होईल सगळं.''

माझी चाल चालायची वेळ आली होती. आतातरी रमाने गॅम्बीट ओळखावा.

''दत्तक घेण्याबद्दल बुरसटलेल्या विचारांची नाही मी, पण कशाला तिला तिथून उचलून इथे आणायची? नको.''

''आई, पण तूच .....''

''मला खरा नातू किंवा नात हवी.''

''ही पण तर नातच असेल.''

''रक्ताची'!

''हिच्यात काय र... क्त न.. से.. ल'?

रमाचा आवाज तुटक होत गेला. विचारात पडल्यासारखी.

''तुला कुत्रा सारखा जवळ येतो म्हणून आवडत नाही, मांजर घाण करते म्हणून, दत्तक त्याला त्रास होईल म्हणून, नर्स पैसे घेतात म्हणून.''

''थोड्याफार फरकाने, हो.''

''बिरबल गोष्टीत लहान बनून त्रास देतो तसा देते आहेस तू. आम्ही यायचं म्हटलं तर आम्हाला आमच्या बस्तानातून उखडायचं नाही म्हणतेस.''

''डायनॅमिक प्रॉब्लेम आहे खरा.''

''आम्हाला मूल नको हे सत्यही तुला उमगत.'' यावर एकच उपाय आहे.''

''मी मरण्याचा ना? फार दूर नाही तो दिवस.

''नाही गं माझी मा.'' धर तग अजून थोडे दिवस. येतोच आम्ही.''

खुंटी हलवून बळकट केलेलीच बरी.

‘‘रमा, तू काहीतरी लपवते आहेस.’’

‘‘जरा धीर धर.’’

‘‘नाही, सांग आत्ताच.’’

‘‘ठीक आहे. तुला माहीतच आहे की माझ्या नोकरीमुळे डिफेन्स डिपार्टमेण्टशी संबंध येतो. आमच्या मुलांना काही होऊ नये म्हणून ते गुप्ततेत वाढवतात.’’

‘‘काय, मुलगा आहे तुम्हाला’?

‘‘मुलगी.’’

पलीकडून नरेशचा आवाज आला काहीच समजत नसल्यासारखा.

‘‘रमा,.....’’

‘‘सांगू दे रे, आईच आहे माझी.’’

‘‘पण .....’’

‘‘अशा इमर्जन्सीच्या वेळी सांगितलेलं चालतं.’’

रमाला सूर सापडत होता.

मी विचारलं, ‘‘कुठे आहे ती’?

‘‘बॉस्टन’’

मी खुश. ‘‘वा, वा.’’

‘‘अगं, रमा .....’’

नरेशला काय बोलावं ते कळत नसणार. नंतर नक्की विचारलं असणार त्याने की तिचं काही लफडं वगैरे तर नाही ना म्हणून.

महिन्याभरात रश आली. रमा + नरेश = रश असं नाव ठेवल्याचं रमा बोलली. ते दोघंही बरोबर होते. नरेशच्या कुशंका विनाधार असल्याचं त्याला कळलंच होतं. रश चुणचुणीत होती. आईवडिलांपासून भावनिक ताटातूट न होऊ देता जर नातं तुमच्या बरोबर राहू शकणार असेल तर त्यापेक्षा मोठं भाग्य कोणतं? आता आम्ही दोघी मनसोक्त खेळ खेळणार होतो, कोडी सोडवणार होतो. मराठी बोलतांना किंचित अडखळते, पण काही दिवसातच अस्खलित बोलू लागेल यात शंका नाही. तिचं न अडखळता चालणं हीच माझ्या दृष्टीने पुरेशी ट्युरींगटेस्ट होती. तिच्या मानेवरचा बारीक अक्षरातला 'सोनीकॉर्पोरेशन मार्क१७' हा टॅटू तिच्या सुंदर काळ्या केसांमुळे कुणाला दिसायचा प्रश्नच नव्हता.

१२

मुंबई

प्रसन्न करंदीकर

सकाळी ८:००
बी-३४, नम्रता अपार्टमेंट, डोंबिवली

मनीषाने घड्याळाकडे नजर टाकली. आठ वाजले. एवढ्यात गडबडीने आवरून घ्यायला हवं होतं तिने खरंतर. पण ती तशीच राहिली. शांत. निश्चल. जणू आज कसलीच गडबड नाही. घड्याळावरचे निर्विकार डोळे फिरवून तिने कुशीत बिलगून झोपलेल्या बाळाकडे बघितलं. ते एकदम गाढ झोपेत होतं. मनीषाने त्याच्या डोक्यावरून हात फिरवला आणि पुन्हा दरवाज्याकडे डोळे लावून बसली.

… …

सकाळी ८:३०
दिवा रेल्वे स्टेशन, दिवा

पाऊस धो धो कोसळत होता. १५ मिनिटं होऊन गेली, एकही लोकल थांबली नव्हती. स्टेशनवर प्रवाशांची प्रचंड गर्दी झाली होती, सेकंदा सेकंदाला आणखीन वाढत होती.

१६३

पूर्वसंचित... गोफ नात्यांचा

-'आठ वाजून १५ मिनिटांनी सुटणारी छत्रपती शिवाजी टर्मिनसला जाणारी १२ डब्यांची धीमी लोकल आज ३० ते ३५ मिनिटे उशिराने धावत आहे.'

....

सकाळी ८:४५
आझाद मैदान, मुंबई

''अच्छी भीड जमा हो गई है।''

''जी हाँ।''

''प्रोग्राम कब तक शुरू करेंगे?''

''जी अभि नजीब मियाँ सबको लेके आ जाएंगे. फिर नौ बजे शुरू हो जाना चाहीये मेरे हीसाबसे. ''

....

सकाळी ९:००
सेंटर फॉर मायक्रोबियल रिसर्च
अंधेरी

आशिषचा फोन वाजला.

''हॅलो?''

'हॅलो आशिष, अरे येतोयस ना? वाजले किती? वाट बघतायत सगळे इकडे!'

''मी कशाला येऊ तिथे?''

''तू खरच येणार नाहीयेस?''

''मी ऑलरेडी सांगितलेलं मी येणार नाहीये, माझी वाट बघू नका.''

१६४

''अरे, तुझा त्यांच्यावर राग आहे ठीक आहे. पण मी सांगतोय म्हणून तर ये!''

''का? असं काय केलंय तुम्ही ज्यामुळे मी येऊ तुमच्या शब्दाला मान देऊन?''

''आशी... ''

''मला माहीत होतं हे असच होणारे म्हणून मी येणार नाहीये. तुम्ही काहीतरी बोलणार, मग मी काहीतरी असं उलट सुलट सांगणार, मग परत त्यांच्यापैकी कोणीतरी मला बोलणार, माझं तोंड एकदा सुटलं तर मग एकतर तिथे तुम्ही सगळे तरी थांबाल किंवा मी तरी. कशाला नसती शोभा?''

बरं तुला शक्य नसेल तर मग सुप्रियाला तरी पाठवून दे.

कशाला? नुसती हजेरी लावायला? मी नाही म्हटलं याचा अर्थ माझ्याशी संबंधित कुणीही तिकडे फिरकणार नाही. तुम्ही, तुमचा मोठा मुलगा, थोरले नातू जे काय दिवे लावताय ते लावा.

''अरे विलासला पण हेच हवं होतं माहितेय ना?''

''वा! छान! फायनली आठवण आहे तर तुम्हाला त्यांची. बरं वाटलं जरा ऐकून. त्यांनाही हेच हवं होतं हे तुमच्या दहा वर्षांपूर्वी कसं नाही लक्षात आलं? जेव्हा बाबा सांगत होते की तुम्हीच वाटण्या करून द्या, वाटण्या करून द्या नाहीतर मोठी भांडणं होतील पुढे, तेव्हा तुमच्या कानात कसं नाही शिरलं ते? तेव्हा तर मारे सांगत होतात मी जिवंत असेपर्यंत वाटण्या होऊ देणार नाही. विसरलात? आता तुमच्या लाडक्या मुलाने वाटण्या मागितल्याबरोबर तुम्हाला लगेच ते चालतं?''

''अरे मी त्यालाही हेच सांगितलं रे... ''

''त्याने काय फरक पडतो? शेवटी वाटण्या करायचच ठरलं ना? का सत्यनारायण घालताय म्हणून बोलवलय सगळ्यांना?''

''तुझा राग मी समजू शकतो... तशी माझीपण त्यात चूक आहेच. पण माझं तुम्हा सगळ्यांवर सारखच प्रेम आहे रे!''

''प्लीज प्लीज प्लीज... नका असे एकदम तात्त्विक विचार सांगू. शोभत नाहीत ते तुमच्या तोंडात. अशी राजकीय विधानं तुमच्या सभेत करा, माझ्यासमोर नको, मी भीक नाही घालत त्यांना. सगळ्यांवरचं सारखं प्रेम फक्त तुमच्या बोलण्यात दिसतं, वागण्यातून दिसत नाही ना ते आजोबा. तुमचं आमच्यावर खरोखरच एवढं मोठ्ठं प्रेम असेल असं घटका मानू! पुढे? नुसत्या प्रेमाने पोटं भारतात? तुमची प्रॉपर्टी, तुमचा मतदारसंघ, कारखाना सगळं तुमच्या लाडक्या मुलाच्या घशात, आता आम्ही काय आयुष्यभर फक्त त्यांच्या मागून त्यांचे हार तुरे सांभाळत फिरायचं?''

.....

''बोला ना... आता बोला!''

''हे बघ यासाठीच मी सगळ्यांना बोलवलेलं. आपण सगळ्यांनी हे सगळे प्रश्न समोरासमोर बसून सोडवले असते. नुसता राग राग करून काय मिळणारे सांग? काहीतरी तोडगा काढायला हवा की नको या सगळ्यावर? मला कल्पना आहे तुम्हा दोघांचं ही आपापसात पटत नाही, पण त्यामुळे हे घर तुटू नये म्हणून मी असेपर्यंत यावर उपाय करायला हवा असं वाटतं. सामोपचाराने वाटण्या झाल्या तर उत्तम. म्हणजे इथून पुढे दोघांचाही एकमेकांच्या कारभारात काही हस्तक्षेप राहणार नाही. एका छपराखाली नसाल पण जेव्हा कधी एकत्र याल तेव्हा एकत्र, एका कुटुंबाचे सदस्य म्हणून गोडीगुलाबीने सगळेजण रहा एवढीच माझी अपेक्षा आहे. त्यामुळे संध्याकाळी तरी खरच ये रे एकदा. हे सगळं आता बास झालं. मी कंटाळलोय या सगळ्या सततच्या भांडणांना.''

''बर! हरकत नाही. पण सामोपचाराने वाटण्या म्हणजे काय ते जरा सांगाल? कारण तुमच्या दृष्टीने वाटण्या म्हणजे मोठा मुलगा, नातू जे काही मागतील ते सगळं त्यांना द्यायचं आणि मग उरलं सुरलं जे काही असेल ते आमच्या पानात. असंच ना?''

''बर, तू सांग. तुझी काय अपेक्षा आहे? तसं मी यांच्याशी बोलून घेतो आत्ता. म्हणजे तसं आपल्याला रात्री बोलायला बरं. कुठली जमीन देऊ तुझ्या नावावर?''

''तुमच्या जमीन बिमिनीत आपल्याला इंटरेस्ट नाही. मी तिकडे फिरकणार पण नाही. पप्पांच्या हिश्श्याने ५० टक्के जी काय होईल ती द्या. फॅक्टरीचं काय करणार?''

''वाईची फॅक्टरी तुला द्यायला तयार आहेत ते.''

''वाटलेलंच मला. ते द्यायला तयार होणार तेव्हा तुम्ही ते आम्हाला देणार. मग विचारायचं नाटक तरी का करताय?''

''बरं, तुला काय हवय?''

''सगळ्यात आधी बदलापूरची फॅक्टरी नावावर करा माझ्या, नंतर मग पुढचं जे असेल ते बोला.''

''तुला माहितेय ते सगळे याला तयार नाही होणार,''

''च्च! पुन्हा तेच! अहो तुम्हाला स्वतःचं मत म्हणून काही आहे की नाही? वाटण्या तुम्ही तुमच्या इश्टेटीच्या करताय की त्यांच्या? मग हगल्या मुतल्याला त्यांची परवानगी कशाला मागायला जाताय?''

''अरे पण त्याचं काम सध्या तेच बघतायत ना...''

'हो! तसंही सध्या सगळ्या फॅक्टऱ्या तेच बघतायत. पण वाटणीची वेळ आली तेव्हा बरोब्बर बुडीत चाललेली खाती आमच्या गळ्यात मारायला बघतायत हो की नाही? स्वतः ला सांभाळायला झेपत नाही मग पडायचं कशाला त्यात? बदलापूरची फॅक्टरी पप्पान्नी सुरू केलेली १५ वर्षापूर्वी. पण जेव्हा ती प्रॉफिटमध्ये चालायला लागली तेव्हा लगेच ती हवी झाली तुमच्या लाडक्या मुलाला. तेव्हा दिलीच ना त्यांना ती? आता गेली १० वर्ष त्याच फॅक्टरीच्या जिवावरच घरबसल्या मलिदा खातायत ना ते सगळे?'

''बरं... मी बघतो बोलून... पण त्याला पर्याय म्हणून''

''जाऊदे ना, तुम्ही बोलून काय दिवे लावणार माहितेय. तुम्हाला तिकडे काय करायचं ते करा माला त्याच्याशी काय देणं घेणं नाही. पण बदलापूरची फॅक्टरी जर माझ्या नावावर नाही झाली तर मग सांगा तुमच्या लाडक्या मुलाला आणि नातवाला आपण डायरेक्ट कोर्टातच भेटू मग!''

''अरे असा कायतरी वेडेपणा नको करू''

''नाही नाही त्याशिवाय त्यांना अक्कल येणार नाही. सांगा त्यांना माझा निरोप. ही मागणी मान्य असेल तर कळवा उद्या मी येईन. नाहीतर येऊन काही उपयोग नाही!''

''बरं. . बघतो मी!''

''बाय!'' आशिषने फोन ठेवला आणि लॅबमध्ये गेला.

....

सकाळी ९:१५
बी-३४, नम्रता अपार्टमेंट
डोंबिवली

मनीषाने बाळाच्या डोक्यावरून हात फिरवला. याचा बिचाऱ्याचा काय दोष? आई वडिलांच्या भांडणात नुकसान फक्त या निष्पाप जिवाचं होतं. तिला आणखी काही सुचत नव्हतं आता. डोकं विचाराने भणभणून आलं. काहीच सुचेना. आपला नवरा त्या दुसऱ्या मुलीसाठी आपल्याला खरंच टाकून गेला? रात्रभर न झोपता लहानग्याला कुशीत घेऊन थोपटत ती कोचावर बसून होती दरवाज्याकडे डोळे लावून. पण तो नाही आला. म्हणजे आता सगळंच संपलेलं. आता कसलीच आशा उरली नाही. आता काय करायचं?

....

सकाळी ०९:१०
'दिवा रेल्वे स्टेशन, दिवा'

दीड दोन हजार लोकांनी प्लॅटफॉर्मवर स्टेशनमास्तरला घेरलं. लोकांच्या प्रश्नांना उत्तरं देत स्टेशन मास्तरच्या तोंडाला फेस आला.

''काय वाजले किती? तासभर झाला अजून लोकल आली नाय म्हणजे काय?''

''अहो, तिकडेच काहीतरी प्रॉब्लेम''

''नाय नाय तुम्ही सांगा आम्हाला काय एवढेच धंदे आहेत का?''

''एकतर वेळेत लोकल मिळायला पायजे म्हणून सकाळी ५ला उठून सगळं आवरून धावपळ करत यावं लागतं, त्यात तुम्ही इथे उशीर करताय?''

''उशीर होतोय तर तुम्ही बस ने जा ना, इथे कशाला थांबलाय?''

बसने जा? बसने जा म्हणजे काय? आम्ही इकडे पासाचे पैसे काय फुकटचे भरतो? पैसे काय झाडाला लागलेत?

''एखादा दिवस होतो लेट, जरा समजून घ्या''

''एखादा दिवस तिकीट नसेल तर तुम्ही घेता समजून? तेव्हा तेवढाच फाईन मारता ना?''

''तुमची काही जबाबदारी आहे की नाही?''

''अहो माझ्या काय घरून लोकल येते का? आता लेट झाला त्याला मी काय करणार?''

''काय करणार म्हणजे? नोकरी करतायना इथली मग जबाबदारी घ्यायला नको? तुम्हाला काय करता येत नसेल तर घरी बसा मग, इथे कशाला खुर्ची सडवताय?''

''तुम्ही जरा तोंड सांभाळून बोला.''

म्हणजे तुम्ही काय कसही वागलं तरी चालेल, प्रवाशांना कितीही त्रास झाला तरी त्यांनी तोंड सांभाळून बोलायचं?

''किती दिवस सहन करायची तुमची अरेरावी?''

''तुमची अरेरावी आधी बंद करा.''

''आमची अरेरावी काढू नका, प्रवाशांसाठी तुम्ही आहात, तुमच्यासाठी प्रवासी नाही, जास्त माज करू नका.''

''तुम्ही तुमचं काम ठीक केलं असतात तर आणखीन काय हवं होतं?''

''माझं काम मला शिकवू नका, तुम्हाला काय करायचं ते करून घ्या.''

''आयला एवढी अरेरावी? समजतो कोण तू स्वतःला, काय करायचं ते करून घ्या म्हणजे काय?''

''सांगितलं ना एकदा, काय समजायचं ते समजा आणि काय करायचं ते करून घ्या, मी भीक नाय घालत कुणाला. ''

''ए धरा धरा याला, मारा मारा.''

''चायला पब्लिकची हिंम्मत काडतो तू''

''दाकवतोच तुला भेंचोत.''

''सगळ्या बाजूने स्टेशनमास्तरवर लाथा बुक्क्या बरसल्या आणि शेकडो लोक ऑफिसम ध्ये घुसले. ''

....

सकाळी ९:१५
दादर रेल्वे स्टेशनबाहेर
दादर

''अरे भैय्या आओ आओ, पोहे?''

''दोन द्या. मला वाटलं आज सगळं बंद असेल. ''

''बंद कशाला? हम तो छुट्टिके दिन भी आते है डेली!''

''छुट्टी नही भैय्या, तो जगदाळे गेला ना सकाळी त्यामुळे.''

''कोण, भाऊ? काय कळलं नाही. बिमार होता म्हणे बरेच दिवस. ''

''हो म्हणूनच म्हटलं आज कदाचित इकडे सगळं बंद असेल.''

देखो जरा आजूबाजू, बहुतेक सगळे शॉप चालू आहेत. त्यांचे चेले असतील ते ठेवतील आपलं दुकान बंद, मै क्युं अपना नुकसान करू?

....

सकाळी ०९:४० सेंटर फॉर मायक्रोबियल रिसर्च अंधेरी

''आशिष! संतोषने हाक मारली. ''चेक धिस! सगळे रिजल्ट्स सेम आहेत. नो चेंज, नो मिस्टेक. इट्स सॉलिड!''

''सगळे?'' वाकून संतोषच्या लॅपटॉप स्क्रीनवर डोकावून बघत आशिष. ''२१ च्या २१? इट्स इम्पॉसिबल!''

''विश्वास तर माझा पण बसत नाहीये, पण आपण तिघांकडून सिक्वेन्सिंग करून घेतलय, तिघांचेही रिझल्ट्स सेम आहेत. आता तिघांकडूनही एकच चूक होणार नाही ना? सिक्वेन्सिंगमध्ये गडबड असती तर मग तिघांचे वेगवेगळे आले असते ना.''

''हो हो, पण माझा अजून विश्वास बसत नाहीये की... आय मीन... हे कसं काय शक्य आहे?

''ओके ओके! ते सगळं महत्त्वाचं नाहीये आता. रिझल्ट्स आपल्या पुढ्यात आहेत. २१ च्या २१ नॉवेल! सो आता काय करायचं सांग. पुढची पन्नास वर्ष हवे तेवढे पेपर काढता येतील यावर.''

''तू पेपरचा विचार करतोयस? मी एनवायरनमेंटचा करतोय. जस्ट इमॅजिन! फक्त एकट्या मुंबईतून २१ नॉवेल स्ट्रेन्स एकाचवेळी रिपोर्ट झालेत. एवढी डायवर्सिटी कशी काय शक्य आहे? सगळेच्या सगळे नॉवेल? संपूर्ण जगात यातला एकही कधी कुणाला सापडला नाही?''

''आय नो, यावर विश्वास बसणार नाही कोणाचा पण इट्स नेचर राइट? निसर्गात काहीही होऊ शकतं.''

''आय डोन्ट बिलिव्ह ईट. इट्स ओके, नेचर आपल्याला थक्क करून सोडतो वगैरे ठीक आहे, पण हे एवढं या स्केलवर मला मान्यच नाही. काहीतरी गडबड असलीच पाहिजे.''

''काय करायचं मग आता?''

''केमिकल अॅनॅलिसिस! ओरिजिनल सँपल्सचं केमिकल अॅनॅलिसिस करून बघू. मला खात्री आहे नक्की त्यात कुठला तरी म्युटाजेन असलाच पाहिजे. तो पण खूप जास्त कोंसंट्रेशनमध्ये. एकदम ड्रास्टिक लेव्हल दिसली पाहिजे. त्याशिवाय हे होणं शक्यच नाही. ''

''ठीक आहे. मी सांम्पल्स काढतो. खुर्चीतून उठत संतोष म्हणाला.''

''मी देशपांडेंना विचारतो त्यांचं काम कुठवर आलय ते. फोन कानाला लावत आशिष म्हणाला. हॅलो, आशिष बोलतोय... ''

''हा बोला, मी तुम्हालाच कॉल करणार होतो आज. ''

''कशाबद्दल?''

''टोक्सोप्लाज्माबद्दल. आमचा फायनल रिपोर्ट काल तयार झाला, पण खूप शॉकिंग रिजल्ट्स आहेत. त्याबद्दल जरा बोलायचं होतं. ''

''मी पण त्या संदर्भातच फोन केलेला. कधी भेटूया?''

''बरं ठीक आहे. मी संध्याकाळची महापौरांची अपॉइंटमेंट घेतलीये, त्या आधी आपल्याला भेटता आलं तर बरं होईल.''

''महापौरांची? कशासंदर्भात?''

या संदर्भातच! परिस्थिती बरीच गंभीर आहे. टोक्सोप्लाज्मोसिस आपल्याकडे पूर्वी कधी एवढ्या मोठ्या प्रमाणावर रिपोर्ट नव्हता झाला. त्यामुळे मेयरच्या कानावर घालायला हवं. मुंबईसाठी काहीतरी ठोस प्लॅनिंग करायला हवं यासंदर्भात नाहीतर खूप अवघड होऊन बसेल.

''म्हणजे? एवढं मोठं प्लॅनिंग कसलं?''

''आत्ता फोनवर सांगता नाही येणार मी ड्राइव्ह करतोय. आपण भेटल्यावर सविस्तर बोलता येईल. पण एवढं नक्की सांगेन परिस्थिती खरच खूप गंभीर आहे, हॉस्पिटल्समध्ये काही विशेष होणार नाही, कारण अजून कित्येक डॉक्टर्सनाच याबद्दल काही माहिती नाही. त्यामुळे मोठ्या स्केलवर अवेयरनेस कॅम्पेन, वर्कशॉप्स, मेडिसीन सप्लाय वगैरेवगैरे बरच काय काय करावं लागणारे. सो म्युनसिपलटीच्या सपोर्टशिवाय यातलं काहीच होणार नाही.''

''परिस्थिती कितपत गंभीर आहे?''

''अनप्रेडीक्टेबल! काहीच सांगता येत नाही. जितक्या लवकर आपण कामाला लागू तेवढं चांगलं.''

''या सगळ्याचा सिरियसनेस मेयरला असेल असं खरच वाटतं?''

''मलाही जरा शंकाच आहे त्यांच्याबद्दल म्हणा. पण आपण प्रयत्न तरी करू शकतो. आणखी काय सांगायचं?''

''हं. मी काय म्हणतो? महापौर राहुद्या, समजा डिरेक्ट आरोग्यमंत्र्यांशीच आपण याबद्दल बोललो तर? राज्य सरकारकडून जास्त मोठ्या स्केलवर काम कराता येईल.''

''डायरेक्ट मंत्री? मला नक्की आवडेल, पण त्यांची ओळख कुठून काढणार?''

''ते सोडा, माझे कॉन्टॅकट्स आहेत, पण डेटा नक्की सॉलिड आहे ना?''

''माझा डेटा आहे, सो शंका घेऊ नका!''

''हरकत नाही. मी त्यांची अपॉइंटमेंट मिळाली की कॉल करतो. शक्यतो आजचीच बघेन.''

''उत्तम! भेटू मग!''

"ओके! बाय!"

"तुझी मंत्र्यांपर्यंत ओळख कधी पोचली? आणि समजा जरी असली ओळख तरी त्यांची अपॉइंटमेंट कधीची मिळेल माहितेय?"

"मी कॉल केला तर आजचीपण मिळेल."

"का? तुझे कोण ते काका लागतात?"

"अहं! आजोबा!"

. . . .

सकाळी ०९:५०
बी-३४, नम्रता अपार्टमेंट
डोंबिवली

"मनीषाने बाळाला पाळण्यात झोपवलं आणि तशीच वळली. एकदाही पुन्हा त्याच्याकडे नजर टाकली नाही. स्टुलावर चढली. पाय उंच करून टाचेवर उभी राहिली, बेडशीटचा फास गळ्यात अडकवला आणि पायाने स्टूल लोटून दिलं. "

. . . .

सकाळी ०१०:१५
भाऊ जगदाळेच्या बंगल्याबाहेर
दादर

"दादा, आत्ताच स्टेशनवरून आलो, बऱ्यापैकी दुकानं सुरू आहेत."

"चायला यांच्या गांडीत एवढा दम आला कुठून."

"एक भैय्या तर सरळ सरळ सांगतो भाऊंचे चेले बंद ठेवतील दुकान मी का ठेवू?"

"दोन ठेवून द्यायच्या ना मग त्याच्या, ऐकत काय बसला?"

"दादा... एकटाच होतो ना..."

"चुतीया, पोरींच्या मागून वासूगिरी करतो तेव्हा काय दुनियेची वाट बघत बसतो का रे सोबत यायला? तेव्हा जातोसच ना नसलेली छाती फुगवून एकटाच. तो मादरचोत भैय्या भोसडिचा भौंवरून ओपन्लि बोलतो तेव्हा कुठे जातो दम? ए बागतो काय गाड्या काडा रे, भेंचोत बगतोच आता कोण दुकान बंद नाय करत ते. हे भय्ये, मारवाडी आयझवाडे..."

......

सकाळी १०:३०
आरोग्यमंत्री, महाराष्ट्र राज्य
कार्यालय, ५वा मजला
मंत्रालय, मुंबई.

"आम्ही सध्या टोक्सोप्लाज्मा नावाच्या एका किटाणूवर रिसर्च करतोय. एकदम थोडक्यात सांगायचं तर आम्हाला या परजीवीच्या २१ नवीन उपजाती सापडल्यात ज्या संपूर्ण जगभरात पूर्वी कुठेही सापडल्या नाहीत. त्यासाठी आम्ही सांडपाण्याची सांम्पल्स पूर्ण मुंबईतून घेतलीत, म्हणजेच पूर्ण मुंबईभर हा पसरलाय हे नक्की. त्याच्यामुळे कुठला आजार पसरायच्या आत आपल्याला काहीतरी उपाययोजना करायला हवी." आशिष.

"याने साधारण कुठला आजार होतो?" नाना.

"त्याला टोक्सोप्लाज्मोसिस म्हणतात. डॉ. देशपांडे. "पण त्याची इतर मोठ्या आजारांसारखी विशेष बाह्य लक्षणं दिसत नाहीत. म्हणजे नेहमीसारखा साधा ताप येतो, अंगदुखी वगैरे. पण ज्याची रोगप्रतिकारकशक्ती नॉर्मल आहे, त्याला याचा फार त्रास जाणवत नाही, तो प्रेग्नंट, किंवा नुकत्याच डिलिव्हरी झालेल्या स्त्रियांना आणि दीर्घकाळ आजारी असलेल्या लोकांना होतो. आम्ही पूर्ण मुंबईतून गेल्या ६ महिन्यात दोन हजार प्रेग्नंट आणि नुकत्याच डिलिव्हरी झालेल्या स्त्रियांची ब्लड टेस्ट केली, त्यातल्या १५०० स्त्रियांना हे इन्फेक्शन झालेलं आहे."

"पण गेल्या काही महिन्यात असा कुठला आजार पसरल्याचं ऐकिवात नाही माझ्या." नाना.

''ऐकिवात नाही कारण त्याची कुणी तपासणीच करत नाही. आपल्याकडे सहसा हा आजार आढळून येत नाही, आणि याची लक्षणं इतर अनेक आजरांसारखीच असतात. त्यामुळे डॉक्टरही याची तपासणी करायचा विचार करत नाहीत. इन्फेक्शनमुळे होणारी एक महत्त्वाची गोष्ट म्हणजे आम्हाला ज्या १५०० स्त्रियाना याचं इन्फेक्शन झाल्याचं सापडलय त्यातल्या ११०० स्त्रियांनी गेल्या ६ महिन्यात कधी ना कधी आत्महत्येचा प्रयत्न केलाय, आणि त्यातल्या २०० जणांचा त्यात बळीही गेलाय.''

''सहा महिन्यात दोनशे स्त्रियांच्या आत्महत्या हे... हे मी बघियलेलं बातम्यांमध्ये, पण त्याचा या आजाराशी संबंध आहे?'' नाना गोंधळले. ''तुम्हाला असं म्हणायचय की हा आत्महत्या करण्याचा आजार आहे?''

''नाही, तसा अर्थ लावू नका, पण असं बघा की प्रत्येकाला काही ना काही स्ट्रेस असतोच. याचं इन्फेक्शन झालेल्या माणसाच्या शरीरात अशी केमिकल्स तयार होतात जी त्या माणसाला आणखी खोल खोल विचारात अडकवून टाकतात. त्या स्त्रीच्या आयुष्यातले प्रॉब्लेम्स तिला आत्महत्या करायाला लावण्याइतके मोठे नसतीलही, पण त्या न्फेक्शनमुळे त्याच त्याच गोष्टीचा ती सारखा विचार करत रहाते आणि तिला ते असह्य झाले की ती आत्महत्येचा मार्ग पत्करते.''

''हे... जरा पटायला अवघड जातय.''

''बाहेर याच इन्फेक्शनमुळे स्त्रियांनी आत्महत्या करण्याचं प्रमाण ९१% आहे साहेब, आपल्याकडे हे कमीच सापडलय. जगातल्या दोन तृतीयांश लोकांना हे इन्फेक्शन झालेलं असल्याची भीती आहे, आपण अजून या संशोधनात खूप मागे आहोत. त्यामुळेच आम्हाला सरकारची मदत हवीये. याबद्दल सगळ्या डॉक्टर्सना माहिती पुरवायला हवी, जनजागृती करायला हवी, सरकारकडून संशोधनाला मदत व्हायला हवी तरच आपण यावर मात करू शकतो.''

तेवढ्यात स्वीय सचिवांचा फोन वाजला.

मेसेजवर नजर टाकून ते लगेच म्हणाले. दादरला दंगल सुरू झालीये, दुकानं फोडतायत.

कोण?

जगदाळेंची माणसं.

टीव्ही लाव रे. नानांनी शिपायाला खुणावलं.

....

सकाळी १०:५०
आपत्कालीन नियंत्रण कक्ष
मुंबई पोलिस मुख्यालय,
मुंबई

''कंट्रोल रूम इन्चार्ज जॉईंट कमिशनर देवेन वर्मा गडबडीत होते. तेवढ्यात मागून कुणीतरी त्यांचा फोन घेऊन आलं. ''

सर, सीएम साहेब!

''यस सर! देवेन वर्मांन्नी लगबगीने फोन घेतला. हो सर... . दादरला एकस्ट्रॉ फोर्स पाठवलीय... दिवा स्टेशन इज नाऊ अंडर कंट्रोल सर... . अंदाजे पाच सहाशे प्रवासी असतील सर... नो नो नो प्रॉब्लेम सर... . परिस्थिती आपल्या नियंत्रणात आहे आत्ता... हो नुकसान बरच झालय स्टेशनचं पण अर्थात ती स्पॉंटेनियस रिॲक्शन होती सर, ईट वॉज नोट ए प्लाण्ड अटॅक. सो, वी कॅन मॅनेज... यस सर!... यस सर... हो सर... मला अपडेट मिळाला की लगेच कळवतो... दादरपण आपल्या कंट्रोलमध्ये येईल सर लवकरच... यस सर. जय हिंद सर!''

......

सकाळी ११:००
आरोग्यमंत्री, महाराष्ट्र राज्य
कार्यालय, ५वा मजला मंत्रालय, मुंबई.

सगळेजण ती बातमी बघून थक्क झाले.

''आपण पहात आहात ही दृश्यं दादरमधली, दादर रेल्वेस्टेशन जवळची. इथूनच दंगलीला सुरुवात झाली. भाऊ जगदाळे, जे इथले माजी आमदार होते त्यांचं आज सकाळी दीर्घ

आजाराने निधन झालं. त्यांच्या निधनांनंतर अमराठी दुकानं चालूच राहिल्याने त्यांच्या समर्थकांनी इथे येऊन तोडफोड सुरू केली. ही दंगल अजूनही चालूच आहे. सुरुवातीला जवळपास शे-दोनशे समर्थकांनी अमराठी विक्रेत्यांना जबरदस्त मारहाण केली नंतर थोड्याच वेळात या घटनेची बातमी कळताच एक सव्वाशे जणांचा अमराठी गट जगदाळे समर्थकांना उत्तर द्यायला आला. त्यांनी मराठी दुकानांची तोडफोड सुरू केली आणि दोन्ही बाजूने तणाव वाढतच गेला. नंतर दोन्ही गटात माणसांची संख्या वाढतच गेली आणि आता जवळपास दोन ते तीन हजार लोक या दंगलीत सामील असावेत असा अंदाज आहे. ही दंगल परेलच्या दिशेने पुढे पुढे सरकत चाललीये. अजूनही यात लोकांचा भरणा होतच जातोय. पोलिसदल तातडीने इथे हजर झालय मात्र त्यांची संख्या अपुरी पडत चालल्याने त्यांनी अधिकची कुमक मागवल्याचं वृत्त आहे...

....

सकाळी ११:१५
आझाद मैदान,
मुंबई

गेले दोन तास जोरदार भाषणं चालू होती, जवळपास पंधरा हजार लोक मैदानात उपस्थित होते. एकही माणूस जागचा हलला नव्हता.

‘हम ही क्यू? हमेशा हम ही क्यू? या देशात कुठेही काहीही होवो, पहिली नजर सगळ्यांची आपल्याकडे जाते. क्यो? कहते है, हर मुसलमान आतंकवादी नही होता तो हर पकडा हुवा आतंकवादी मुसलमान क्यो होता है? हे खरं आहे? तामिळनाडूत ज्या एलटीटीईची दहशत आहे, ते मुसलमान आहेत? बाबरी मस्जिद पाडून दंगल करणारे मुसलमान होते? छत्तीसगडमध्ये दरवर्षी हजारो पोलिसांना मारणारे नक्षली मुसलमान होते है? खलिस्तानी चळवळीत ज्यांनी प्रचंड हिंसाचार केला ते मुसलमान होते? १९६४ साली कलकत्त्यात झालेल्या ज्या दंगलीमुळे ७००० मुस्लिमांना आपली घरं सोडून जावं लागलं, ती दंगल करणारे मुस्लिम होते? १९८३ मध्ये आसाममध्ये ज्यांनी १८०० मुस्लिमांची कत्तल केली, ते लालुंग जमातीचे लोक मुसलमान होते? ८४ साली शिखांची कत्तल झाली ती काय

आपल्या मुस्लिम बांधवांनी केली? कितने और सबूत चाहीये? सन १९६९ गुजरात, १९८० मुरादाबाद, १९८९ बागलपूर, उसके बाद बाबरी मस्जिद आणि २००२ ची गुजरात दंगल तो सबको पता है। ये सब आकडे कभी कोई न्यूज चॅनेल नही दिखाएगा क्यो? हर बार, बार बार इतने सारे सबूत होने के बावजूद भी सिर्फ और सिर्फ हमे टार्गेट किया जाता है क्योंकी हम बस हाथ पे हाथ रखके बैठे है बस. आपण समजतो आपण भारतात रहातो, हा तर सेक्युलर वतन आहे. हेच एक खोटं वर्षानुवर्ष आपल्या गळ्यात मारून आपल्याला त्यांच्या मागून मेंढरासारखं नाचवतायत हे राजकारणी आणि आपण नाचतोय. ये देश कभी भारत नही था, ये हमेशासे हिंदुस्तान रहा है और हिंदुस्तान ही रहेगा। इस वतनने नही हमे कभी अपना माना है और नही कभी मानेगा. रस्त्यात, बसमध्ये, ट्रेनमध्ये जेव्हा एखादा हिंदू माणूस भेटतो तेव्हा हे लोक काय म्हणतात? तो मराठी आहे, गुजराती आहे, बिहारी आहे, तामिळ आहे. पण जेव्हा मुसलमान भेटतो तेव्हा? तेव्हा त्यांच्यासाठी तो फक्त मुसलमान असतो? क्यू? मुसलमानांना कुठल्याच राज्याचं नाव नही? हे आपोआप होत नाहीये, ये सब सोच समझ के किया जा है, ये दिखाने के लिये के हम सब लोग यहाके नही है। ये हिंदुस्तानी हमे उनमेसे एक नही मानते। क्यो? क्यो? क्यो?

आज आपण इथे आपल्या विरोधात केल्या जाणाऱ्या हिंसाचाराचा फक्त निषेध नोंदवायला सभा घेतो आहोत. आपल्यापैकी कुणाकडे ना बंदूक आहे, ना तलवार, ना साधी सुई. तरीही मैदानाबाहेर हजार पोलिस उभे करून ठेवलेत. जेव्हा हिंदूंची सभा असते, तेव्हा हेच पोलिस त्यांना सिक्युरिटी द्यायला मैदानात असतात, आणि आपण सभा घेतली तेव्हा बाहेर आपल्यावर वॉच ठेवून आहेत. क्यो? कारण त्यांना आपल्यावर शक आहे की ये तो मुस्लिम है, ये तो आतंकी है, कुछ गडबड तो नही करेगे?

कधीही कुठेही काहीही होवो, हेच पुलीस बेधडक आपल्या मोहल्ल्यात घुसतात, कोई वारंट नही, कोई सबूत नही, सरल ८ - १० माणसांना उचलून जेलमध्ये टाकतात, बेदम मारतात आणि विचारतात बोल आरोपी कुठे आहे? ज्याला विचारतायत त्याला बिचाऱ्याला माहीतच नसतं की झालय काय? या पोलिसांच्या दृष्टीने तुम्ही काही गुन्हा केला की नाही हे महत्त्वाचं नाही, त्यांना फक्त एकच माहिती आहे, तुम्ही मुसलमान आहात म्हणजे तुम्ही मुजरीम आहात बस्स! और वो ऐसी गुस्ताखी कर सकते है क्योंकी उन्हे पता है, के हम कुछ नही करनेवाले। ते तर म्हणतात ये तो मायनोरिटीज है, क्या उखाड लेंगे? खूप झाला तनाशा,

आता त्यांना दाखवून द्यायला हवं की आपण एकदा उखडायला लागलो की काय काय उखडू शकतो आणि कुठून उखडू शकतो.'

....

सकाळी ११:५०
आरोग्यमंत्री, महाराष्ट्र राज्य
कार्यालय, ५वा मजला मंत्रालय, मुंबई.

आत्ताच आणखीन एक मोठी बातमी हाती आलेली आहे, आझाद मैदानाबाहेरही दंगल उसळली आहे. आजच्या दिवसातली ही तिसरी दंगल आहे. म्यानमार आणि आसाममध्ये मुस्लिमांवर झालेल्या हल्ल्याच्या निषेधार्थ इथे सभा घेण्यात आलेली. काही मिनिटांपूर्वीच ही सभा संपली आणि सभेला उपस्थित असलेला प्रक्षुब्ध जमाव आरोळ्या देत, घोषणा देत बाहेर पडला. जवळपास पंधरा हजार मुस्लिम लोक या सभेला उपस्थित होते आणि ते सर्वजण मैदानातून बाहेर पडताक्षणी नासधूस करायला लागले. त्यांनी बाहेर उभ्या असलेल्या मीडिया वॅन्सची तोडफोड केली, मीडियाच्या रिपोर्टर्सना मारहाण केली, कॅमेरे तोडून टाकलेत, बाहेर सुरक्षेसाठी उभ्या असलेल्या पोलिस दलालाही त्यांनी जुमानलं नाही. लेडी कॉन्स्टेबल्सवरही त्यांनी हात उगारल्याचं वृत्त आहे, त्यांचाही विनयभंग करण्याचा प्रयत्न केलाय...

काय चाललंय काय? नानांनी डोक्याला हात लावला.

कोणी काहीच बोललं नाही. सगळे सुन्न बसून होते. टीव्ही चालूच होता. रिपोर्टर बोलत होते, पण कानात कुणाच्या काही शिरत नव्हतं.

''ट्रिंग ट्रिंग-''

''ट्रिंग ट्रिंग-''

''टेबलवरचा फोन वाजला आणि सगळे भानावर आले. स्वीय सचिवांनी लगबगीने तो उचलला.''

''हॅलो बरं... बरं... किती वाजता... ठीके. हो. ''

''साहेब, मुख्यमंत्री साहेबांनी आपत्कालीन कॅबिनेट बैठक बोलावलीय अर्ध्या तासात.''

''ह्मं, हरकत नाही. आशिष, सॉरी आत्ताच्या परिस्थितीवरून तुम्हाला अंदाज आला असेलच, आपण या विषयावर दोन-तीन दिवसांनी पुन्हा बोलू, माझ्याकडून मी तुम्हाला पूर्ण मदत करेन. ठीके?''

''हरकत नाही. आताची परिस्थिती जास्त महत्त्वाची आहे. निघतो मग आम्ही.'' आशिष.

''अरे नाही नाही, आत्ता नका निघू बाहेरची परिस्थिती निवळली की मग सांगतो तुम्हाला'' सोडायला.

''नो प्रॉब्लेम!''

''तुम्ही तुमचा एवढा वेळ आमच्यासाठी दिलात त्याबद्दल तुमचे आभार मानावे तेवढे थोडेच आहेत. देशपांडे.''

नो फॉरमॅलिटीज प्लीज! नाना हसत म्हणाले. नातवाने एखादी गोष्ट मागितली आणि आम्ही दिलं नाही असं होईल का कधी?

'नातवाने' शब्द ऐकताच देशपांडेंनी प्रश्नार्थक चेहऱ्याने आशिषकडे बघितलं.

''ओह, तुम्हाला माहीत नव्हतं वाटतं. आशिषकडे नजर टाकत नाना. हं. बऱ्याच जणांना माहीत नाही. तुमचे मित्र डॉ. आशिषना आवडत नाही ही ओळख सांगणं फारसं. पण असो, तुम्ही थांबा इथेच. मी जरा आलो जाऊन.''

ते उठून दारपर्यंत पोहोचले, आणि अचानक थांबून मागे वळले.

आशिष?

''काय?'' आशिषने मान मागे करून विचारलं. आपल्या नात्यासंबंधी असा टोमणा तिसऱ्या व्यक्तीसमोर मारलेला त्याला अजिबात आवडला नव्हता.

नानासाहेबांना हा उर्मटपणा नाही आवडला मनातून, पण चेहऱ्यावर काही न दाखवता ते म्हणाले, ''इकडे ये जरा.''

आशिष उठून त्यांच्याकडे गेला. त्याला एका बाजूला घेऊन हळू आवाजात ते म्हणाले.

''फॅक्टरीबद्दल बोलणं झालं. अभिनंदन. फॅक्टरी तुझी. मी कागद बनवायला सांगितलेत. आजचं हे सगळं आटपू दे, उद्या घरी ये मग निवांत बोलू.''

''बरं.'' फक्त एक कोरडा शब्द आशिषचा. ''झालं?''

ते 'झालं?' नानांना बरच टोचलं.

''तू थांब इथेच मीटिंग आटपेपर्यंत. मी आल्यावर बोलू आपण यावर. प्लीज! एकदाच!

''बरं!''

''नाना आशिषकडे एक अस्वस्थ नजर टाकून निघून गेले. आशिष आपल्या जागेवर येऊन बसला.''

''काय झालंय?'' डॉ. देशपांडेंनी काळजीने विचारलं.

''आत्ता नको त्याबद्दल. मी दंगलीचा विचार करतोय.''

'नुकतीच एक नवी बातमी हाती आली आहे.'

टीव्ही अजून चालूच होता.

'धारावी झोपडपट्टीत मोठी दंगल सुरू झालीये. काही वैयक्तिक वादावरून तिथल्या दोन स्थानिक गटांमध्ये हाणामारी सुरू झाली. त्याचं पर्यवसान पुढे मोठ्या धुमश्चक्रीत झालं. त्यांनी बाजूला असलेल्या काही झोपड्यांनाही आग लावली आणि ती आग पुढे पसरतच जाते आहे.'

''काय प्रकार आहे हा?''

''पूर्ण मुंबईत सगळेच एकमेकाच्या जिवावर का उठलेत?'' आशिष

''टोक्सोप्लाज्मा?'' डॉ. देशपांडे.

''काहीही काय? टोक्सोप्लाज्मा फक्त त्याच्या फायद्यासाठी आवश्यक त्याच न्यूरोट्रान्समिटर्समध्ये इंटरफेयर करतो. माणसांनी एकमेकाला मारून त्याला काय फायदा? तू आत्ता आपल्याला माहीत असलेल्या टोक्सोप्लाज्माबद्दल बोलतोयस. पण या लोकांना

जे इन्फेक्शन आहे ते टोक्सोप्लाज्मा कोण आहेत, ते कुठे इंटरफेयर करतायत आपल्याला कुठे माहिते?''

''ठिके, कदाचित शक्यता नाकारता येत नाही, पण असं एकदम कनक्ल्युजन काढणं धाडसाचं नाही वाटत? आय मीन जरी आपण आपल्या लेवलवर मान्य केलं तरी हा विचार शासनाला पटवून देणं अवघड आहे. त्यांना पटणार नाहीच.''

''बरं. एक सांगू? तुला मी ५ वर्ष खूप चांगलं ओळखतो. तुझं नानासाहेबांशी नातं मला माहीत नव्हतं तो भाग सोड, तुझं त्यांच्याशी काय बिनसलंय मला नाही माहीत. पण इतक्या वर्षात एक गोष्ट लक्षात आलेली की तुला तुझ्या घरच्यांबद्दल बोलायला फारसं आवडत नाही, तुझं त्यांच्याशी नीट पटत नाही हेही कळलेल. पण न आवडणं वेगळं आणि तिरस्कार वेगळा, राइट? पूर्वी तुझ्या डोळ्यात राग बघितलाय पण मी कधी एवढा तिरस्कार नव्हता बघितला. ''

''जाऊदे ना तो विषय. नंतर कधीतरी बोलू. तुम्हाला सांगायला काही प्रॉब्लेम नाहीये मला पण आत्ता पुन्हा तेच ते आठवून माझं डोकं खराब करून घ्यायचं नाहीये मला. हजार गोष्टी आहेत.''

''त्या सगळ्या या पंधरा दिवसांत घडल्यात का?''

''हल्ली मी त्यांच्याशी संबंधच ठेवत नाही. जे काय आहे ते वर्षानुवर्ष चालूच आहे.''

''एकझॅक्टली! म्हणजे पंधरा दिवसांपूर्वी तुला राग यायचा त्यामागे आणि आजच्या तुझ्या तिरस्कारामागे घटना एकच आहेत ना?''
''सो?''

''काल मी तुझं ब्लड घेऊन गेलो होतो ना? आज सकाळपासून गडबडीत सांगायचं राहून गेलं. यू आर टोक्सोप्लाज्मा पॉझिटिव्ह!''
''व्हॉट?''

''सी, पॉइंट इज वेरी सिंपल. पंधरा दिवसांपूर्वी तुला ताप येऊन गेला. सो त्याआधी कधीतरी तू इंफेक्ट झाला असशील. जसं एक टोक्सोप्लाज्मा प्रेग्नंट स्त्रियांमधे डिप्रेशन

एनहान्स करतो, तसं कदाचित ही जी कुठली नवीन म्युटेटेड स्पीसीज आहे ती पुरुषांमधे… हेट्रेड ट्रीगर करत असेल?''

आशिष बघतच राहिला. गोष्ट एकदम स्पष्ट होती.

त्याने लगेच नानांना कॉल केला. कॅबिनेटमध्ये ही गोष्ट मांडणं आवश्यक होतं.

…….

दुपारी१२:३०
आपत्कालीन नियंत्रण कक्ष
मुंबई पोलिस मुख्यालय,
मुंबई

कंट्रोल रूम इन्चार्ज वर्मा हैराण झालेले. गेल्या तीन तासात ७० हजार कॉल्स येऊन गेले होते आणि अजूनही येत होते.

विरारपासून फोर्टपर्यन्त प्रत्येक कोपऱ्यातून फक्त हेच शब्द घुमत होते.

दंगल, जाळपोळ, हाणामारी, खून !

…….

दुपारी ०१:१५
कॅबिनेट मीटिंग
मंत्रालय,
मुंबई

''आज मंत्रिमंडळ आणि त्यांच्याशी संलग्न स्टाफ सोडून दोन नवीन सदस्य या मीटिंगमध्ये सामील झालेत. आपल्या आरोग्यमंत्र्यांचं असं सांगणं आहे की आज सकाळपासून जे काही घडतंय मुंबईत त्या संदर्भातली महत्त्वाची माहिती त्यांच्याकडे आहे. सो, तुम्ही आपली ओळख करून द्या मंत्रिमंडळाला आणि आपलं म्हणणं थोडक्यात मांडा.''

''नमस्कार मी डॉ. आशिष येवले, सूक्ष्मजीव शास्त्रज्ञ आहे आणि हे न्यूरोसर्जन, डॉ. देशपांडे

बऱ्याच जणांना माहिती असतील कदाचित. सध्या जगभर टोक्सोप्लाज्मा नावाचा एक परजीवी फार वेगाने फैलावतोय. जगाची दोन तृतीयांश लोकसंख्या याने बाधित असल्याचा अंदाज आहे. आम्ही दोघं यावर अभ्यास करतोय. त्यात आम्हाला मुंबईच्या सांडपाण्यात २१ नवीन परजीवी सापडले जे जगात पूर्वी कुणालाही सापडलेले नाहीत आणि हे पूर्ण मुंबईभर पसरलेले आहेत. आपण आज सकाळपासून बघतो आहोत, सगळीकडे या ना त्या कारणाने दंगली घडतायत. दंगली यापूर्वीही झाल्यात पण एकाच वेळी एवढी सगळी माणसं एकमेकांचा, एवढ्या टोकाचा तिरस्कार कसा काय करू शकतात? त्याचं तार्किक उत्तर आम्हाला असंच सापडलंय, की आपल्या सांडपाण्यात जे परजीवी आम्हाला सापडले ,ते गेल्या महिन्यात जो मोठा पाऊस झाला आणि सगळीकडे पाणी तुंबलेलं, त्यावेळी ते पाण्याच्या मेन लाइनमध्ये शिरले असले पाहिजेत, आणि तिथून ते घराघरात पोहोचले. आता जे लोक यु. व्ही. -आर. ओ. फिल्टर वापरतायत त्यांना तर याची बाधा झाली नाही, पण जे साधे फिल्टर वापरतायत किंवा फिल्टर केल्याशिवाय वापरतायत त्या बहुसंख्य लोकांना हे इन्फेक्शन झालं. किंवा ज्या लोकांकडे घरात मांजरं आहेत त्यांनाही याची लागण होते लगेच. या परजीवीचं वैशिष्ट्य असं की ते शारीरिक आजार काही विशेष दाखवत नाहीत. त्यामुळे याच्या इन्फेक्शनचं निदान केवळ बाह्य तपासणीवरून होत नाही, पण ते मानसिक आजार पसरवतात. गेल्या महिन्याभरात हे इन्फेक्शन सगळीकडे पसरलं आणि त्या बॅक्टेरियाने सर्वांच्या शरीरात अशी काही केमिकल्स तयार केली, जी एकमेकांबद्दलचा राग असतो, जो आपण सहसा कधी बोलून दाखवत नाही, पण मनात खदखदत असतो, त्याला खतपाणी घालतात आणि त्याचं रूपांतर टोकाच्या तिरस्कारात करतात. हेच या सगळ्या लोकांमध्ये झालंय असं आम्हाला वाटतं. त्यामुळे ही दंगल करणारे बहुसंख्य लोक हे गुन्हेगारी प्रवृत्तीचे मुळातच नसतीलही. पण या इन्फेक्शनमुळे ते असं वागत असतील. त्यामुळे थेट या इन्फेक्शनवर उपाय करणं आवश्यक आहे.''

''काय उपाय करणार यावर?''

''मुंबईत ज्याचा फैलाव झालाय त्यावर अजून औषध उपलब्ध नाहीये, पण याच प्रकारच्या दुसऱ्या इन्फेक्शनमध्ये वापरली जाणारी औषधं वापरून नक्की बघू शकतो. पण खात्रीने काही सांगता येत नाही आत्ता तरी. डॉ. देशपांडे.''

मग आत्ता यांना आवरणार कसं?

तसं बघायला गेलं तर, यांच्या इन्फेक्शनला सर्वसाधारण निरोगी माणसाची रोगप्रतिकारक शक्ती सहज तोंड देऊ शकते. त्यामुळे जरी हे लोक आत्ता असं वागत असले, तरी फार तर, फार २४ तास, पण तोपर्यंत त्यांच्या रोगप्रतिकारक शक्तीने या इन्फेक्शनला नियंत्रणात आणलं तर ते आपोआपच शांत झाले पाहिजेत. कदाचित रात्रीपर्यंतही होतील, किंवा दोन दिवसही लागतील.'' डॉ. देशपांडे.

''२४ तास खूप होतील. डॉ. देशपांडे.''

''तेवढा वेळ आपण थांबून नाही राहू शकत. माननीय पंतप्रधानांनी या मीटिंगमध्ये आम्ही जे नियोजन करू त्याचा अहवाल मागितलाय. तुमच्या या स्पष्टीकरणाला धरून एक अहवाल तयार करा अर्ध्या तासात, तोही मी त्यांच्यापर्यन्त पाठवतो. तुमच्या या निष्कर्षाला आवश्यक ते सगळे संदर्भ जोडा. एका तज्ञांच्या टीमकडून त्याची पडताळणी करून घेता येईल.''

''ठीक आहे सर. आशिष.''

''हरकत नाही. या तुम्ही आता. अर्ध्या तासात यावर तपशीलवार रिपोर्ट तयार करा. आपल्याला लवकरात लवकर यावर नियंत्रण मिळवायचय.''

....

दुपारी ०२:४५
आपत्कालीन नियंत्रण कक्ष
मुंबई पोलिस मुख्यालय,
मुंबई

वायरलेस खरखरला.

''सर ३०००ची फोर्स आहे, पण सगळे आऊट ऑफ कंट्रोल झालेत. काही दंगलखोरांनी पोलिसांवर हात उगारला, ते बघून सगळेजण बिथरलेत. कुणीही ऑर्डर्स फॉलो करत नाहीयेत. सगळे चवताळून त्या दंगलखोरांना मारतायत. आणखीन फोर्स पाठवा नाहीतर यांना आटोक्यात आणणं मुश्कील आहे.''

''आणखीन फोर्स कुठून पाठवू?'' जॉइंट कमिशनर वर्मा विचारात पडले. 'होती ती सगळी ''पूर्ण मुंबईभर पाठवली.'' आता नवीन कुठून?'

गेट मी दिल्ली! जॉईंट कमिशनर वर्मांनी त्यांच्या मागे उभ्या असलेल्या ऑफिसरला फर्मावलं.

....

दुपारी ०३:२५
आरोग्यमंत्री, महाराष्ट्र राज्य
कार्यालय, ५वा मजलामंत्रालय, मुंबई.

आशिष आणि डॉ. देशपांडे आरोग्यमंत्र्यांच्या कार्यालयात वाट बघत थांबलेले. रिपोर्ट सबमिट करून झालेला.

नाना आत आले.

''आशिष... ''त्यांनी खुणावलं. आशिष त्यांच्या जवळ गेला.

''तुमच्या रिपोर्टवर चर्चा चालू आहे पीएम आणि डीबीटीच्या टीमची. त्यांचा निर्णय कळवतील ते काही वेळात असं सांगितलंय.''

''बरं.''

''असो..., सगळं होईल ठीक असं म्हणूया आपण.''

''हं!''

''आज मला वाटतं बऱ्याच वर्षांनी आपण एकत्र बसून एखाद्या विषयावर बोललो असू नाही?''

''हं!''

''तू फॅक्टरीवरून खुश झालेला दिसत नाहीयेस.''

“कारण मला आता ती फॅक्टरी नकोय.”

नानांना या वाक्याने जबरदस्त धक्का बसला.

“आज सकाळपर्यंत ती मला हवी होती कारण सकाळी हा प्रॉब्लेमच नव्हता. तुम्हाला काय वाटतं, आत्ता आपण सगळेजण इथे दिवसभर काथ्याकूट करत बसलोय कशामुळे? हे हे असे पूर्वी कधीही न सापडलेले आणि एवढ्या मोठ्या प्रमाणावर अचानक म्युटेट झालेले परजीवी सापडतायत, कशामुळे? आम्ही स्युएज सँपल्स गोळा केली यातली काही आपल्या फॅक्टरीच्या ड्रेनेजमधलीही होती. आपल्या स्युएजमध्ये परमीसिबल लेड असतं असं वाटलेलं, पण त्यातलं लेडचं प्रमाण कितीतरी जास्त आहे. दिवसभर जो आम्ही इथे म्युटेशन, म्युटेशन जप करतोय ना ते लेडमुळे होतं. हे लेड कुठून आलं एवढं अचानक? आपल्या आणि अशा अनेक फॅक्टरीज ज्यात सगळे नियम धाब्यावर बसवून कामं चालतात त्यांच्यामुळे आणि मकरंद काकांसारखी त्या विषयातली काडीची अक्कल नसलेल्या त्यांच्या मालकांमुळे. तुमचं नशीब समजा मी तुमच्या कंपनीचं नाव घेतलं नाही मुख्यमंत्र्यांच्या समोर. पण आज ना उद्या हे सगळं उघड करावं लागणार आणि मीच ते करणार. त्यांचे सगळे धंदे चव्हाट्यावर तुम्ही म्हणाल आता तुम्हाला या सगळ्याची काहीच कल्पना नव्हती. तोच तर सगळा प्रॉब्लेम आहे ना. तुम्हाला कधी कशाची कल्पना करून घ्यायचीच नसते. सगळं काकांच्या हवाली करून तुम्ही मोकळे होता. त्यात पुन्हा जाऊदे! मी का सांगतोय तुम्हाला हे सगळं?”

उद्विग्नपणे वाक्य अर्ध्यावर सोडून आशिष टेबलकडे जायला परतला.

“तेवढ्यात आशिष?” नानांचा जड झालेला आवाज कानावर पडला. इच्छा नसतानाही तो मागे वळला. कदाचित आवाजातल्या गहिरेपणामुळे असेल.

“एवढा तिरस्कार करतोस तू माझा? त्यांचे डोळे भरून आलेले कदाचित, माहीत नाही. पण कदाचित ते डोळ्यातलं पाणी बघून आपला निग्रह मोडेल या भीतीने असेल कदाचित, पण आशीषने त्यांच्या डोळ्यांकडे थेट बघणं टाळलं.”

“मी हे आत्ता सांगणार नव्हतो, पण तुम्ही विचारलंच आहे म्हणून सांगून टाकतो. आजचा हा प्रॉब्लेम आटपला की उद्यापासून आपण कधीही भेटणार नाही, किंवा फोनवरही बोलणार नाही. वाटणीबद्दल जे काही बोलणं असेल ते मी माझ्या वकिलाला सांगेन, तो तुमच्याशी

बोलेल त्याला काय असेल ते कळवा. आजचं कामच तसं तुमच्याशी संबंधित होतं म्हणून , नाहीतर पर्सनली तुम्हा कुणाशीही कसलाही संबंध ठेवण्याची माझी इच्छा नाही.''

एका दमात वाक्य संपवून आशिष पुन्हा मागे टेबलवर जाऊन बसला.

....

संध्याकाळी ०४:०० आपत्कालीन नियंत्रण कक्ष
मुंबई पोलिस मुख्यालय,
मुंबई

''सर वी नीड एक्स्टर्नल हेल्प त्याशिवाय शक्य नाहीये आता काही.'' वर्मा फोनवर मुख्यमंत्र्यांना कळवळून सांगत होते. ''आपले पोलिस बाहेर मरतायत या दंगलीत जिवानिशी आणि आम्ही फक्त इथे बसून तमाशा बघतोय इथे, आम्ही करायचं काय सांगा. जेवढी फोर्स होती नव्हती ती सगळी मुंबईभर पाठवलीय. आता करायचं काय? दिल्ली मला रिस्पोंड करत नाहीये, मी इथे बसून सगळं कंट्रोल करायला पाहिजे पण कंट्रोलिंगसाठी माझ्याकडे फोर्स नाहीये सर. आर्मी, स्पेशल टास्क फोर्स शक्य नसेल तर प्लीज ट्राय सम्व्हेयर बट गेट मी सम फोर्स. गुजरात, एमपी, कर्नाटक, राजस्थान, बिहार, तामिळनाडू जिथून कुठून शक्य असेल तिथून मागवा बट वी नीड ईट अँड वी नीड ईट राइट नाव!''

....

संध्याकाळी ०५:३०कॉन्फरन्स हॉल, मंत्रालय
मुंबई

मुख्यमंत्री, सर्व कॅबिनेट मंत्री, सर्व खात्यांचे मुख्य सचिव, मुंबईचे पोलिस आयुक्त, आशिष आणि डॉ. देशपांडे कानात प्राण आणून ऐकत होते. समोर मोठ्या स्क्रीनवर पंतप्रधान बोलत होते.

''मी, महामहिम राष्ट्रपती, गृहमंत्री, संरक्षणमंत्री आणि सर्व तज्ञ या सगळ्यांशी तपशीलवार चर्चा केली आणि त्यानुसार निर्णय घेतलेला आहे. मला हा निर्णय आपणा सर्वांना सांगणं

जड जातंय, पण ही वस्तुस्थिती आहे, ती आपण नाकारू शकत नाही. आपण सर्वजण एका फार मोठ्या संकटाला तोंड देतोय, जे रोखणं आपल्या कुणाच्याही हातात नाही याची आपल्या सर्वांना कल्पना देणं आवश्यक आहे. आपण सर्वजण विवेकाने विचार कराल अशी माझी अपेक्षा आहे. मुंबईत एवढ्या मोठ्या प्रमाणावर झालेलं इन्फेक्शन, आणि गेल्या काही तासात हा चालू झालेला हा प्रचंड हिंसाचार, या दोन्ही गोष्टी मुंबईतून बाहेर जाऊ न देणं हे एक सर्वात पहिलं मोठं आव्हान आहे आपल्या सर्वांसमोर. त्यावर उपाय म्हणून, सर्वांशी चर्चा करून मुंबईशी सर्व दळणवळण बंद करण्याचा निर्णय घेतलेला आहे. रेल्वेमंत्र्यांना तसे आदेश देण्यात आलेले आहेत, मुंबईत येणाऱ्या फ्लाईट्स दुसरीकडे वळवण्यात येतील आणि मुंबईतून बाहेर येणाऱ्या फ्लाईट्स रद्द केल्या जातील. तशाच प्रकारचे आदेश आपण राज्य आणि मुंबई परिवाहन खात्याला द्यावेत. मुंबईतील सर्व रेल्वे स्टेशन, एयरपोर्ट, बस स्टँड बंद करा. मुंबईतला कुठलाही माणूस मुंबई बाहेर जाणार नाही, आणि बाहेरचा एकही माणूस आत येणार नाही. मुंबईतून बाहेर येणारे सर्व रस्ते सील करण्यात येतील. बीएसएफचे जवान लवकरच तिथे पोहोचतील, त्यांना पूर्ण मुंबईच्या सीमेवर तैनात करण्यात येणार आहे. मुंबईतील सर्व नेटवर्क बंद करण्यात येतील. डिश, केबल टीव्ही, इंटरनेट, लँडलाइन, सेल फोन्स, सर्व टीव्ही चॅनल्स बंद करण्यात येतील.''

''ते सर्व करता येईल, पण तुमची मदत कधीपर्यंत पोहोचेल? मुख्यमंत्र्यांनी न रहावून कळवळून विचारलं. ''

''आपण सर्वजण एका मोठ्या संकटात आहोत, त्यामुळे वस्तुस्थितीला तोंड देऊया आपण. सर्वांशी चर्चा करून असा निर्णय घेण्यात आलेला आहे की आत्ताच्या परिस्थितीत मुंबईच्या लोकांना बाहेरून कसलीही मदत पुरावता येणार नाही, म्हणजे प्रॅक्टिकली ते शक्यच नाही. मुंबईतील परिस्थिती आता पूर्णतः नियंत्रणाबाहेर गेली आहे. या परिस्थितीतही सैन्याला आत पाठवता येईल पण त्याने परिस्थिती आणखीन बिघडण्याची शक्यता आहे, त्यामुळे आणखीन बिघडण्यासारखं परिस्थितीत आता उरलंय काय? निम्मी अधिक मुंबई आत्ता रस्त्यावर आहे, सगळे एकमेकांचं डोकं फोडतायत. तुम्ही म्हणताय की त्यांना तसंच राहूदे?

मला कल्पना आहे तुमच्या भावनांची, पण माझा नाईलाज आहे. आपण सर्वांनी या प्रसंगाला धैर्याने तोंड द्यायला हवं. जोपर्यंत मुंबईतली परिस्थिति नियंत्रणात येत नाही, तोपर्यंत.''

परिस्थिती आपोआप कशी येईल नियंत्रणात? मुख्यमंत्र्यांचा धीर सुटत चालला आता. ही दंगल जर का नाही आटोक्यात आली तर फक्त हातात कोळसे रहातील आपल्या. मी आम च्या पोलिस दलाकडून नियंत्रण ठेवण्याचा प्रयत्न केला, पण असं दिसतय की बहुतांशी पोलिस कर्मचाऱ्यानाही इन्फेक्शन झालंय. कारण त्यांच्यावर हल्ला करणाऱ्या दंगलीतल्यांना ते त्यांच्यातलेच एक होऊन मारतायत, त्यामुळे आधीच जाळपोळ करणारे आणखीनच चिथवले जातायत. पोलिस आता आदेश ऐकेनासे झालेत, असं वाटतंय आता की तेही त्या दंगलीचाच एक भाग बनलेत मग आम्ही नियंत्रण कसं करणार इथून? हे असंच कुठवर चालू रहाणार? मी हतबल झालोय.

''मी सुद्धा! आपण सर्वजण या संकटाला धीराने तोंड देऊया. आशा करूया की हे सर्व लवकरच थांबेल, आम्ही सर्व आपात्कालीन यंत्रणा सज्ज ठेवली आहे, आतली परिस्थिती आटोक्यात येताक्षणी आम्ही ती ताबडतोब पुरवू. परमेश्वर आपणाला शक्ती देवो. जय हिंद.''

....

संध्याकाळी ६:००
आपत्कालीन नियंत्रण कक्ष
मुंबई पोलिस मुख्यालय,
मुंबई

भिंतीवर लावलेल्या मोठ्या घड्याळाने सहा वाजल्याचे टोले दिले आणि शांतता भंग पावली. काही वेळापूर्वी गोंगाटाने भरून गेलेल्या कंट्रोल रूममध्ये आत्ता नीरव शांतता होती. एकही फोन वाजत नव्हता आता. मुख्यमंत्री साहेबांच्या आदेशावरून पूर्ण मुंबईचं कम्युनिकेशन बंद करण्यात आलेलं. सत्तर स्टाफ होता तिथे मात्र कुणीही काही बोलण्याच्या परिस्थितीत नव्हतं. सर्व टीव्ही चॅनेल्स प्रक्षेपणही बंद केल्यामुळे समोर लावलेले टीव्ही काळी स्क्रीन दाखवत होते. एका बाजूच्या भिंतीवर मोठी स्क्रीन होती ज्यावर पूर्ण शहराचे ट्रॅफिक सिग्नल्सवर लावलेले सीसीटीव्ही कॅमेरे रस्त्यावर घडणाऱ्या भीषण घटनांचं ब्लॅक अँड व्हाइट, म्युट, थेट प्रक्षेपण दाखवत होते. सगळ्यांचे हतबल डोळे तिथे खिळलेले.

जॉईंट कमिशनर देवेन वर्मा आपल्या खुर्चीत बसून होते, श्वासावर नियंत्रण ठेवत. आजूबाजूला जे काही घडत होतं त्याचा प्रचंड संताप येत होता, पण तो काढणार कोणावर?

दंगल करणाऱ्यांवर?

त्यांच्यापुढे हतबल पोलिसांवर?

वेळेत प्रतिक्रिया न देणाऱ्या मुख्यमंत्र्यांवर?

आधी सर्वतोपरी मदतीच्या बाता मारणाऱ्या आणि मग संकट वाढताच रिस्पॉंड बंद करणाऱ्या दिल्लीवर?

''की एवढं सगळं आजूबाजूला घडत असतानाही एवढ्या मोठ्या पदावर असूनही कीव येण्याइतपत असहाय्य झालेल्या स्वतःवर?''

''त्यांच्यासमोर टेबलवर ठेवलेला वायरलेस खरखरला आणि त्यांचं लक्ष त्याकडे गेलं. ''

''खरखर तशीच चालू राहिली. त्यांना कल्पना होती पलीकडे बोलणारं कुणीच नसणारे. त्यांनी हात लांब करून तो उचलला आणि ऑफ केला. मुठीत घट्ट आवळला. मूठ आणखी घट्ट होत गेली.''

''त्यांनी तो समोरच्या स्क्रीनवर फेकून मारला. ''

''रक्ताळल्या डोळ्यांनी वर्मा त्या फुटक्या स्क्रीनकडे बघत राहिले.''

....

संध्याकाळी ७:३०
मुख्यमंत्री, महाराष्ट्र राज्य
कार्यालय, मंत्रालय
मुंबई

‘‘कॅबिनेटची मीटिंग संपली होती. सगळे मंत्री आपल्या कार्यालयात रवाना झाले होते. तसंही आता बोलण्यासारखं, करण्यासारखं काही उरलंच नव्हतं.’’

‘‘मुख्यमंत्री, डॉ. देशपांडे, आशिष आणि नाना येवले केबिनच्या काचेकडे उभे होते. रात्रीच्या अंधारात क्षितिजापर्यंत धुमसणाऱ्या इमारतींमधून धुराचे लोट हवेत विरत जाताना दिसत होते. ’’

‘‘कुणीच काही बोलत नव्हतं.’’

‘‘माझा अजून विश्वास बसत नाहीये एका इन्फेक्शनमुळे एवढा विनाश होऊ शकतो.’’ मुख्यमंत्री.

‘‘विनाश इन्फेक्शनमुळे झाला नाहीये साहेब. डॉ. देशपांडे. लोकांच्या मनातला एवढा टोकाचा तिरस्कार त्याने नाही निर्माण केलाय. त्याने फक्त तो लोकांच्या मनातून बाहेर काढलाय एवढंच.’’

‘‘पण या सगळ्यात निष्पाप लोकांचा बळी जातो त्याचं काय?’’

‘‘हा अतिरेक्यांचा हल्ला नाहीये साहेब. यात आगी लावणारी पांढरपेशी सामान्य म णसंच आहेत. दोन माणसं असतात, दोघांच्याही मनात राग धुमसतोय, दोघांनाही विध्वंस करायचा असतो. एकजण तो कृतीतून दाखवतो तो गुन्हेगार ठरतो. दुसरा तो मनात दाबून ठेवतो, त्याच्यात तो व्यक्त करून दाखवण्याइतकी हिंम्मत नसते, त्यामुळे तो आपल्या सभ्यतेच्या बुरख्यामागे तो विध्वंस लपवून ठेवतो. पण त्यामुळे तो निष्पाप ठरतो का?’’

‘‘लोक एकमेकाचा एवढा टोकाचा तिरस्कार का करतात?’’

‘‘माहीत नाही. कारणं अनेक असतील ज्याची त्याची. पण परिणाम एकच.’’

‘‘म्हणजे यातल्या कुणालाच असं वाटत नसेल का, की आपण सर्वांनी एकत्र, छान आनंदात राहावं?’’

''तोच तर विरोधाभास आहे ना सगळा? सगळ्यांनी एकत्र आनंदी राहावं असं सगळ्यांनाच वाटतं. फक्त गंमत एवढीच आहे की प्रत्येकाची 'सगळे' या शब्दाची व्याख्याच वेगवेगळी आहे. त्यातही एक साम्य आहेच. त्यांच्यासाठी सगळेचा अर्थ 'अमुक एक विशिष्ट गट सोडून' बाकी सगळे असा होतो. ''

तुम्हाला असं म्हणायचंय की माणसं खऱ्या अर्थाने पुन्हा कधीच एकत्र येणार नाहीत?

सांगता येत नाही. कदाचित हे सर्व शांत झाल्यावर येतीलही. हेच जाळपोळ करणारे, एकमेकाचा तिरस्कार करणारे सगळे जेव्हा बघतील की आपण ज्या गोष्टीचा एवढी वर्ष विचार करत होतो, अमुक अमुक लोकांना संपवून टाकलं पाहिजे, म्हणजे आपले सगळे प्रॉब्लेम सुटतील याची रात्रंदिवस स्वप्न बघितली ते तर आता प्रत्यक्षात उतरलंय. मग आता? पुढे काय? तेव्हा त्यांना हा सगळा संहार दिसेल आणि कदाचित ते भानावर येतील. कदाचित त्यांना कळेल की एवढा तिरस्कार करून हातात फक्त माती येते.

''सम्राट अशोक?''

''ह्मं. समोरच्याच्या काही चुका झाल्या असतीलही. चुका कोणाकडून होत नाहीत? समोरच्याच्या चुकांसाठी त्यांना संपवून टाकायची भाषा करायला आपण तरी धुतल्या तांदळाचे आहोत का? एकमेकांना समजून घ्या. मन मोठं करून माफ करा आणि एकत्र या. आनंदी रहा. सगळ्यांनी एकत्र येण्यात आनंद आहे! एकमेकांचा तिरस्कार करत रहा, तुम्हाला फक्त आणि फक्त दुःख मिळेल.''

आशिष मागे खुर्चीत जाऊन बसला. नाना त्याच्या शेजारी जाऊन बसले. त्यांनी आशिषकडे बघितलं, तो आपल्याच विचारात खाली बघत होता. त्याच्या डोळ्यात पाणी होतं. नानांनी त्याच्या हातावर हात ठेवला. आशिषने त्यांच्या खांद्यावर डोकं ठेवलं. नानांनी त्याच्या डोक्यावरून हात फिरवला.

बाहेर आग विझत आलेली. राप चांगलाच भाजून निघालेला. सुक्यासोबत बरंच ओलंही जळालेलं. पण त्यातूनच नवे कोवळे अंकुर उमलण्याची आशा निर्माण नक्की झाली.

लेखक परिचय

१. **डॉ अदिती जोशी:** मानवी शरीर क्रियाशास्त्र (ह्यूमन फिजिओलॉजी) ह्या विषयात पीएचडी प्राप्त केली आहे. मानवी मन व शरीर ह्यातील परस्परसमन्वय ह्या विषयात अधिक संशोधन करण्यात त्यांना रस आहे. विज्ञान कथालेखना व्यतिरिक्त त्यांना ट्रेकिंगची आवड आहे. aditi.draditi@gmail.com

२. **डॉ अनघा केसकर :** अर्थशास्त्रात पीएचडी. काही काळ सर्व्हे रिसर्च कंपनीत मॅनेजर. पंचवीसहून अधिक वर्षे कादंबरी, कथा, ललितलेख, वैचारिक लेख, सदरलेखन, मुलाखती, अनुवाद इत्यादि वाङमय प्रकारात लेखन. काही काल स्त्री मासिकाचे कार्यकारी संपादन. चौदा पुस्तके प्रकाशित. दोन प्रकाशनाच्या मार्गावर. कथाकथन आणि सूत्रसंचालन. सेवाभावी संस्थेसाठी समुपदेशन. विज्ञानकथा क्षेत्रात नव्याने प्रवेश. ०२०-२५४३७०८४ anaghak1945@gmail.com

३. **डॉ आशिष महाबळ:** पॅसॅडेना येथील कॅलीफोर्नीया इन्स्टीट्युट ऑफ टेक्नॉलॉजी येथे वरिष्ठ शास्त्रज्ञ म्हणून कार्यरत आहेत. त्यांनी पुण्याच्या IUCAA मधून खगोलशास्त्रात डॉक्टरेट केलेली असून ब्लेझार्स, स्काय सर्वेज, क्लासीफिकेशन तसंच बिग डेटा, सिटीझनसायन्स, आणि स्टॅटिस्टीक्स मध्ये त्यांचं काम आहे. त्यांना हार्ड सायन्स

फिक्शनमध्ये विशेष रुची आहे. विज्ञान कथांव्यतिरिक्त ते खगोल शास्त्रविषयक विज्ञानलेखसुद्धा लिहितात. शिवाय संस्कृत, पक्षीदर्शन, नाणीसंग्रह यात त्यांना स्वारस्य आहे. mahabal.ashish@gmail.com +१ ६२६ ३१९ ६१८४

४. **सौ. भाग्यश्री नुलकर:** भौतिक शास्त्रात पदवी, कम्प्युटर डिप्लोमा, आणि मराठी साहित्यात एमए. सध्या मुंबई महानगर पालिकेत नोकरी. विज्ञानाची आवड. २००३ ला मराठी विज्ञान परिषदेच्या संपर्कात आल्याने कथा लिखाणास प्रारंभ झाला. मविप पत्रिका, अमृत, नवल, प्रपंच, भालचंद्र, अलका, आहेर, दर्यावर्दी अशा विविध मासिकातून कथा प्रकाशित. ललना, कुसुमांजली स्त्री कथी, प्रेरणा थिएटर, कोमसाप असे कथांना पुरस्कार मिळाले. सध्या मुंबई मराठी ग्रंथ संग्रहालय, मुलुंड विभागाचे कार्यवाहपद सांभाळत आहे. विविध साहित्यिक कार्यक्रमांचे आयोजन, कथाकथन. ०८०९७८४०९९५, bhagyashrinulkar@gmail.com

५. **डी व्ही कुलकर्णी:** मेकॅनिकल इंजीनीरिंगच्या पदवीनंतर टाटा पॉवर मध्ये कंपनीच्या नाट्य विभागासाठी विविध स्पर्धांमध्ये एकांकिका लेखन. आजवर ८ पुस्तके प्रकाशित. 'प्रतिरूप' या कथासंग्रहास कोमसाप पुरस्कार आणि 'निर्भय बनो' या कादंबरीस वंदना प्रकाशनाचा आशीर्वाद पुरस्कार. सामाजिक कथालेखन सुरू असताना विज्ञानकथांचं सामर्थ्य लक्षात आलं आणि विज्ञानकथा लेखनाकडे ओढा वाढला. महाराष्ट्रसेवा संघ, मुलुंड या संस्थेच्या विविध सामाजिक उपक्रमात सक्रीय सहभाग. ०९२२३२६३१६९, dvkulkarni1956@gmail.com

६. **डॉ मेघश्री दळवी:** अनेक वर्षांपासून विविध मराठी प्रकाशनांमध्ये विज्ञानकथा आणि विज्ञानलेखन. दोन विज्ञानकथा संग्रह प्रसिद्ध, अनेक प्रातिनिधिक संग्रहात विज्ञानकथा समाविष्ट. पंधराहून अधिक इंग्लिश विज्ञानकथा प्रकाशित. इंजिनीअरींगनंतर मॅनेजमेन्टमध्ये पीएचडी पूर्ण करून टेक्निकल कम्युनिकेशन सल्लागार व संशोधक म्हणून कार्यरत. अनेक लेख आणि शोध निबंध नियमितपणे आंतरराष्ट्रीय प्रकाशनांमध्ये प्रकाशित. समीक्षा आणि संपादनात रस. ०९८२०१४४६५७, meghashri_dalvi@hotmail.com

७. **पराग देऊसकर:** मुळात सोलापूर, नंतर औरंगाबाद आणि गेले काही वर्ष बेंगलुरू मधे राहतात. संगणक क्षेत्रात कामाला. हौशी विज्ञानकथा लेखक. विज्ञानकथा लेखनामधे तसा नवीनच प्रवेश. +९१ ९९१६९ २७३३२ deuskars@gmail.com

८. **प्रसन्न करंदीकर:** एम. एस. सी. जैवतंत्रज्ञान. सध्या कृषी जैवतंत्रज्ञान महाविद्यालयात सहाय्यक प्राध्यापक म्हणून कार्यरत.महाविद्यालयीन स्तरावर मुंबई विद्यापीठाच्या युवा महोत्सवात कथालेखन आणि काव्य लेखनात रौप्य पदक प्राप्त. मराठी विज्ञान परिषदेच्या विज्ञानकथा स्पर्धेपासून विज्ञानकथा लेखनाला सुरुवात. फिल्म सोसायटी मध्ये सहभाग. कथालेखनासोबतच एकांकिका, कविता, लघुपट - पटकथा लेखन सुरु. kprasanna.mangesh@gmail.com

९. **प्रिया पाळंदे:** पहिली विज्ञानकथा लिहिली ती मराठी विज्ञान परिषदेच्या विज्ञान-रंजन कथास्पर्धेसाठी. तिला आणि पुढच्या वर्षीही पहिले पारितोषिक मिळाले. त्यानंतर काही कथा मासिकांत प्रसिद्ध झाल्या, पण नंतर लेखन एका वळणावर सुटले. सगळ्या प्रकारचे वाचन तेवढे सुरु होते. कट्ट्याच्या निमित्ताने लेखणी पुन्हा हाती आली आणि मोलाचे काहीतरी हरवलेले सापडल्याचा आनंद झाला. तसे इतर प्रकारचे ब्लॉग लिखाण, छायाचित्रण आणि वेबसाईट डिझाईन हे खास आवडीने आणि जाणिवपूर्वक जोपासलेले छंद. ००१-(६१५) ५५७-६३०६, priya.palande@gmail.com

१०. **शरद पुराणिक:** नाशिकच्या रचना विद्यालयात गणित विज्ञान शिक्षक म्हणून अध्यापनाचे काम केले. वाचनाची आवड. विनोदी कथा लेखक म्हणून लेखनाला सुरुवात केली. बाल एकांकिका लेखन केले. 'नाशिक कवी' या संस्थेची स्थापना करून तेरा वर्ष नियमित कार्य करीत आहे. नाशिकच्या महाराष्ट्र समाजसेवा संघ या शिक्षण संस्थेच्या संचालक पदावरून निवृत्त. ०९८९०३८६६६२, sharadpuranik4@gmail.com

११. **शिरीष नाडकर्णी:** भारतीय प्रौद्योगिकी संस्थानातून (आय आय टी) पदवी प्राप्त. व्यवसायाने वस्त्रोत्पादन अभियंता. कथालेखनात विनोदीकथा आणि विज्ञ नकथा हा आवडीचा प्रांत. नितांत प्रकाशन २०१० कथास्पर्धा - प्रथम पारितोषिक.

कोमसाप वसई शाखा कथा स्पर्धा २०१३ - प्रथम पारितोषिक. रेऊ कथा स्पर्धा २०१४ विशेष पारितोषिक. मेनका प्रकाशनाच्या जत्रा या विनोदी त्रैमासिकात सतत विनोदी कथालेखन. धनंजय दिवाळी अंक २०१३ पासून सतत विज्ञान कथा लेखन. ९८२३७२१६३२, nadkarnisb2007@gmail.com

१२. **स्मिता पोतनीस:** मराठी साहित्य हा विषय घेऊन एम.ए. झाल्यावर त्या सतत ललित साहित्याशी संलग्न आहेत. त्यांची 'नीलांगिनी' ही कादंबरी आणि इतर दोन पुस्तकं प्रकाशित झाली असून अनेक दिवाळी अंकामध्ये त्यांच्या कथा प्रसिद्ध होत असतात. विज्ञानात रस असल्याने त्या विज्ञानकथा लेखनाकडे आवडीने वळल्या. आपल्या कथांमध्ये वैविध्य यावे यासाठी त्या सतत प्रयत्नशील असतात. अभिनय, दिग्दर्शन, आणि निवेदन या क्षेत्रात ही त्यांना खूप अनुभव आहे. संपर्क - ०९८२०६११२०६, smitapotnis@yahoo.co.in

www.ingramcontent.com/pod-product-compliance
Lightning Source LLC
Chambersburg PA
CBHW030325020726
47493CB00004B/1168